ഗ്രീൻ ബുക്സ്

ഒന്നു മുതൽ പൂജ്യം വരെ

രഘുനാഥ് പലേരി

നോവലിസ്റ്റ്, തിരക്കഥാകൃത്ത്,
അഭിനേതാവ്, സംവിധായകൻ.
തൃക്കരിപ്പൂരിൽ പലേരി തറവാട്ടിൽ ജനനം.
അച്ഛൻ: സി.വി. രാഘവൻനായർ.
അമ്മ: പത്മാവതിയമ്മ.
കഥ, നോവൽ, തിരക്കഥ എന്നീ സാഹിത്യ
മേഖലകളിൽ വ്യക്തിമുദ്ര പതിപ്പിച്ചിട്ടുണ്ട്.
നിരവധി പുരസ്കാരങ്ങൾക്ക് അർഹനായിട്ടുണ്ട്.

ഗ്രീൻ ബുക്സ് പ്രസിദ്ധീകരിച്ച
ഗ്രന്ഥകാരന്റെ ഇതരകൃതികൾ

ഓർക്കുന്നുവോ എൻ കൃഷ്ണയെ - ഭാഗം 1
(നോവൽ)

ഓർക്കുന്നുവോ എൻ കൃഷ്ണയെ - ഭാഗം 2
(നോവൽ)

ഓർക്കുന്നുവോ എൻ കൃഷ്ണയെ - ഭാഗം 3
(നോവൽ)

ആനന്ദവേദം
(നോവൽ)

അവർ മൂവരും ഒരു മഴവില്ലും
(ബാലസാഹിത്യം)

ആൽത്തറയിലെ നിലാവെട്ടങ്ങൾ
(അനുഭവം)

ആൽത്തറയിലെ നിലാപ്പൂക്കൾ
(അനുഭവം)

തിരക്കഥ

ഒന്നു മുതൽ പൂജ്യം വരെ

രഘുനാഥ് പലേരി

ഗ്രീൻബുക്സ്

green books private limited
gb building, civil lane road, ayyanthole,
thrissur- 680 003, kerala, ph: +91 487-2381066, 2381039
website: www.greenbooksindia.com
e-mail: info@greenbooksindia.com

malayalam
onnu muthal poojyam vare
screen play
by
raghunath paleri

published june 2022

cover design : srishwetheshwer

printed in india
manipal technologies ltd

branches:
thrissur 0487-2422515
thiruvananthapuram 0471-2335301
calicut 0495 4854662

isbn : 978-93-93596-09-3

₹ 260.00
GBPL/1230/2022

മുഖക്കുറി

ജനസമ്മതിയും ഒട്ടേറെ അവാർഡുകളും നേടിയ ഒരു ദൃശ്യവിസ്മയമായിരുന്നു 'ഒന്നു മുതൽ പൂജ്യം വരെ'. ഈ ഗ്രന്ഥം, ഒരു സാഹിത്യ കൃതിയിൽ നിന്നും മനോഹരമായ ഒരു ചലച്ചിത്രം ജനിക്കുന്നതിന്റെ പരിണാമ വഴികൾ മനസ്സിലാക്കാനുള്ള ഒരു ഉത്തമമാർഗ്ഗ രേഖയാണ്. ഈ സിനിമയുടെ പിറവിയുടെ നാൾ വഴികളിലൂടെയുള്ള സഞ്ചാരം വിവരിക്കുന്ന ആദര പൂർവ്വം എന്ന കുറിപ്പ് ഈ കൃതിയെ ഗൗരവത്തോടെ സമീപിക്കുന്ന വായനക്കാർക്ക് ലഭിക്കുന്ന ഒരു അമൂല്യരേഖയാണ്. ഒരു കാലവിളംബത്തിനു ശേഷം ചാരുതയാർന്ന ഈ ചലച്ചിത്രത്തിന്റെ പുനർവായന കൂടുതൽ മിഴിവോടെ വായനക്കാർക്ക് എത്തിക്കുവാൻ കഴിഞ്ഞതിൽ ഗ്രീൻ ബുക്സിന് ചാരിതാർത്ഥ്യമുണ്ട്.

എഡിറ്റർ

ഈ പുസ്തക ജനനത്തിന് പൂർണ്ണ ഉത്തരവാദി
ഞാനാണ്, രഘുനാഥ് പലേരി.
രഘുനാഥ് പലേരിയായി ഞാൻ പിറന്നത്
ഒരു ഞായറാഴ്ച്ചയായിരുന്നു.
ഞായറാഴ്ച്ച എന്റെ നാട്ടിൽ
അവധി ദിവസമായതുകൊണ്ട്
തൊട്ടടുത്ത ദിവസം മുതലാണ്
കഥകളും സിനിമകളും ഞാൻ സ്വപ്നം
കാണാൻ തുടങ്ങിയത്.

"Onnu Muthal Poojyam Vare" is a 1986 Indian Malayalam language drama film produced by Navodaya Appachan under Navodaya Studio and written and directed by Reghunath Paleri in his directorial debut. This book contains the original story and screen play of the movie, in Malayalam. This book has three divisions. The preface, the novellette and the screen play.

The film explores the loneliness of a widow and the need of a father figure for her daughter. The film won six Kerala State Film Awards—Best Debut Director, Best Child Artist, Best Cinematography, Best Editor, Best Art Director, and Best Sound Recordist.

The film sheds light on the story of Aleena, a widow and her four-year-old daughter Deepamol. Aleena lives with her daughter treasuring the memories of her late husband in a small house. She is a painter and works in the advertising industry. Deepamol is always playing around with the telephone making random calls to her pappa who is no longer there.

One such call turns their life forever when Deepamol gets in contact with a "Telephone Uncle" very fast. Though Aleena was very skeptical of the man's intentions, she eventually falls in love with that unknown voice. The voice raises Aleena's hope for a better life.

സമർപ്പണം

ഒരു വരദാനമായി
ഈ സിനിമ എനിക്കു തന്ന
ശ്രീ നവോദയ അപ്പച്ചന്

ഒരു കഥ എങ്ങനെ ഒരായിരം കഥകളുടെ ജാലകമോ വാതായനമോ ആകുന്നുവെന്നത് കൗതുകമാണ്. പക്ഷേ കഥകളിലെ പരാമർശങ്ങളിൽ വന്നു പോകുന്ന മനുഷ്യരുടെ ജീവസ്സുറ്റ സാന്നിദ്ധ്യങ്ങൾ കഥകളുടെ യാഥാർത്ഥ്യങ്ങളിൽ വീഴുന്ന പ്രകാശകിരണങ്ങളെ ഒരു നറുനിലാവായി കരളിൽ വീഴ്ത്തുന്നത് കുളിരായി തന്നെയാണ്. അക്ഷരങ്ങളിൽ മാത്രം നിറഞ്ഞു നിന്ന 'ആകാശത്തേക്കൊരു ജാലകം' എന്ന കഥ, ദൃശ്യങ്ങൾ തുളുമ്പി നിന്ന 'ഒന്നു മുതൽ പൂജ്യവരെ' എന്ന കാഴ്ച ആയതിനു ശേഷമാണ് എന്റെ വായനയിലേക്ക് വരുന്നത്. വയനാട്ടുകാരനായ സുഹൃത്ത് ഹരിദാസ് 'ഒന്നു മുതൽ പൂജ്യംവരെ'യിലെ ഫ്രെയ്മുകളെക്കുറിച്ച് ഒരു പാഠപുസ്തകം പോലെ വിവരിച്ചുകൊണ്ടിരിക്കേ ഞാൻ ഓർത്തെടുക്കാൻ ശ്രമിച്ചത് ആ ഫ്രെയ്മുകൾക്ക് ആധാരമായ കഥയുടെ അലകുകളും എരികുകളും ആയിരുന്നു. ഒന്നെനിക്ക് ബോധ്യമായി. ചില കഥകൾ വായനയെ മാത്രമല്ല ആശ്രയിക്കുന്നത്. മറിച്ച് കഥകൾ കാഴ്ചകളായി ഭവിക്കുക എന്ന ലക്ഷ്യം കൂടി സാക്ഷാത്കരിക്കുന്നുണ്ട്. അത്തരം കാഴ്ച്ചയുടെ സാക്ഷാത്കാരമായിട്ടാണ് 'ആകാശത്തേക്കൊരു ജാലകം' 'ഒന്നു മുതൽ പൂജ്യം വരെ' എന്ന മറുപിറവിയായി സംഭവിക്കുന്നത്. ഒരു സിനിമ സംഭവിക്കുന്നത് ഒരിക്കലും ഒരു കഥ പറയാൻ വേണ്ടിയാവണമെന്നില്ല. ദൃശ്യങ്ങളുടെ സംഘാതം ഒരു കഥയെ സൃഷ്ടിക്കുമെങ്കിൽ സിനിമയുടെ അവതാരോദ്ദേശ്യം സാക്ഷാൽകൃതമാകും. അത്തരം മനോഹര ദൃശ്യങ്ങൾ സംഗീതത്തിന്റെ സങ്കലനത്തോടെ പ്രേക്ഷകരുടെ ഹൃദയത്തിലേക്ക് വന്നു ചേർന്നപ്പോൾ അത് നമുക്ക് 'ഒന്നു മുതൽ പൂജ്യം വരെ' എന്ന ദൃശ്യവിസ്മയമായി.

Face Book Comment:
സുബ്രമണ്യൻ സുകുമാരൻ
തൃശൂർ

ആദരപൂർവ്വം...

ഒന്നുമുതൽ പൂജ്യംവരെ എന്ന സിനിമ പിറക്കാനുള്ള കാരണം എന്റെ കഴിവോ ഭാഗ്യമോ അല്ലെങ്കിൽ കഥാരചനയിൽ എനിക്കു കിട്ടിയ സരസ്വതീ കടാക്ഷമോ എന്തുതന്നെ ആയാലും ഞാൻ അതിന് കാരണമായി കാണുന്നത് എന്റെ പ്രിയ സുഹൃത്തും നവോദയ അപ്പച്ചന്റെ മകനുമായ ശ്രീ ജിജോയുടെ മനസ്സിന്റെ നന്മയാണ്. അദ്ദേഹത്തിന് എന്നിൽ ഉണ്ടായ അചഞ്ചലമായ വിശ്വാസം. അതായിരുന്നു അതിന്റെ തുടക്കം. പുതിയ പ്രതിഭ കളെ വാർത്തെടുക്കുന്നുവെന്ന പ്രഖ്യാപനത്തോടെ 1979 അവസാന മാസങ്ങളിൽ നവോദയ പത്രങ്ങളിൽ ഒരു പരസ്യം നൽകിയിരുന്നു. പത്രം വായിക്കുന്ന സ്വഭാവം ഉള്ളതുകൊണ്ട് അത് ഞാനും കണ്ടു. താൽപ്പര്യമുണ്ടെന്നെഴുതി ഒരപേക്ഷ അയച്ചു. അപേക്ഷ എങ്ങുപോയെന്ന് ഒരു പിടിയും ഇല്ല. മറുപടിയേ വന്നില്ല.

അത് 1979ലെ കഥ. 1978ൽ ആണ് ഒരു സംവിധായകൻ ആവശ്യപ്പെട്ട് മറ്റൊരാൾ നിർമ്മിക്കുന്ന സിനിമയ്ക്കായി ഞാൻ ആദ്യത്തെ തിരക്കഥ എഴുതുന്നത്. വളരെ ശക്തനായ നിർമ്മാതാവ് ഉണ്ടായിരുന്നിട്ടും സംവിധായക പ്രതിഭയുടെ തല തിരിഞ്ഞ ഔന്നത്യം കാരണം ആ സിനിമ ചിത്രീകരണം കഴിഞ്ഞ് ചിത്രസംയോജന മേശയിൽ തന്നെ ഒടുങ്ങുക യാണുണ്ടായത്. ഇരുപത്തിനാല് ദിവസംകൊണ്ട് ഇരുപത്തി രണ്ടായിരത്തിലധികം അടി ആ സംവിധായകൻ ചിത്രീകരിച്ചു. ഷോട്ടുകളെല്ലാം ക്രമീകരിച്ചു നോക്കിയപ്പോൾ സിനിമ എണ്ണായിരം അടിയായി. വീണ്ടും കളയേണ്ട ഭാഗങ്ങളെല്ലാം കളഞ്ഞ് നേരാംവണ്ണം എഡിറ്റ് ചെയ്താൽ സിനിമ അയ്യാ യിരം അടിക്ക് താഴെയാവും എന്ന സ്ഥിതിയായി.

അതെങ്ങനെ സംഭവിച്ചുവെന്ന് അതിന്റെ സംവിധായ കനേ അറിയൂ. അതിന്നുവരെ ഞാൻ അദ്ദേഹത്തോട് ചോദി ച്ചിട്ടുമില്ല. ഞാൻ എഴുതിയ തിരക്കഥയുടെ പിതൃത്വവും

ചിത്രീകരണം തുടങ്ങുന്ന ആദ്യ ദിവസം തന്നെ അദ്ദേഹം സ്വയം ഏറ്റെടുത്തിരുന്നു. ഞാൻ കൊടുത്ത തിരക്കഥയുടെ ഫയൽ തുറന്ന് അതിലെ എന്റെ പേരു വെട്ടി പകരം കഥ തിരക്കഥ, സംഭാഷണം, സംവിധാനം എന്ന തലക്കെട്ടോടെ അദ്ദേഹത്തിന്റെ പേര് അദ്ദേഹം തന്നെ എന്റെ മുന്നിൽ വെച്ചു ഭംഗിയായി എഴുതി. അദ്ദേഹത്തിന് തലയ്ക്കെന്തോ അസുഖം ഉണ്ടെന്നാണ് എനിക്കാദ്യം തോന്നിയത്. ആ അമ്പരപ്പ് മാറിയപ്പോൾ സിനിമയിൽ അത് സർവ്വസാധാരണം എന്ന് അരികിൽ നിന്നിരുന്ന നായക നടനും പറഞ്ഞു. എനിക്ക് വേണമെങ്കിൽ അദ്ദേഹത്തിനിട്ട് രണ്ടെണ്ണം ഭംഗിയായി പൊട്ടിക്കാമായിരുന്നു. തിരിച്ച് അദ്ദേഹവും എനിക്കിട്ട് പൊട്ടിച്ചേനേ. വിപ്ലവം മനസ്സിൽ ജ്വലിക്കുമെങ്കിലും അത് അക്രമത്തിലേക്ക് തിരിയുന്നതിനോട് എനിക്ക് മതിപ്പില്ല. ചിലർ ഗതികേടുകൊണ്ടും ശത്രുവാകും. അവൻ പിടിച്ചെടുക്കുന്നതുകൊണ്ട് അവനെങ്ങും എത്തുന്നില്ലെന്ന് ഒരിക്കൽ അവൻ തിരിച്ചറിഞ്ഞേക്കാം. എന്നാൽ ജന്മം കത്തിത്തീർന്നാലും ചിലർ ഒന്നും തിരിച്ചറിയില്ല. ജന്മസുകൃതംകൊണ്ട് നമ്മൾ അത്തരക്കാർക്കു മുന്നിലും ചിലപ്പോൾ എത്തിപ്പെടും. എന്റെ കാര്യത്തിൽ അതാണ് സംഭവിച്ചതും.

അന്നു മുതൽ ഇന്നുവരെയുള്ള എന്റെ സിനിമാ പ്രവാഹത്തിനിടയിൽ എത്രയോ തിരക്കഥകൾ സിനിമ കഴിയുന്നതോടെ തോളിൽ കയ്യിട്ടു നടന്ന പല സംവിധായക പ്രതിഭകളും അവരുടെ പേരിൽ സ്വന്തമാക്കിയിട്ടുണ്ട്. തിരക്കഥ എഴുതിത്തുടങ്ങുമ്പോൾ അവരെല്ലാം ഉന്നതകുലജാതരും സ്നേഹസമ്പന്നരും ഒരു നല്ല സിനിമ എടുക്കാനായി അലയുന്നവരും ആയിരിക്കും. നമുക്കവരോട് എല്ലാ വാത്സല്യവും കരുണയും സഹതാപവും തോന്നും. എന്നാൽ തിരക്കഥ തീർന്ന് ചിത്രീകരണം കഴിഞ്ഞ് ആദ്യത്തെ പ്രിന്റ് പുറത്തു വന്ന് ലൈറ്റടിച്ച് നമുക്കു മുന്നിൽ സിനിമ തിരശ്ശീലയിൽ തെളിയുമ്പോൾ, എഴുതിയതും അലക്കിയതും ആണിയടിച്ചതും എല്ലാം അവനാണെന്ന് ഭംഗിയുള്ള അക്ഷരത്തിൽ തെളിഞ്ഞു വരുന്നത് കാണാം. ഇതെന്റെ മാത്രം അനുഭവമല്ല. പലരും ഈ അനുഭവത്തിൽ ആറാടി നിന്നവരാണ്. അതുകൊണ്ട് തല്ലുകൂടി ഇല്ലാതാവുന്നതിന്നു പകരം ആ തിരക്കഥ മനസ്സുകൊണ്ട് ഞാൻ അദ്ദേഹത്തിന് ദാനം ചെയ്തു. തുടർന്നുള്ള ദിവസങ്ങളിൽ അക്ഷരാർത്ഥത്തിൽ തിരക്കഥ കക്ഷത്തിൽ ഇറുക്കി തനിക്കു തോന്നിയ വിധം ഒരു ക്ലാസിക്ക്

സിനിമ അദ്ദേഹം ഒരുക്കുന്നത് ഞാൻ നോക്കി നിന്നു. പിന്നെ നോട്ടം മതിയാക്കി ഞാൻ തിരിച്ചു പോരുകയാണുണ്ടായത്.

തന്റെ സിനിമയെ എങ്ങനെയെങ്കിലും രക്ഷിക്കാനായി ആദ്യം ക്രമീകരിച്ച എണ്ണായിരം അടിയുമായി ആ നിർമ്മാതാവ് നാട്ടിൽ തിരിച്ചെത്തി. തിരക്കഥ എഴുതിയ എന്നെ അരികിൽ വിളിച്ചിരുത്തി സംഭവിച്ചതെല്ലാം പറഞ്ഞു. ആ നിർമ്മാതാവിന്റെ വേദന എന്നിൽ മഹാവേദന വിതച്ചു. അദ്ദേഹത്തിന്റെ ആഗ്രഹപ്രകാരം ക്രമീകരിച്ച എണ്ണായിരം അടിയും ഞാൻ കണ്ണൂരിലെ പ്രഭാത് ടാക്കിസിൽ ഒറ്റയ്ക്കിരുന്ന് കണ്ടു. പരസ്പര ബന്ധമില്ലാത്ത ആ ദൃശ്യങ്ങളിൽ നിന്നും ഒരൊഴുക്കുണ്ടാക്കിയെടുത്ത് ആ നിർമ്മാതാവിനെ രക്ഷിക്കാൻ ഞാൻ പെടാപാടുപെട്ടു. അദ്ദേഹത്തിന്റെ നിർദ്ദേശപ്രകാരം ആ ദൃശ്യങ്ങളിൽ നിന്നും മറ്റൊരു കഥയുണ്ടാക്കി അത്രയും ഭാഗം ഒരു ഫാന്റസിയാക്കി പുതിയൊരു കഥയ്ക്കുള്ളിൽ പ്രതിഷ്ഠിച്ചു. അങ്ങനെ ആദ്യം ചിത്രീകരിച്ച സിനിമാ ദൃശ്യങ്ങൾ മറ്റൊരു സിനിമയ്ക്കുള്ളിലെ ഫാന്റസിയാക്കി അതിനു വേണ്ടുന്ന ഭാഗം മാത്രം പുതുതായി ചിത്രീകരിച്ചാലോ എന്ന ചിന്തയിലായി ഞങ്ങൾ. എവിടെയും എത്താതെ ഒരു സിനിമ ജനിക്കുകയും അതിനു മുടക്കിയ പണം കാരണം ജീവിതം പെട്ടെന്ന് നിശ്ചലമാകുകയും ചെയ്തപ്പോൾ എങ്ങനെയെങ്കിലും ഒരു വഴി തെളിച്ചെടുക്കാൻ അദ്ദേഹം അനുഭവിച്ച പ്രയാസങ്ങൾക്ക് ഒരു താങ്ങായി നിന്നുകൊടുക്കാനേ എനിക്കന്ന് സാധിച്ചുള്ളൂ.

എന്റെ കയ്യിൽ അക്ഷരങ്ങൾ മാത്രം. അവ തരുന്ന പ്രകാശം മാത്രം. ആ പ്രകാശത്തിൽ മനസ്സുറപ്പിച്ച് തലങ്ങും വിലങ്ങും പലതരം തിരക്കഥകൾ ഞാൻ അദ്ദേഹത്തിനു വേണ്ടി അക്കാലത്ത് എഴുതി. സാവകാശം ആ സിനിമാ അനുഭവം അദ്ദേഹത്തിനും എനിക്കും ഒരു ദുഃഖമല്ലാതായി. അതങ്ങനെ ഞങ്ങളിൽ തന്നെ സാവകാശം കത്തി അമർന്നു. ആകെ തളർന്നു പോയെങ്കിലും കർമ്മഗുണത്താൽ ആ നിർമ്മാതാവ് ഇന്ന് സന്തോഷത്തോടെ കഴിയുന്നു. മലയാളത്തിന് നഷ്ടപ്പെട്ടത് നല്ല സിനിമകൾ നിർമ്മിക്കാൻ മുന്നിട്ടിറങ്ങിയ ഒരു നിർമ്മാതാവിനെ. അതിന്നു ശേഷം ഞാൻ രണ്ടാമത് തിരക്കഥ എഴുതിയതും അതേ നിർമ്മാതാവിനു വേണ്ടിയായിരുന്നു. ആ ചിത്രമാണ് എന്റെ സിനിമയായി ഞാൻ ആദ്യം തിരശ്ശീലയിൽ കണ്ടത്. അതിനുശേഷം അദ്ദേഹം സിനിമാനിർമ്മാണം നിർത്തി പൂർണ്ണമായും തന്റെ മറ്റു ജോലികളിൽ വ്യാപൃതനായി.

സിനിമയെ അത്രകണ്ട് ഇഷ്ടപ്പെട്ടിരുന്ന അദ്ദേഹത്തിനൊപ്പം സംസാരിച്ചും ചർച്ച ചെയ്തും എഴുതിയും ഇല്ലാത്ത ക്യാമറ കടം വാങ്ങി മനസ്സിൽ ഷൂട്ട് ചെയ്തും കഥാപാത്രങ്ങളോട് സംവേദിച്ചും കഴിഞ്ഞിരുന്ന ആ കാലം ഒരു ത്രിസന്ധ്യ നേരത്തുള്ള സുവർണ്ണ മേഘങ്ങൾക്കൊപ്പം ചില വഴിച്ച മേഘസഞ്ചാരങ്ങളായി ഇന്നും എന്നോടൊപ്പം കഴിയുന്നു.

എന്റെ ചലച്ചിത്ര ജീവിതം യാഥാർത്ഥ്യവുമായി അടുത്തിടപെട്ട കാലഘട്ടത്തിന്റെ ആരംഭമായിരുന്നു എന്റെ ആദ്യത്തെ സിനിമയുടെ ചിത്രീകരണവും അതിന്റെ ആർക്കും ഗുണകരമാവാത്തവിധം നിശ്ചലമാക്കപ്പെട്ട അവസ്ഥയും. സംവിധായകനെന്ന ഉത്തരവാദപ്പെട്ട വ്യക്തിയുടെ കഴിവില്ലായ്മയോ അഹങ്കാരമോ അതോ, ഇതെല്ലാം നിസ്സാരം, സിനിമയെന്നത് കുറച്ചു കാലം മറ്റൊരാളുടെ ചിലവിൽ ധൂർത്തടിച്ചും ലൈറ്റടിച്ചും കാര്യം കാണാൻ പേക്കൂത്തു കാണിക്കുന്ന സ്തുതിപാഠകർക്കു മുന്നിൽ സ്വയം രാജാവായി മാറാനുള്ള പൊങ്ങച്ചമാണെന്ന വിവരമില്ലായ്മയോ എന്തോ..

എന്തായാലും കഠിനമായിരുന്നു ആ അവസ്ഥ. ഇത് യാഥാർത്ഥ്യവുമായി മുഖാമുഖം നിന്ന കാലമായിരുന്നെങ്കിൽ സിനിമയുമായി സ്വപ്നംകൊണ്ട് സംവേദിച്ച മറ്റൊരു കാലം എനിക്കും ഉണ്ടായിരുന്നു. അതായിരുന്നു എന്റെ കോളേജ് ജീവിതം.

ഏത് സ്വപ്നലോകവും സുന്ദരമാണ്.
അവിടെ ഒന്നും ഭയപ്പെടേണ്ടതില്ല.
ചോദിക്കാനും പറയാനും ആരുമില്ല.
വിശക്കുമ്പോൾ കണ്ണു തുറന്നാൽ മതി..!!
വിശപ്പു മാറ്റി വീണ്ടും കണ്ണടച്ചാൽ മതി..!!

എന്നാൽ അങ്ങിനങ്ങ് സ്വപ്നം കാണുകയല്ലായിരുന്നു ഞാൻ. കോളേജിൽ പഠിക്കുന്ന കാലത്ത് മനസ്സിൽ രൂപപ്പെട്ടു വന്ന ഒരു സിനിമ സ്വന്തമായി നിർമ്മിക്കാനുള്ള കഠിനമായ ആഗ്രഹത്താൽ രണ്ടു വർഷത്തോളം അതിന്റെ തിരക്കഥാരചനയും സംവിധാന ചിന്തകളുമായി നിർമ്മാണത്തിനു വേണ്ട ധനം കണ്ടെത്താനുള്ള മാർഗ്ഗവും തേടി ഞാനലയുകയായിരുന്നു. ആരെയും കിട്ടാതെ ഒടുക്കം കേന്ദ്ര സർക്കാരിന്റെ അന്നത്തെ എഫ്എഫ്സി എന്ന സ്ഥാപനത്തിൽ നിന്നും ആ സിനിമ നിർമ്മിക്കാനാവശ്യമായി കണക്കുകൂട്ടിയെടുത്ത രണ്ടുലക്ഷം രൂപയ്ക്കായി വായ്പയ്ക്ക് അപേക്ഷിക്കുന്ന

ഘട്ടംവരെ അതെത്തുകയും ചെയ്തു. അതിമനോഹരവും സാഹസികവും ആയിരുന്നു ആ സമയ സഞ്ചാരം. സിനിമ എടുക്കുന്നത് ഭാരതത്തിലെ ഏത് ഭാഷയിൽ ആണെങ്കിലും അതിന്റെ തിരക്കഥ ഇംഗ്ലീഷിൽ വിവർത്തനം ചെയ്തു വേണം അന്ന് എഫ്എഫ്സിക്ക് സമർപ്പിക്കാൻ. എന്നാലേ വായ്പ കിട്ടൂ. സിനിമ ഇംഗ്ലീഷിൽ അല്ലെങ്കിലും ഭാഷ ഇംഗ്ലീഷായാ മതി. എന്റെ അന്നത്തെ ഇംഗ്ലീഷ് കണ്ടാൽ മലയാളത്തിനു വരെ പേടിയാവും. അതുകൊണ്ട് ഞാനെഴുതിയ തിരക്കഥ അന്ന് വിവർത്തനം ചെയ്തു തന്നത് എന്റെ പ്രിയമിത്രമായ ശ്രീമതി ശൈലജാമണിയാണ്. മഹാഗാന്ധിയനായി ജീവിതം ജീവിച്ചു തീർത്ത് ഈയിടെ വിടവാങ്ങിയ ശ്രീ രാധാകൃഷ്ണ മേനോന്റെ പുത്രിയാണ് ശൈലജാമണി. മനോഹര ഭാഷ. ഭാഷപോലെ സുന്ദര മനസ്സ്. ആ സിനിമ തിരശ്ശീലയിൽ കാണാൻ എന്നേക്കാൾ കൊതിച്ച പ്രിയ മിത്രം. ഇത്രയും കാലം കഴിഞ്ഞിട്ടും ഇന്നുവരെ ആ സിനിമ എന്തായീന്ന് ശൈലജാമണി എന്നോട് ചോദിച്ചിട്ടില്ല. സമ്മതിക്കണം.

എഫ്എഫ്സിക്ക് തിരക്കഥ വിവർത്തനം ചെയ്താൽ മാത്രം പോരാ. അത് ടൈപ്പ് ചെയ്യണം. അതും എട്ടോളം കോപ്പികൾ പുസ്തകംപോലെ തുന്നിക്കെട്ടി അയയ്ക്കണം. എങ്ങനെ ലുബ്ധിച്ച് ടൈപ്പ് ചെയ്താലും ഒരു കോപ്പി നൂറി ലധികം പേജ് വരും. അത്രയും കോപ്പികൾ ടൈപ്പ് ചെയ്യാൻ ഏതെങ്കിലും ടൈപ്പ് റൈറ്റിങ്ങ് ഇൻസ്റ്റിറ്റ്യൂട്ടിൽ കൊടുക്കാം. പക്ഷേ അങ്ങനെ കൊടുത്തതുകൊണ്ട് കാര്യമില്ല. ഒരു പേജ് ടൈപ്പ് ചെയ്യാൻ അന്നേതാണ്ട് ഒരു രൂപയാണ് ചാർജ്. കാർബൺകോപ്പിക്ക് അമ്പത് കാശും. അതിനുള്ള നീക്കിയി രുപ്പ് അന്നില്ല. അതുകൊണ്ട് കോഴിക്കോട്ടെ വേണുഗോപാൽ ടൈപ്പിങ്ങ് ഇൻസ്റ്റിറ്റ്യൂട്ടിൽ ഫീസടച്ച് ആദ്യത്തെ കീ പാഠ ലായ എ,എസ്, ഡി,എഫ്, ജി,എഫ്, സെമി കോളൻ, എൽ,കെ, ജെ,എച്ച്,ജെ എന്ന ടൈപ്പ്റൈറ്റിങ്ങിലെ ആദ്യ വിരൽത്താരി മാത്രം പഠിച്ച് ഞാൻ പുറത്തിറങ്ങി. ബാക്കിയെല്ലാം വരുന്നി ടത്ത് വെച്ചു കാണാം എന്ന മനസ്സുറപ്പോടെ സ്വന്തം തിരക്കഥ സ്വന്തമായി ടൈപ്പ് ചെയ്യാൻ ടൈപ്പ് റൈറ്ററും അന്വേഷിച്ച് നടക്കലായി. ആ ടൈപ്പ്റൈറ്റർ ഗവേഷണ കാലത്ത് എത്രയോ സിനിമാ പ്രാന്തന്മാരെ സഹായികളായി കിട്ടി. കൊയിലാണ്ടി യിലെ മുരളി, വിക്ടറി തീയേറ്റർ ഉടമയായ വിക്ടറി ജനാർ ദ്ദനൻ, കണ്ണൂരിലെ പ്രശാന്ത്, നിർമ്മലൻ, കോഴിക്കോട്ടെ ഗീത, രമണി, സുശീലൻ, നളിനാക്ഷൻ. മനസ്സിലെ സൗഹൃദ ടാക്കീസ് നിറയെ സുഹൃത്തുക്കൾ വന്നു നിറഞ്ഞു. ഓരോ

ഷോയും ഹൗസ്ഫുൾ. വിസിലടി. കയ്യടി. നുറുക്കിന്റെയും കടലയുടെയും മണം. ഓരോ ദിവസങ്ങളും അന്നത്തെ സത്യൻ, പ്രേംനസീർ, മധു, ശാരദ, ഷീല, ജയഭാരതി സിനിമകൾ പോലെ ഹൃദ്യമാവുകയായി.

തിരക്കഥയിലെ ആദ്യത്തെ പത്തോളം പേജുകൾ ടൈപ്പ് ചെയ്തു തന്നത് അച്ഛന്റെ പ്രിയപ്പെട്ട സുഹൃത്തായ മാധവൻ നായരായിരുന്നു. നല്ല ഒന്നാംക്ലാസ് ടൈപ്പ് റൈറ്റർ. പക്ഷേ മറ്റാരെക്കൊണ്ടും അദ്ദേഹം അത് തൊടീക്കില്ല. സമയം കിട്ടുമ്പോൾ അദ്ദേഹം തന്നെ ടൈപ്പ് ചെയ്തു തരും. അപ്പോഴാണ് വീടിന്നു മുന്നിലെ ഇടവഴിയിലൂടെ സ്ഥലം മാറി വരുന്ന ഒരു കുടുംബത്തിന്റെ വീട്ടുസാധനങ്ങൾ ഒരു ട്രോളിയിൽ തള്ളിക്കൊണ്ടു പോകുന്നത് ഞാൻ കണ്ടത്. വരുന്നത് ആരാണോ എവിടേക്കാണോ എന്നൊന്നും എനിക്കറിയില്ലായിരുന്നു. പക്ഷേ എന്നെ പെട്ടെന്ന് മോഹിപ്പിച്ചത് ആ ട്രോളിയിൽ നിറച്ച വീട്ടുസാധനങ്ങൾക്കു മുകളിലായി കയറ്റിവെച്ച പഴയ ഒരു ടൈപ്പ് റൈറ്ററായിരുന്നു. മനോഹരമായിരുന്നു ആ കാഴ്ച്ച. ആ ട്രോളിക്കു പിറകെ പോയി ഞാൻ ആ വീട് കണ്ടുപിടിച്ചു. അച്ഛനും അമ്മയും രണ്ടു മക്കളും. മൂത്തമകൾ ആയുർവേദം പഠിക്കുന്നു. മകൻ നരേന്ദ്രൻ അതിന്നു താഴെ പഠിക്കുന്നു.

ആ ടൈപ്പറൈറ്ററിലാണ് പിന്നീടെന്റെ തിരക്കഥ ടൈപ്പ് ചെയ്യുന്നത്. വളരെ പഴകിയതുകൊണ്ടും ഉപയോഗിക്കാതെ വെച്ചതുകൊണ്ടും അത് പ്രവർത്തിപ്പിക്കുന്നത് വളരെ രസകരമായിരുന്നു. എ അമർത്തിയാൽ എസ്സും ഡിയും ഒന്നിച്ചു പൊങ്ങും. ചിലത് എത്ര ശക്തിയിൽ അമർത്തിയാലും കാർബൺ ടെയ്പ്പിൽ ചെറുതായി ഉമ്മ വെക്കുന്നതുപോലെ തൊട്ടു നിൽക്കുമെന്നല്ലാതെ അക്ഷരം കടലാസിൽ അമരില്ല. എങ്കിലും നരേന്ദ്രന്റെ സ്നേഹം ആ ടെപ്പ്റൈറ്ററിൽ തന്നെ മാസങ്ങൾ എടുത്ത് തിരക്കഥ പൂർണ്ണമായും ടൈപ്പ് ചെയ്ത് തീർക്കാൻ എന്നെ അനുവദിച്ചു. ആ നരേന്ദ്രമുഖം മനസ്സിൽ നിന്നും ഒരിക്കലും മായില്ല.

തിരക്കഥ ടൈപ്പ് ചെയ്തു തീർത്തപ്പോൾ മറ്റൊരു പ്രശ്നത്തിൽ ഞാൻ അടിമുടി മുങ്ങി. എത്ര തുകയാണോ എഫ് എഫ്സിയോട് അപേക്ഷിക്കുന്നത് ആ വായ്പത്തുകയുടെ ചെറിയൊരു ശതമാനം അന്ന് പോസ്റ്റൽ ഓർഡറായി എടുത്ത് അപേക്ഷയോടൊപ്പം അയയ്ക്കണം. അതേതാണ്ട് രണ്ടായിരത്തഞ്ഞൂറ് രൂപയോളം വരും. ആ പണം തന്നു സഹായിക്കാമെന്ന് അതിൽ ഒരു വേഷം അഭിനയിക്കാൻ ആഗ്രഹിച്ച

വിക്ടറി ജനാർദ്ദനൻ എന്നോട് പറഞ്ഞു. ആ വേഷം അദ്ദേഹത്തിന് യോജിക്കുമെന്നും ആ കഥാപാത്രം അദ്ദേഹത്തിൽ രസകരമായി അവതരിക്കുമെന്നും എനിക്കും തോന്നിയിരുന്നു. അങ്ങനെ തിരക്കഥയുടെ കോപ്പികൾ എല്ലാം എടുത്ത് ആവശ്യമുള്ള രേഖകളും അപേക്ഷകളും തയ്യാറാക്കി പോസ്റ്റൽ ഓർഡർ മാത്രം ഇനി വെച്ചാൽ മതി എന്ന ഘട്ടംവരെ കൊണ്ടെത്തിച്ചെങ്കിലും അദ്ദേഹത്തിൽ നിന്നും സഹായം വാങ്ങാതെ ആ സിനിമാ യാഗം അവസാനിപ്പിക്കുകയാണ് ഞാൻ ചെയ്തത്.

ചെറിയൊരു നല്ല സിനിമ. അത്രയേ ഉദ്ദേശിച്ചിരുന്നുള്ളൂ. പക്ഷേ എത്ര ആഗ്രഹിച്ചാലും എന്തെല്ലാം പോസ്റ്റൽ ഓർഡർ അയച്ചാലും എഫ്എഫ്സി ഒരിക്കലും അന്നെനിക്ക് വായ്പ തരില്ലെന്ന് അത്രയും കാലം എന്റെ സാഹസം നിശ്ശബ്ദമായി നിരീക്ഷിച്ചിരുന്ന അച്ഛൻ എന്നെ ഉപദേശിച്ചു. മറിച്ച് ആ പോസ്റ്റൽ ഓർഡർ തുക ഒരിക്കലും കൊടുത്തു തീർക്കാൻ സാധിക്കാത്ത കടമായി എന്നെ പൊതിഞ്ഞു നിൽക്കുമെന്നും വ്യക്തമാക്കി. രണ്ടായിരത്തി അഞ്ഞൂറു രൂപ അന്ന് എത്ര വലിയ സംഖ്യയാണെന്ന് മനസ്സിലാക്കാൻ അധികം വടക്കോട്ടു പോകേണ്ട. ഒന്നു കണ്ണടച്ചാൽ മാത്രം മതി. ആ പണം കടം വാങ്ങി എഫ്എഫ്സിയുടെ പേരിൽ പോസ്റ്റൽ ഓർഡർ ആക്കിയാൽ *(ഇന്ന് പോസ്റ്റൽ ഓർഡർ എന്ന സാധനം നിലവിലില്ല)* അതോടെ ദൈവം സ്റ്റാമ്പൊട്ടിക്കാതെ അയച്ച ഒരു പോസ്റ്റൽ ഉരുപ്പടിയായി ഞാനും മാറും. അയച്ച ആൾക്ക് തിരിച്ച് കിട്ടുകയും ഇല്ല കിട്ടേണ്ട ആളൊട്ട് ഫൈൻ അടച്ച് വാങ്ങുകയും ഇല്ല.

മതി. എല്ലാറ്റിനും ഒരു സമയമുണ്ടെന്ന് കാര്യങ്ങൾ നടക്കാതിരിക്കുമ്പോൾ എല്ലാവരും പറയാറില്ലേ. അതുപോലെ ഞാനും പറഞ്ഞു. എനിക്കും ആ സമയം എന്നെങ്കിലും വരുമായിരിക്കും. വരുമ്പോൾ വരട്ടെ. അതുവരെ നമ്മൾ നമ്മുടെ ജോലി ചെയ്യുക. എഫ്എഫ്സിയെ കുറ്റം പറഞ്ഞിട്ടു കാര്യമില്ല. ഉടുമുണ്ട് താഴെ വീഴാതിരിക്കാൻ ചരടും കെട്ടി കോളേജിൽ പഠിക്കുന്ന എന്റെ മനസ്സിലെ സിനിമയുടെ ശക്തി എത്രയുണ്ടെന്ന് പാവം എഫ്എഫ്സി എങ്ങനെ അറിയാനാണ്. ഞാനാണെങ്കിൽ ഒരു സിനിമാ ഇൻസ്റ്റിറ്റ്യൂട്ടിലും പഠിച്ചിട്ടില്ല. പഠിച്ചവർക്ക് തന്നെ വായ്പയില്ല. അന്നത്തെ എഫ്എഫ്സി ആയാലും ഇന്നത്തെ എൻഎഫ്ഡിസി ആയാലും അവർക്കെല്ലാം ചില പോളിസി ഉണ്ട്. അതിന്നുള്ളിൽ നിന്നുകൊണ്ടേ

അവർക്ക് സ്റ്റാർട്ടും കട്ടും പറയാൻ കഴിയൂ. ആ പോളിസിക്കകത്ത് ജീവിതം എത്തിക്കാൻ കഴിയാഞ്ഞത് എന്റെ മണ്ടത്തരം. അതാണ് സത്യം. കഴിവുള്ള എത്ര പേർ ലോകത്തുണ്ട്. അവർക്കെല്ലാം അവർ അർഹിക്കുന്നത് കിട്ടുന്നുണ്ടോ. ഇല്ല. കാരണം അവരൊന്നും അത് കിട്ടാനുള്ള പോളിസിക്കകത്ത് എത്തിപ്പെടുന്നില്ല. ചിന്തിക്കാൻ ഇങ്ങനെയൊക്കെ ചില മാർഗ്ഗങ്ങൾ മനസ്സിൽ തെളിഞ്ഞില്ലെങ്കിൽ നമ്മുടെയൊക്കെ ചിത്തം എന്നോ ഭ്രമിച്ചു പോയേനേ.

1979 അവസാനം കേരളത്തിലെ സിനിമാ പരീക്ഷണശാലകൾ അടച്ചുപൂട്ടി ഞാൻ മദിരാശിയിൽ എത്തി. മദിരാശിയിൽ ശ്രീ എം ഗോവിന്ദനായിരുന്നു എന്റെ തണൽ. അദ്ദേഹം ചൂണ്ടിയ വഴിയിലൂടെ പോയപ്പോഴാണ് ഞാൻ തമിഴ് സിനിമയിലെ നിർമ്മാതാവായ ശ്രീ ബാലകൃഷ്ണനെ പരിചയപ്പെടുന്നത്. ശാന്തസമുദ്രത്തിനു തുല്യം മനസ്സു വളർന്ന ഒരു ബാലേട്ടൻ. അദ്ദേഹത്തിന്റെ ഓഫീസിൽ താമസിച്ചുകൊണ്ട് മദിരാശിയിൽ തുറന്നു കിട്ടിയ ചില പരീക്ഷണശാലകളിലൂടെ തമിഴിലും മലയാളത്തിലുമായി ചില സിനിമകൾക്ക് ഞാൻ തിരക്കഥകൾ എഴുതി. സംവിധായക സഹായിയായി. ചിത്രസംയോജക സഹായിയായി. സിനിമയുടെ സാങ്കേതികവശങ്ങൾ അടുത്ത് നിന്നു പഠിച്ചു. പരീക്ഷിച്ചു.

1982ൽ വീട്ടിൽ തിരിച്ചെത്തിയപ്പോൾ നവോദയയിൽ നിന്നും ഒരു കത്തു വന്നു. രണ്ടുവർഷം മുൻപ് അയച്ച കത്തിനുള്ള മറുപടിയാണന്നും സിനിമയുടെ സാങ്കേതിക കാര്യങ്ങൾ പഠിക്കാൻ താൽപ്പര്യമുണ്ടോ എന്നും ചോദിച്ച് നവോദയയുടെ ടെക്ക്നിക്കൽ ഡയറക്ടറായ ജിജോ ഒപ്പിട്ട് ടൈപ്പ് ചെയ്തയച്ച കത്തായിരുന്നു അത്. എനിക്ക് തമാശ തോന്നി. ഇംഗ്ലീഷിലുള്ള കത്തിന് മലയാളത്തിൽ ഞാൻ ജിജോയ്ക്ക് മറുപടി എഴുതി. രണ്ടു വർഷം കത്ത് സൂക്ഷിച്ചതിന് നന്ദി പറഞ്ഞു. സാങ്കേതിക പഠനത്തിൽ താൽപ്പര്യമില്ലെന്നും അതെല്ലാം ആവശ്യത്തിന് ഈ കാലംകൊണ്ട് മദിരാശിയിൽ അലഞ്ഞ് മനസ്സിലാക്കിയെന്നും എഴുതി. ആ അദ്ധ്യായം അവിടെ അവസാനിച്ചെന്ന് വിശ്വസിച്ച് വീണ്ടും കേരളത്തിൽ സ്വന്തം സിനിമാ പരീക്ഷണശാല തുറക്കാൻ ഒരുങ്ങുമ്പോഴാണ് ജിജോയുടെ കൈപ്പടയിൽ രണ്ടാമത്തെ കത്ത് വരുന്നത്. ആ കത്തിന് ഒരു തുറന്ന ഹൃദയപ്രഭാവം ഉണ്ടായിരുന്നു. അന്നു മുതൽ ആ മനുഷ്യൻ എന്റെ സുഹൃത്തായി. പല

കാര്യങ്ങളിലും പലപ്പോഴും അഭിപ്രായ വ്യത്യാസം തോന്നിയിരുന്നെങ്കിലും ആ മനുഷ്യന്റെ സാങ്കേതികജ്ഞാനവും ജോലിയിലുള്ള ആത്മാർത്ഥതയും എന്നെ അതിശയിപ്പിച്ചിട്ടുണ്ട്. ഒരു കാലഘട്ടത്തിൽ മലയാള സിനിമയിൽ സംഭവിച്ച സാങ്കേതിക വിസ്ഫോടനം ആരംഭിച്ചതും അത് പ്രായോഗികമാക്കിയതും ആ മനുഷ്യന്റെ ചിന്താമണ്ഡലത്തിലാണ്.

സിനിമാസ്ക്കോപ്പ് 70-MM ഫോർമാറ്റുകളും 3Dയും ഇപ്പോൾ തിയേറ്ററുകളിൽ സംഭവിച്ചുകൊണ്ടിരിക്കുന്ന ഡിജിറ്റൽ ശബ്ദ വിപ്ലവവും എല്ലാം അതിൽപ്പെടുന്നു. ചിത്രസംയോജന വിപ്ലവമായി പലരും ഘോഷിക്കുന്ന Avid ആദ്യമായി ഭാരതത്തിൽ എത്തിച്ചത് അദ്ദേഹത്തിന്റെ ദീർഘവീക്ഷണമാണ്. അതിൽ പ്രവർത്തിക്കാൻ ഭാഗ്യം ലഭിച്ചവരാണ് ഞാനും ആർട്ട് ഡയറക്ടർ ശേഖറും സംവിധായകൻ ടി.കെ രാജീവ്കുമാറും മാത്യുപോളും എഡിറ്റർ ശേഖർ സാറുമെല്ലാം. Avid ജനകീയമാക്കാൻ പരമ്പരാഗത യന്ത്രങ്ങളിൽ നിന്നും പുറത്തുവരാൻ മടിച്ച സാങ്കേതിക വിദഗ്ധർക്കായി നവോദയ സൗജന്യ ക്ലാസുകളെടുത്തു. അത് നല്ല ഫലം ചെയ്തു. ഇന്ന് മലയാള സിനിമയുടെ post production സാങ്കേതിക ലോകം വെറും ലാപ്ടോപ്പിൽ ഒതുങ്ങുന്ന ഘട്ടംവരെ എത്തി നിൽക്കുന്നു.

നവോദയയുടെ ത്രിമാന ചിത്രമായ മൈ ഡിയർ കുട്ടിച്ചാത്തന്റെ ചിത്രീകരണം നടക്കുന്ന വേളയിലാണ് മലയാള മനോരമ വാർഷികപ്പതിപ്പിലേക്ക് ഒരു ചെറുനോവൽ ആവശ്യപ്പെട്ടുകൊണ്ട് ശ്രീ മണർകാട് മാത്യുവിൽ നിന്നും എനിക്കൊരു കത്ത് കിട്ടുന്നത്. എന്നെയും ഞാനെഴുതുന്ന കഥകളെയും ഒരുപാട് സ്നേഹിക്കുന്ന ഒരു പത്രാധിപരാണ് അദ്ദേഹം. ചില പത്രാധിപന്മാരുടെ കത്തുകൾ വായിക്കാൻ തന്നെ ഒരു സുഖമാണ്. പത്രഭാഷയും വെറുമൊരു ക്ഷേമാന്വേഷണവും ആവശ്യം അറിയിച്ചുകൊണ്ടുള്ള വരികൾക്കും അപ്പുറം മനസ്സുകൊണ്ട് മനസ്സിനെ ബന്ധിപ്പിക്കുന്ന ഒരു വശ്യത അവരുടെ എഴുത്തുകളിൽ ഉണ്ടാവും. മാത്യുസാറിന്റെ കത്ത് ജിജോയും കണ്ടു. ചെറുനോവൽ എഴുതുന്നില്ലേ എന്ന് ജിജോയും ചോദിച്ചു. എഴുതണമെന്ന് ഞാനും പറഞ്ഞു.

എന്നാൽ കുട്ടിച്ചാത്തന്റെ ചിത്രീകരണം എനിക്ക് എഴുതാനുള്ള സാവകാശം തന്നിരുന്നില്ല. അതുകൊണ്ട് തെളിഞ്ഞുവന്ന കഥ മനസ്സിൽ സൂക്ഷിച്ച് തൽക്കാലം പിന്നീടാവാം എന്ന് ഞാൻ മാത്യുസാറിന് മറുപടി എഴുതി. എന്നാൽ സമയം

നീട്ടിത്തന്നും എഴുതിയേ പറ്റൂ എന്നും പറഞ്ഞ് മാത്യുസാർ രണ്ടാമതെഴുതിയ കത്ത് ജിജോ ആണ് ആദ്യം തുറന്നത്. ജിജോയും അതെഴുതാൻ എന്നെ നിർബന്ധിച്ചു. മനസ്സിൽ തെളിഞ്ഞ കഥ ഞാൻ ജിജോയോടു പറഞ്ഞു. ഒരമ്മയുടെയും മകളുടെയും അവർക്കു കൂട്ടായ ഒരു ടെലഫോണിന്റെയും അവർ കാണാത്ത ടെലഫോൺഅങ്കിളിന്റെയും കഥ. കഥയിൽ ആകൃഷ്ടനായ അദ്ദേഹം ആ കഥ ഞാൻ എഴുതിയേ പറ്റൂ എന്ന നിർബന്ധ ബുദ്ധിയോടെ കുട്ടിച്ചാത്തന്റെ ചിത്രീകരണ സമയത്തിനിടയിൽ എഴുതാനായി എനിക്കൊരുപാട് സമയം തന്നു. ഞാനതെഴുതി. 'ആകാശത്തേക്കൊരു ജാലകം' എന്നു പേരിട്ടു. അതച്ചടിച്ചു വന്ന വാർഷികപ്പതിപ്പും കയ്യിൽ വെച്ച് ജിജോ പലതവണ എന്നോടൊപ്പം പല വിശ്വകഥകളും ചർച്ച ചെയ്തു. സുന്ദരമായിരുന്നു ആ ദിവസങ്ങളൊക്കെ.

ത്രിമാന ചിത്രത്തിന്റെ ചിത്രീകരണ വേളയിൽ ഒരിക്കൽ അദ്ദേഹത്തെ സഹായിച്ചു നിന്ന ഒരു ദിവസം ചിത്രീകരണം കഴിഞ്ഞ് ഒരുമിച്ചു നടന്നു വരുമ്പോഴാണ് നവോദയയുടെ അടുത്ത ചിത്രം സംവിധാനം ചെയ്യാൻ ജിജോ എന്നോടാവശ്യപ്പെടുന്നത്. അതു പറയുമ്പോൾ അദ്ദേഹം എന്റെ ചുമലിൽ സ്പർശിച്ചിരുന്നു. ആ സ്പർശം ഇപ്പോഴും എന്റെ ചുമലിൽ തന്നെ ഉണ്ട്. അതൊരു സാന്ത്വന സംഭാഷണമായിട്ടേ ഞാൻ അപ്പോൾ എടുത്തിരുന്നുള്ളൂ. അത്തരം സ്നേഹവായ്പ്പുകൾ അതിനു മുൻപും പലരിൽ നിന്നും എനിക്കു കിട്ടിയിട്ടുണ്ട്. അപ്പോൾ വീണു കിട്ടുന്ന ഒരു മഴത്തുള്ളി എന്നതിൽ കവിഞ്ഞ് പിന്നീടതൊന്നും ഒരു ചെറു മഴയോ പെരുമഴയോ ആകാറില്ല. മഴ പെയ്യുമെന്ന് വെച്ച് മനസ്സിൽ കിണറും കുത്തി കാത്തിരിക്കും. അത്തരം അനേകം കിണറുകൾ പലരുടെയും മനസ്സിൽ കാണും. പിന്നീടുള്ള യാത്രയിൽ ആ കിണറുകൾക്കായി സ്വയം ജലം കണ്ടെത്തുകയെന്നുള്ളതാവും നമ്മുടെ ധർമ്മം. അങ്ങനെ ചിന്തിച്ചാൽ പലരും വെറുതെ ഇറ്റിക്കുന്ന ആ മഴത്തുള്ളിക്കും ഓരോരുത്തരുടെ ജീവിതത്തിലും പ്രാധാന്യമുണ്ടുതാനും. ആ പ്രത്യാശ തന്നവന് പല കാരണങ്ങളാൽ പിന്നീട് വാക്കു പാലിക്കാൻ സാധിച്ചില്ലെങ്കിലും വെള്ളമില്ലാത്ത ഒരു കിണർ നമുക്ക് സ്വന്തമായി കിട്ടും. പിന്നീടതിൽ വെള്ളം നിറയ്ക്കാനായി നമ്മൾ മനസ്സിനെ ശക്തമാക്കും. അങ്ങനെയും എന്റെ ജീവിതത്തിൽ സംഭവിച്ചിട്ടുണ്ട്.

കുട്ടിച്ചാത്തൻ പൂർത്തിയായി ഒന്നരവർഷത്തിനു ശേഷ മാണ് നവോദയയുടെ പുതിയ സിനിമയുടെ സംവിധാനം ജിജോ എന്നെ ഏൽപ്പിക്കുന്നത്. പുതിയ സിനിമയ്ക്കായി എന്റെ മനസ്സിൽ ധാരാളം കഥകൾ ഉണ്ടായിരുന്നെങ്കിലും 'ആകാശത്തേക്കൊരു ജാലകം' എന്ന ചെറുനോവലാവാം എന്നെന്നോട് അഭിപ്രായം പറഞ്ഞത് ജിജോ ആണ്. അതെന്നെ വളരെ സന്തോഷിപ്പിച്ചു. കടലാസിൽ പറഞ്ഞ കഥാരീതിയിൽ നിന്നും മാറി മറ്റൊരു പ്രതലത്തിലേക്ക് കാഴ്ച്ചകളെ മന സ്സിൽ തെളിച്ചാണ് ഞാൻ ആ തിരക്കഥ എഴുതിയത്. നവോദ യയുടെ അതുവരെയുള്ള രീതിയിൽ നിന്നും വ്യത്യസ്തമായ ഒരു സിനിമയായി അതു മാറുമ്പോൾ ഒന്നിച്ചിരുന്നുള്ള ചർച്ച കളിൽ തിരക്കഥയിലെ പലകാര്യങ്ങളും നവോദയ സംഘ ത്തിന് വിശദീകരിച്ചു കൊടുക്കാൻ ഞാൻ പലപ്പോഴും നല്ല പോലെ മനക്കരുത്ത് നേടേണ്ടി വന്നിട്ടുണ്ട്.

'ഒന്നുമുതൽ പൂജ്യംവരെ'യിൽ എനിക്ക് ലഭിച്ച മറ്റൊരു ശക്തി ശ്രീ ഷാജി എൻ കരുൺ ആണ്. ആരാണ് നിങ്ങളുടെ ഛായാഗ്രാഹകൻ എന്നെന്നോട് ജിജോ ഒരിക്കൽ ചോദിച്ചു. അത്രയും കാലംകൊണ്ട് അനുഗൃഹീതമായ ധാരാളം ഛായാ ഗ്രാഹക സൗഹൃദങ്ങൾ മനസ്സിൽ ഉണ്ടായിട്ടും എന്റെ സിനിമ ദൃഷ്ടി തിരിച്ചത് ഷാജിയെ തേടിയായിരുന്നു. അതെന്റെ ഒരു പ്രത്യാശയായിരുന്നു. ശ്രീ കെ.പി കുമാരനുമൊന്നിച്ചുള്ള ഒരു സിനിമയുടെ കാലത്താണ് ഞാൻ ഷാജിയെ പരിചയപ്പെ ടുന്നത്. ആ ബന്ധം അദ്ദേഹവുമായി ആഴത്തിലുള്ളൊരു സൗഹൃദ പ്രവാഹ തീരത്ത് എന്നെ എത്തിച്ചു. ഷാജി ആണ് എന്റെ മനസ്സിൽ എന്ന് ജിജോയോട് ഞാൻ പറഞ്ഞപ്പോൾ ആദ്യം അദ്ദേഹം എന്നെ തമാശയാക്കി ചിരിച്ചു. ഷാജിയെ കിട്ടില്ലെന്ന് ഉറപ്പിച്ചു പറഞ്ഞു. കിട്ടുന്നതും കിട്ടാതിരിക്കു ന്നതും ചിന്തിച്ചുകൊണ്ട് ആഗ്രഹിക്കാതിരിക്കുന്നതെന്തിന് എന്നായിരുന്നു എന്റെ ഉത്തരം.

ഞാൻ ഈ സിനിമ സ്വപ്നം കാണുന്നു. ഇതിലെ കഥാ പാത്രങ്ങളായി എന്റെ കൺമുന്നിൽ ഇപ്പോൾ ഇല്ലാത്ത പല രേയും സ്വപ്നം കാണുന്നു. അവരെയെല്ലാം ഒന്നിച്ചു നിർത്തി അവർക്കു ചുറ്റും പ്രകൃതിയും ശരീരവും പ്രാണനും സമന്വ യിപ്പിക്കാൻ എന്നെ സഹായിക്കുന്ന പ്രഗൽഭ സാങ്കേതിക വിദഗ്ധരെ സ്വപ്നം കാണുന്നു. അതിൽ ഒരാളാണ് ഷാജി. ഞാൻ സ്വപ്നം കാണുന്നത് അദ്ദേഹം അറിയില്ല. അദ്ദേഹം അറിയുകയും വേണ്ട. അദ്ദേഹത്തെ എനിക്ക് കിട്ടിയെന്നും

കിട്ടിയില്ലെന്നും വരാം. എന്നാലും ഞാൻ സ്വപ്നം കാണും. സ്വപ്നം കാണുന്നത് പ്രാണനുള്ള ഊർജമാണെന്നാണ് എന്റെ വിശ്വാസം.

(ഇതുപോലുള്ള വാചകം എന്ത് ധൈര്യത്തിലാണ് എഴുതുന്നതെന്ന് എനിക്കു തന്നെ നിശ്ചയമില്ല. സ്വപ്നം കാണുന്നത് പ്രാണനുള്ള ഊർജമാണെന്നാണ് എന്റെ വിശ്വാസം എന്ന ഈ വാചകത്തിൽ അതിഗഹനമായ സ്വപ്നം, പ്രാണൻ, ഊർജം, വിശ്വാസം എന്ന നാല് വേദസംജ്ഞകൾ ഉണ്ട്. അതോരോന്നും പൂർണ്ണമായി ഗ്രഹിക്കാൻ ഏതൊക്കെ മാർഗ്ഗത്തിൽ ചിത്തവും അതിൽ പതിക്കേണ്ട ജ്ഞാനവും സഞ്ചരിച്ചാലാണ് സാധിക്കുക. കടൽത്തീരത്ത് നിന്നുകൊണ്ടാണ് കടലിനെ അറിഞ്ഞു എന്ന മണ്ടത്തരം വിളിച്ചു പറയുന്നതെന്ന് തിരിച്ചറിയുമ്പോൾ വല്ലാത്ത വിഷമമാണ്. എങ്കിലും ഉള്ളം കയ്യിൽ ഒതുങ്ങുന്നത്രയും വാക്കുകൾ നിരത്തി മനസ്സ് തുറക്കാൻ ശ്രമിക്കുന്നുവെന്നു മാത്രം. മനസ്സെന്ത് പറയാനാഗ്രഹിക്കുന്നുവോ അതിന്റെ പൂർണ്ണതയിലല്ല വാക്കുകൾ പിറക്കുന്നതെന്ന് കാണുമ്പോൾ നിസ്സഹായനായി സ്വയം ആശ്വസിക്കാറാണ് പതിവ്. പണ്ട് സംസ്കൃതം പഠിക്കാൻ ഞാനും ശ്രീ പോൾകല്ലാനോടും ഒന്നിച്ച് ശ്രീ കക്കാടിനെ കാണാൻ പോയത് ഓർമ്മ വരും. ആ പഠനം ഞങ്ങളുടെ ശ്രദ്ധക്കുറവു കാരണം കാര്യമായി എങ്ങും എത്തിയില്ല. ശുദ്ധസൗമ്യപ്രഭവനായ അദ്ദേഹത്തിന്റെ മുന്നിൽ ചെന്നാൽ കവിതയും ചിന്തകളും അല്ലാതെ മറ്റൊന്നും വരുകയുമില്ല.

എന്തു ചെയ്യും..?

ഒന്നും ചെയ്യാതിരിക്കുക. അത്രതന്നെ.)

കോഴിക്കോട് ശ്രീ ഹരിഹരന്റെ സിനിമയുടെ ചിത്രീകരണം നടക്കുമ്പോഴാണ് ഞാൻ ഷാജിയെ ചെന്നു കാണുന്നത്. ആ ചെറുനോവൽ ഷാജി വായിച്ചിട്ടുണ്ട്. ഷാജിയോട് എന്റെ സിനിമയുടെ കാര്യം പറഞ്ഞു. തിരക്കഥയുടെ ഘടന പറഞ്ഞു. മനസ്സിലുള്ള ചിത്രത്തിന്റെ ആദിമദ്ധ്യാന്തം മനസ്സിൽ തന്നെ തിരശ്ശീലകെട്ടി കാണിച്ചു കൊടുത്തു. അദ്ദേഹം സമ്മതിച്ചു. അവിടെ വെച്ചു തന്നെയാണ് ഞാൻ ശ്രീ മോഹൻലാലിനെ കാണുന്നതും എന്റെ സിനിമയിലെ ടെലഫോൺ അങ്കിളാവാൻ അദ്ദേഹത്തെ ക്ഷണിക്കുന്നതും. അദ്ദേഹം ആ വേഷം സന്തോഷത്തോടെ സ്വീകരിച്ചു.

എല്ലാം അങ്ങനെ സംഭവിക്കുകയായിരുന്നു. സൂര്യനുദിക്കുമ്പോൾ വെളിച്ചം വീഴുന്നതുപോലെ. മഴ പെയ്യുമ്പോൾ

ജലാശയം നിറയുന്നപോലെ. പതിയെ നടക്കുമ്പോൾ പാദസരം കിലുങ്ങുന്നപോലെ. എല്ലാം അങ്ങനെ സംഭവിക്കുകയായിരുന്നു. ഞാനടക്കമുള്ള എത്രയോ പുതുമുഖങ്ങളെ എനിക്ക് ആ സിനിമയിൽ പങ്കെടുപ്പിക്കാൻ സാധിച്ചു. ഞങ്ങളുടെ ഗീതുമോഹൻദാസിനെ. ആഷാജയറാമിനെ. സുരേഷ് ഗോപിയെ. മോഹൻസിതാരയെ. ജി വേണുഗോപാലിനെ. സൈനുദ്ദീനെ. പട്ടണം റഷീദിനെ. അങ്ങനെ എത്രയോ പേരെ. ആരെയും ഞാൻ തേടിപ്പിടിച്ചതോ കൈപിടിച്ചു കയറ്റിയതോ അല്ല. അവരെല്ലാം അതിലേക്ക് വന്നു ചേരുകയായിരുന്നു. ആരൊക്കെയോ അവരെ സഹായിക്കുകയായിരുന്നു.

മൈഡിയർ കുട്ടിച്ചാത്തന്റെ കലാസംവിധായകനായിരുന്ന ശ്രീ കെ. ശേഖർ ആയിരുന്നു 'ഒന്നു മുതൽ പൂജ്യംവരെ 'യുടെയും കലാസംവിധായകൻ. എന്റെ ചിത്രത്തിന് പൊൻ വെളിച്ചം പകരാൻ അദ്ദേഹത്തിന്റെ മഹാപ്രതിഭ എന്നെ ഒരുപാട് സഹായിച്ചിട്ടുണ്ട്. ചിത്രീകരണം തുടങ്ങുന്ന ദിവസമാണ് ഞാൻ എനിക്കൊരു പ്രധാന സഹായിയെ തീരുമാനിക്കുന്നത്. ശ്രീ ടികെ രാജീവ്കുമാർ ആയിരുന്നു അത്. നിസ്തുലമായിരുന്നു അദ്ദേഹത്തിന്റെ സേവനം. പിന്നീടുള്ള കാലം രാജീവ്കുമാർ സ്വന്തമായി ചില സിനിമകൾ സംവിധാനം ചെയ്തു. അതിൽ എന്നെ വളരെ ആകർഷിച്ച ഒരു സിനിമയാണ് പവിത്രം. സത്യത്തിൽ ആ സിനിമ കണ്ടു കഴിഞ്ഞപ്പോൾ എനിക്കതിന്റെ തിരക്കഥ എഴുതാൻ സാധിച്ചിരുന്നെങ്കിൽ എന്നു തോന്നിയിരുന്നു. അത്രയ്ക്കും നല്ല കഥ. നല്ല അവതരണം. ചില കഥകളോടും അതിൽ വിടരുന്ന സിനിമകളോടും തോന്നുന്ന സ്നേഹം എങ്ങനെയാണ് പറയാതിരിക്കുക. എന്റെ കഥയോട് തോന്നിയ അസാധാരണ സ്നേഹം ജിജോ തുറന്നു പറഞ്ഞപ്പോഴാണ് ആ കഥ 'ഒന്നു മുതൽ പൂജ്യംവരെ' ആയത്. 35 വർഷം കഴിഞ്ഞിട്ടും ആ സിനിമയെ പരാമർശിച്ചുകൊണ്ട് എനിക്ക് കത്തുകൾ വരുന്നതും.

ഞാൻ ജിജോയെ ഇന്നലെയും കണ്ടു.

അദ്ദേഹത്തിലെ ഈശ്വരാംശം ഇന്നും പ്രകാശിച്ചു നിൽക്കുന്നു.

നന്ദി.

പ്രിയ സുഹൃത്തേ നന്ദി.

രഘുനാഥ് പലേരി

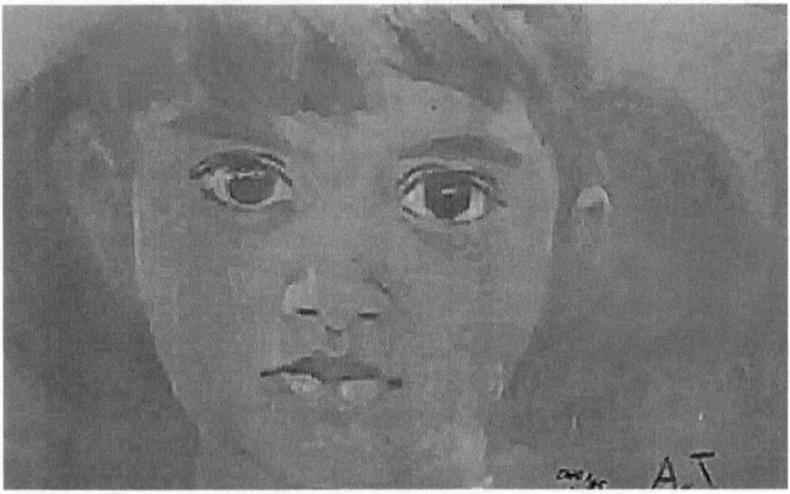

ആദ്യം ഈ ചെറുനോവൽ
വായിക്കുക. പിന്നെ തുടർന്നു
വരുന്ന തിരക്കഥയിലേക്ക് ചെല്ലുക.
ഒരു കഥയുടെ സാഹിത്യ
മനോസഞ്ചാരം ചലച്ചിത്ര
രചനയുടെ അടിസ്ഥാന ശിലയായ
തിരക്കഥയെന്ന ദൃശ്യ വിസ്മയത്തി
ലേക്ക് കടക്കുമ്പോൾ രണ്ടും രചിച്ച
എഴുത്തുകാരനിൽ
സൃഷ്ടിക്കപ്പെടുന്ന മാറ്റം അറിയുക.

ഒരു സന്തോഷം.

ആകാശത്തേക്കൊരു ജാലകം

അലീനയുടെ വീടു നിറയെ ആളൊഴിഞ്ഞ മുറികളാണ്.

അതിലൊന്നിലാണ് ചില നേരങ്ങളിൽ സംഗീതം പൊഴിച്ച് അലീനയെ വിളിക്കാറുള്ള കറുകറുത്ത ടെലഫോൺ. അതാണു ദീപമോളുടെ കളിപ്പാവ. അവൾക്കു വേറെ ഒന്നും വേണ്ട. അലമാര നിറയെ പപ്പ വാങ്ങിച്ചു കൊടുത്തിരുന്ന പാവകളുണ്ട്. പപ്പയുടെ മരണത്തിനു ശേഷം അതിലൊന്നുപോലും അവൾ തൊടാറില്ല. കാരണം മറ്റൊന്നുകൊണ്ടുമല്ല. മരിച്ചുപോയ ശേഷം, അവൾക്കു കളിക്കുവാൻ അലമാര തുറന്ന് അതിലൊന്നുപോലും അവൾക്കെടുത്തു കൊടുക്കുവാനായി, പപ്പ പിന്നെ വന്നിട്ടില്ല. മരിച്ചുപോയെന്നു വെച്ച് മോളൊടൊപ്പം പപ്പയ്ക്ക് കളിക്കാൻ വന്നാലെന്താണെന്നു പലതവണ അവൾ അലീനയോട് ചോദിച്ചിട്ടുണ്ട്. അതു കേൾക്കുമ്പോഴൊക്കെ മോളോടൊപ്പം കളിക്കുവാൻ വരാത്ത പപ്പയെ അവൾ കേൾക്കേ അലീന ചെറുതായി മനസ്സിൽ ശകാരിക്കാറുമുണ്ട്.

ദീപമോൾക്ക് ആ പാവകളെ ഒന്നിനെയും വേണ്ട.

മുറ്റത്ത് തുമ്പത്തണലിൽ ഊഞ്ഞാലുണ്ട്.

അതും വേണ്ട.

മച്ചിനു പുറത്ത് അവളെ ഇടയ്ക്കിടെ എത്തിനോക്കാറുള്ള പ്രാവുകളുണ്ട്. അവയെയും വേണ്ട. വാലാട്ടി പിറകെ നടക്കുന്ന ഓമനത്തമുള്ള പട്ടിയുണ്ട്. എന്തായാലെന്താ, ദീപമോൾക്ക് ഒന്നും വേണ്ട. അവൾക്കാ കറുകറുത്ത ടെലഫോൺ മതി. അതെടുത്ത് അക്കങ്ങൾ കറക്കി കറക്കി, ഇടയ്ക്കിടെ റിസീവറെടുത്ത് ചെവിയിൽ വെച്ചു വെറുതെ ഹലോ പറഞ്ഞു. ആരാ അങ്ങേത്തലയ്ക്കലെന്ന് ആരുമില്ലാതെ വിളിച്ചു ചോദിച്ചു; അമ്മ വരുമ്പോൾ എല്ലാംകൂടി ധടുപിടീന്നു നിലത്തിട്ട് ഓടി കട്ടിൽച്ചുവട്ടിലൊളിച്ചു ചിരിച്ചു മറിഞ്ഞ്..,

അതാണു ദീപമോളുടെ പതിവ്.

അലീന ഒന്നും പറയാറില്ല.

ഒന്നും ചെയ്യാറുമില്ല.

അടി കിട്ടുമെന്നു ഭീഷണിപ്പെടുത്താൻ ഭാവിച്ചാൽ മതി അലീനയ്ക്കു മുല ചുരത്തും. വിരൽത്തുമ്പിൽ പോലും സ്നേഹം ഊറും.

ദീപമോൾക്കതറിയാം.

അമ്മയ്ക്കും അതറിയാം.

അമ്മയ്ക്കു മോള് മാത്രം.

മോൾക്ക് അമ്മ മാത്രം.

രണ്ടുപേർക്കും കൂടിയോ.

വെറുമൊരു ടെലഫോണും.

റെയിൽവേ പ്ലാറ്റ്ഫോമിലേക്ക് കുത്തനെ ഇറങ്ങുന്ന നടപ്പാതയിൽ വെച്ച് അലീന അന്നും പതിവുപോലെ അയാളെ കണ്ടുമുട്ടി. അത്രയും നേരം കാത്തു നിൽക്കുന്നത് അറിയിക്കാതിരിക്കാൻ ശ്രമിച്ചുകൊണ്ട് പെട്ടെന്നു മുന്നോട്ടു നടന്ന് അവൾക്കു മുന്നിലേക്കു തെന്നി വന്ന്, കണ്ണിലേക്കുതന്നെ നോട്ടം എറിഞ്ഞു നടന്നിട്ടും അയാൾ നിരാശനായി.

അലീന അയാളെ ശ്രദ്ധിച്ചതേയില്ല.

എന്നിട്ടും ഉള്ളിൽ ഭീതിയുടെ വേര് തുളച്ചിറങ്ങി.

വിധവയെ കണ്ണെറിഞ്ഞു വീഴ്ത്തുവാനായി മാത്രം ജന്മമെടുത്ത ചിലർ. വഴിവക്കിൽ അവിടവിടെ പുറ്റുപോലെ അവർ മുളച്ചുപൊങ്ങുന്നു.

അലീന ദീപമോളെ മനസ്സിലോർത്തു.

ഉള്ളിൽ ഒരു താരാട്ടുപാടി.

അതൊരു ഊന്നുവടിയായി മാറി.

നടത്തത്തിനു വേഗതയേറി.

ദീപമോൾ കാത്തുകാത്തിരുന്നു നിലവിളി തുടങ്ങിക്കാണും. സിസ്റ്റർ അവളെ എന്തു ചെയ്തുകാണുമോ. കരയാൻ തുടങ്ങുമ്പോൾ മാലാഖമാരുടെ പാട്ടുകൾ പാടി അവളെ പൂന്തോട്ടത്തിൽ നടത്തിക്കുകയാണു സിസ്റ്ററുടെ പതിവ്. പാട്ടുകൾ കേട്ടുകേട്ട് കരച്ചിലിനിടയിലായാലും അതു തിരിച്ചു ചൊല്ലുന്ന അവസ്ഥയിലാണു ദീപമോൾ ഈയിടെ.

വണ്ടി വരാൻ പതിനഞ്ചു മിനിട്ട് വൈകും.

അറിയിപ്പുകൾ തീരുന്നതിനു മുമ്പേ കിട്ടിയ സമയത്തിന് അവൾ മോൾക്കു കൊടുക്കുവാൻ ഒരു കാഡ്ബറി വാങ്ങി.

നഴ്സറി ക്ലാസിലെ കുതിരപ്പുറത്ത് അമ്മയെ കാത്തുകാത്തിരുന്ന് പൊന്നുമോള് ഉറങ്ങി. സിസ്റ്റർ വന്നു വിളിച്ചിട്ടും അവൾ താഴെയിറങ്ങാൻ കൂട്ടാക്കിയില്ല.

അമ്മയെവിടെ?

അമ്മയെന്താ വരാത്തേ?

കുതിരപ്പുറത്തു നിന്നു വീഴുമെന്ന ഭീതിയിൽ സിസ്റ്റർ അവളെ ഒരു തവണ ചുമലിലെടുത്തു. കുരിശു താങ്ങുന്നവന്റെ കാൽക്കീഴിൽ മുട്ടുകുത്തിയിരുന്നു. അധിക സമയം പ്രാർത്ഥിക്കുവാൻ സിസ്റ്റർക്കു കഴിഞ്ഞിരുന്നില്ല. അതിനു മുമ്പുതന്നെ അമ്മയെന്നു കരുതി ദീപമോൾ സിസ്റ്ററുടെ ചുമലിൽ പതിയെ കടിച്ചിരുന്നു.

അലീന എത്തുമ്പോൾ മണി ആറ്.

ഉറക്കത്തിൽ ദീപമോളെ എടുത്തതും പരിസര വിഭ്രാന്തിയിൽ അവൾ ചെറുതായി ഒന്നു കരഞ്ഞു. സിസ്റ്റർ കളിയാക്കി.

‘‘ആയ് ആയ്.. എന്താ ഇത്? ഈ ആറുമണിനേരത്ത് ആരെങ്കിലും കരയോ?’’

ഉറക്കത്തിൽ വിളിച്ചാൽ കരയല്ലാതെ പിന്നെ ചിറ്റിചിറ്റി ബാങ്ങ് ബാങ്ങ് പാടണോ എന്നവൾ ചോദിച്ചില്ല. എന്നിട്ടും അവളത് പറയുന്നതുപോലെ അലീനയ്ക്ക് മനസ്സിൽ തോന്നി. അവൾ മോളെ മുറുകെ പുണർന്നു. എത്ര അമർത്തിയാലും അവൾക്കു വേദനയാവാത്തതു വരെ.

ക്രമേണ ആ സമാഗമം അലീനയുടെ രാത്രിയിലേക്കുള്ള വഴി കാട്ടിയായി. മോളെ അമർത്തി ഒതുക്കി വീടിന്നു മുന്നിൽ ബസ്സിറങ്ങുമ്പോഴേക്കും വീടിന്നു ചുറ്റുമുള്ള രാത്രിയിൽ നിറയെ നിലാവു വീണു കഴിഞ്ഞിരുന്നു.

അന്ന് അലീനയ്ക്ക് കൂടുതൽ ജോലിയൊന്നുമില്ല. രാത്രി ഭക്ഷണത്തിന് എന്തെങ്കിലും ഒരുക്കണം. മോൾക്കു പാലു കാച്ചണം. ഉറക്കം വരാൻ വൈകിയാൽ, സാധിച്ചാൽ വല്ലതും വരയ്ക്കണം.

അമ്മയോടു താളം പറഞ്ഞ് ദീപമോൾ ടെലിഫോണിനടുത്തു കൂടി.

‘‘വേണ്ട മോളെ.’’

‘‘ഞാനൊന്നും ചെയ്യുന്നില്ലല്ലോ.’’

“പിന്നെന്താ ചെയ്യാണ്ടേ? എന്തിനാ അതെടുത്തു കളിക്കുന്നത്?”

“എടുത്താലെന്താ?”

“വേണ്ട മോളെ.”

“വേണം.”

ഒരു കള്ളച്ചിരി ചിരിച്ച്, അമ്മയുടെ മുഖഭാവം

ശ്രദ്ധിച്ചു സാവകാശം റിസീവർ താങ്ങി അവൾ വെറുതെ ഹലോ പറഞ്ഞു. അലീന അവളുടെ കവിൾ നുള്ളി.

“ഇങ്ങനെ റിസീവറും എടുത്തു നിന്നാൽ ആരെങ്കിലും ഇങ്ങോട്ടു വിളിച്ചാൽ അവർക്കു നമ്പർ കിട്ടില്ല. അറിയോ?”

ദീപമോൾക്ക് ഒന്നും മനസ്സിലായില്ല.

“ആരാ വിളിക്ക്യാ. പപ്പ വിളിക്ക്യോ?”

പറഞ്ഞതബദ്ധമായെന്ന് അലീനയ്ക്കും തോന്നി.

“ആരും വിളിക്കില്ല. മോള് കളിച്ചോ.”

സ്റ്റൗ കത്തിക്കുന്ന തിരക്കിൽ മോള് പലതവണ ഡയൽ കറക്കുന്നത് അലീന കേട്ടിരുന്നു. എന്തോ അബദ്ധം പറ്റിയതുപോലെ അവൾ ഓടിവന്നു പെട്ടെന്ന് അലീനയുടെ പുറകിൽ ഒളിച്ചു.

“ഉം?”

മോള് ടെലഫോൺ ചൂണ്ടി.

തൂങ്ങി നിൽക്കുന്ന റിസീവർ ചെറുതായി ആടുന്നു. സംസാരിക്കുന്നു. അകലെയെങ്ങോ നിന്ന് ഒരു സ്ത്രീ ശബ്ദം. ചിലമ്പൽ പോലെ. അതിനൊരു നീരസ സ്വഭാവമുണ്ട്. അലീന അത് കട്ട് ചെയ്തു. ഇപ്പഴെങ്ങനെ, അമ്മ പറഞ്ഞത് ശരിയായില്ലേ എന്ന വിധം ദീപമോളെ നോക്കി. അവൾ അക്കങ്ങൾ കറക്കിയ വിരലുകൾ മുഖത്തോടടുപ്പിച്ചു. ഏതു വിരലാണ് ഈ പണിപറ്റിച്ചത്.

“അവസാനം ബില്ലു വരുമ്പം കാണാം; മോള് എത്ര പൈസയാ തിരിച്ച് കളിച്ചതെന്ന്. ഇന്നിനി വേണ്ട. കളിച്ചതു മതി.”

അവൾ മോളെ എടുത്തു. താഴെയിറങ്ങാൻ ചെറുതായി വാശി പിടിച്ചെങ്കിലും അവളുടെ ശ്രദ്ധ മാറ്റുവാൻ അലീനയ്ക്ക് പെട്ടെന്നു കഴിഞ്ഞു.

ഫ്രെയിം ചെയ്ത ഫോട്ടോ കവറിൽ നിന്നു മാറ്റി സെയിൽസ് മാൻ അലീനയ്ക്കു മുന്നിൽ വെച്ചു.

“ഇങ്ങനെ മതിയോ?”

"മതി."

അയാളതു വീണ്ടും പൊതിയുന്നതിന്നു മുമ്പേ അലീന പെട്ടെന്നതു വാങ്ങി ഒന്നുകൂടി നോക്കി. ദീപമോൾ അതിന്റെ കണ്ണാടിച്ചില്ലിൽ പതിയെ കൊട്ടി.

"ഇതാരാ മോളേ?"

അവൾ മനഃപാഠം പറഞ്ഞു.

"പപ്പ."

പൂജാമുറിയിൽ വെച്ചപോലെ കിടപ്പുമുറിയിലും അദ്ദേഹത്തിന്റെ ഒരു ഫോട്ടോ വേണമെന്ന് അലീനയ്ക്ക് തോന്നി. അപ്പോൾ കണ്ടുകൊണ്ട് ഉറങ്ങാം. കണ്ടുകൊണ്ട് ഉണരാം. ഒരു പുനർവിവാഹത്തിനു നിർബന്ധിച്ചുകൊണ്ടിടയ്ക്കിടെ വരാറുള്ള അതിഥികളും ബന്ധുക്കളും ഇവ കാണുമ്പോൾ പറയാൻ ഒന്നു മടിക്കും. ഈ ചിത്രവും ഇതിൽ പടർത്തുന്ന പൂക്കളുടെ പരിമളവും അവരോടു നിശ്ശബ്ദരാവാൻ ആവശ്യപ്പെടും. അതിരുകളില്ലാത്ത നിശ്ശബ്ദതയാണ് മരണമെന്ന് അവർക്ക് ബോധ്യപ്പെടും. അവിടെ വാക്കുകൾ നിഷിദ്ധമാണെന്ന് അവർ സ്വയം അറിയും.

അലീനയുടെ കണ്ണു നിറഞ്ഞു.

ഒഴുകിയിറങ്ങിയ തിരശ്ശീലയിൽ മുന്നിൽ പിടിച്ചിരുന്ന ചിത്രം ഒന്നുലഞ്ഞു. ചുമരിൽ ആണി തറയ്ക്കുമ്പോൾ ദീപമോൾ അരികിൽ തന്നെ ഉണ്ടായിരുന്നു. ചിത്രം തൂക്കാൻ നേരത്ത് അവളെങ്ങോ ഓടിപ്പോയി. എവിടെയെന്ന് തിരക്കാൻ ഭാവിച്ചതും അലീന അവൾ ഡയൽ കറക്കുന്ന ശബ്ദം കേട്ടു. മനസ്സിൽ ഒരു ചെറു ചിരി വന്നു. ഇനി ആരോടാവും ഇന്നു സോറി പറയേണ്ടി വരിക?

അലീന ചിത്രം തൂക്കി. മാലയിട്ടു. മെഴുകുതിരി സ്റ്റാൻഡ് വെച്ച് മെഴുകുതിരി തെളിച്ചു. സ്വൽപ്പനേരം നോക്കി നിന്നു. പതിയെ തഴുകി. ചില്ലിന്നടിയിലെ ഷർട്ടിൽ അഴുക്കു പിടിച്ചിട്ടുണ്ടോ. കഴുത്തിനു താഴെ എവിടെയോ പോറിയപോലെ ചുകന്ന വര വീണിട്ടുണ്ടോ. അലീന തഴുകിനോക്കി. വിരലുകൾക്ക് അയാളിലേക്ക് എത്തുവാൻ കഴിയുന്നില്ലെന്നറിഞ്ഞതും അലീന തേങ്ങി.

അകത്തെ മുറിയിൽ ദീപമോൾക്ക് അപ്പോൾ ടെലഫോണിൽ ആരെയോ വീണുകിട്ടി.

പ്രതീക്ഷിക്കാതെ ശബ്ദം കേട്ടതും ദീപമോൾ പരിഭ്രമിച്ചു.

അവൾ ഒന്നു കണ്ണിറുക്കിയടച്ചു.

കാതിൽ തിരമേളം.

ഹലോ..ഹലോ.. ഹലോ....

അവൾ സാവകാശം പറഞ്ഞു.

''ഇത്.. ഇത്.. ദീപമോളാ..''

അങ്ങേത്തലയ്ക്കൽ അതൊരു പൂമഴയായി. കാതിൽ കുളിരു വീണു. അകലെയെങ്ങോ ഒരാൾ പൊട്ടിച്ചിരിച്ചു.

''ദീപമോളോ? ഏത് ദിപമോള്?''

''മമ്മിയുടെ ദീപമോള്.''

''എന്തിനാ ദീപമോള് വിളിച്ചത്?''

''ദീപമോള് കളിക്ക്യാ.''

''എന്താ കളിക്കുന്നത്, കണ്ണുപൊത്തിക്കളിയാണോ?''

''അല്ലല്ല...''

''പിന്നെ?''

''ദീപമോള് ടെലഫോൺ കളിക്ക്യാ.''

''ടെലഫോൺ കളിയോ?''

''ആ.. ടെലഫോൺ കളി''

''അതെന്തു കളിയാ?''

ദീപ പൊട്ടിച്ചിരിച്ചു.

അയാളും.

''ദീപമോൾക്കെങ്ങനെയാ ഈ അങ്കിൾ ഇവിടുണ്ടെന്നു മനസ്സിലായത്?''

''ഞാനറിയാണ്ടു വിളിച്ചതാണല്ലോ?''

''മിടുക്കി.''

''അങ്കിളിന്റെ പേരെന്താ..?''

''അങ്കിളിന്റെ പേരോ.. അങ്കിളിന്റെ പേരാണു ടെലഫോൺ അങ്കിൾ!''

''അതെന്തു പേരാ!''

''അതു മോള് ഇപ്പോൾ ഇട്ട പേരല്ലെ. മോള് അറിയാതെ ഓരോ നമ്പർ കറക്കിക്കറക്കി അവസാനം അങ്കിളിന്റെ മുന്നിലെ ടെലിഫോൺ മണിയടിച്ചു. എന്നിട്ട് അത് അങ്കിളിന്റെ കാതിൽ റഞ്ഞു; അതാ അങ്ങ് ഒരു ദീപമോള് അങ്കിളിനെ വിളിക്കുന്നുണ്ട്; വേഗം റിസീവർ എടുത്തു ഹലോ പറഞ്ഞോന്ന്. അങ്കിൾ ഉടനെ റിസീവറെടുത്തു

ഹലോ പറഞ്ഞു. അങ്ങനെ ഈ അങ്കിൾ ദീപമോളുടെ ടെലിഫോൺ അങ്കിളായി...''

ഇവളാരോടാണ് ഇത്ര ഉച്ചത്തിൽ ചിരിക്കുന്നതെന്നറിയാനായി അലീന കടന്നു വന്നതും ദീപ റിസീവർ അമ്മയ്ക്കു നീട്ടി. അലീന യ്ക്കു ഭീതിയായി.

''ആരാ മോളേ?''

''ടെലഫോൺ അങ്കിൾ.''

''ആര്?''

''ടെലഫോൺ അങ്കിൾ.''

അലീന അറിയാതെ റിസീവറെടുത്തു. ഈശ്വരാ, എന്തു സമാ ധാനമാണ് പറയുന്നത്. ക്രാഡിലിൽ തിരികെ വച്ചാലോ. അവൾ മൗത്ത്പീസ് പൊത്തി.

''എന്തിനാ എപ്പോഴും ഇങ്ങനെ തിരിച്ചു കളിക്കുന്നത്. കളിക്കാൻ വേറെ എത്ര സാധനങ്ങളുണ്ട് ഈ വീട്ടിൽ?''

ദീപ ഇപ്പോൾ കരയുമെന്നായി.

അലീന റിസീവർ ചെവിയിൽ വെച്ചു.

''ക്ഷമിക്കണം. മോള് അറിയാതെ വിളിച്ചതാണ്. അവൾ ഞാനില്ലാ ത്തപ്പോൾ വെറുതെ തമാശയ്ക്ക് ഓരോ നമ്പർ കറക്കി ഏതോ നമ്പർ കിട്ടിയതാണ്. ക്ഷമിക്കണം.''

ഇങ്ങേത്തലയ്ക്കൽ സ്വരത്തിനു മാറ്റം വന്നു.

''ഇപ്പഴിതാരാണു സംസാരിക്കുന്നത്?''

''ദീപയുടെ അമ്മയാണ്. കുട്ടി അറിയാതെ വിളിച്ചതാണ്.''

''വെറുതെ കള്ളത്തരം പറയരുത്. അവൾ അറിഞ്ഞിട്ടു തന്നെ വിളിച്ചതാണ്. അവൾക്കറിയാം ഞാനിവിടുണ്ടെന്ന്.''

അലീന അമ്പരന്നു. ഇതേത് മനുഷ്യൻ?

അയാൾ തുടർന്നു.

''വെറുതെ കുട്ടിയോട് ദേഷ്യം പിടിച്ചു നിങ്ങൾ ലൈൻ കട്ട് ചെയ്യണ്ട. അങ്ങനെ ചെയ്താൽ ഞാൻ തിരിച്ചു വിളിക്കും. എനിക്കു നിങ്ങളുടെ നമ്പർ അറിയാം.''

''ആരു പറഞ്ഞു തന്നു?''

''ദീപമോള് പറഞ്ഞു തന്നു.''

അലീന ദീപമോളെ നോക്കി. മതി സംസാരിച്ചത്; എനിക്കു താ റിസീവർ എന്ന ഭാവമാണ് അവൾക്ക്.

“ദീപമോള് എന്നെ വിളിച്ചതിൽ എനിക്കൊരു പരാതിയുമില്ല. സത്യത്തിൽ വളരെ സന്തോഷം തോന്നി. ഇവിടെ ആകെ ബോറ ടിച്ച് ഇരിക്കയായിരുന്നു. അവളും എന്നെപ്പോലെ ബോറടിച്ചു കാണും. മോള് എത്രയിലാ പഠിക്കുന്നത്?”

“നഴ്സറിയില്.”

“ഓ.. അതു ശരി. നിങ്ങളുടെ സംസാരം കേട്ടാൽ തോന്നും അവളേതാണ്ടു വലിയ കുട്ടിയാണെന്ന്. റിസീവർ അവൾക്കുതന്നെ കൊടുക്കൂ. ഞങ്ങളേതായാലും ഇനി ഒന്നു സംസാരിക്കുവാൻ പോവ്വാ.”

അലീനയ്ക്കു ചെറിയ ചിരിവന്നു. അവൾ സാവകാശം റിസീവർ ദീപമോൾക്കു നീട്ടി. മോളതു പെട്ടെന്നു വാങ്ങി ഹലോ പറഞ്ഞു. അപ്പുറത്തു നിന്നും അയാൾ പതിയെ ചോദിച്ചു.

“അമ്മ പോയോ?”

ദീപമോളും അതേ ശബ്ദത്തിൽ പറഞ്ഞു.

“ഇല്ല... ഇവിടെ തന്നെ നിൽക്കാ.”

അലീന അറിയാതെ പൊട്ടിച്ചിരിച്ചുപോയി. ആ സംസാരം അവളെക്കുറിച്ചാണെന്നത് അലീനയ്ക്കു സ്പഷ്ടമായിരുന്നു.

അതൊരു തുടക്കമായി.

പുതിയ സൗഹൃദത്തിന്റെ തുടക്കം. പുതിയ സംഗീതത്തിന്റെ ആരംഭം. എത്ര വേഗമാണ് ഉണങ്ങിയ കൊമ്പുകൾ പൂത്തത്. എത്ര ഉയരത്തിലാണു മനസ്സിലെ പ്രാവുകൾക്കു പറക്കാൻ കഴിയുന്നത്. മുറ്റത്തു വിരിയുന്ന തുമ്പകൾക്ക് എന്തൊരു തേജസ്സാണ്. കുരിശിനു മുന്നിൽ തെളിക്കുന്ന മെഴുതിരി നാളങ്ങൾക്ക് ഇപ്പോൾ എന്തൊരു പ്രഭയാണ്.

അയാൾ ഏതു സമയവും വിളിക്കും. ദീപ സ്ക്കൂളിലേക്കും അലീന ഓഫീസിലേക്കും പുറപ്പെടുന്നതിനു മുമ്പാവും ചിലപ്പോൾ വിളിക്കുന്നത്. അപ്പോൾ ദീപ റിസീവറെടുത്താൽ പിന്നെ അന്നു ബസ് തെറ്റും. രണ്ടുപേരും വൈകും. അറിഞ്ഞുകൊണ്ടുതന്നെ അലീന അതു സമ്മതിക്കും. ചില വൈകുന്നേരങ്ങളിൽ അകലെ നിന്നേ പൂട്ടിയിട്ട വീട്ടിൽ ടെലിഫോൺ ശബ്ദിക്കുന്നത് അവർ കേൾക്കും. പിന്നെ ഒരു ധൃതിയാണ്. ആദ്യം വാതിൽ തുറക്കാൻ. ഓടിച്ചെന്നു റിസീവറെടുത്തു കിതപ്പമർത്തി ദീപയ്ക്കു ആദ്യം ഹലോ പറയാൻ.

അലീന സംസാരിക്കാറില്ല. ഒരിക്കൽപോലും അയാൾ ദീപയോട് അമ്മയെ ചോദിക്കാറില്ല. അലീന അരികിലിരിക്കും. ദീപയുടെ

ആഹ്ലാദം കാണും. അവളുടെ പൊട്ടിച്ചിരി; കാതിൽ പൂക്കളുടെ മർമ്മരമാവും. ചിരിച്ചു മുറുകുന്ന കഴുത്തിലെ ഞരമ്പുകൾ; ആകാശത്തോളം ഉയരുന്ന പട്ടത്തിന്റെ നൂലിഴയാവും.

വളരെ കാലത്തിനു ശേഷം അലീനയ്ക്ക് ആശ്വാസം അനുഭവപ്പെട്ടു. ഇപ്പോൾ ദീപ ഒന്നിനും വാശിപിടിക്കാറില്ല. പപ്പയെന്താ വിളിക്കാത്തേയെന്ന് ഇടയ്ക്കിടെ ചോദിക്കാറില്ല. തനിച്ച് എവിടെയെങ്കിലും നിശ്ശബ്ദയായി ഇരിക്കാറില്ല. അകത്തെ ഏതോ മുറിയിൽ അവളെ മടിയിലിരുത്താൻ ഒരാളുണ്ടെന്ന് അലീനയ്ക്ക് തോന്നി. രാവിലെ യാത്രപറയാനും തിരിച്ചുവരുമ്പോൾ സ്വീകരിക്കാനും അടച്ചിട്ട വീടിന്നുള്ളിൽ ആരോ ഉണ്ടെന്ന് പൂർണ്ണമായും അവൾ വിശ്വസിച്ചു. മുറികളിലെ നിശ്ശബ്ദതയിൽ ഒരാൾ ഉണർന്നിരിപ്പുണ്ട്. മുറിവാതിൽക്കൽ അയാൾ ചെരുപ്പഴിച്ചു വെയ്ക്കുന്നു. ഊണു മേശയ്ക്കരികിൽ അദൃശ്യനായി വന്ന് ഇരിക്കുന്നു. ഉറങ്ങുന്ന ദീപയ്ക്ക് ഉമ്മ നൽകി നോക്കി നിൽക്കുന്നു.

ആരോ ഉണ്ട്.

ഇപ്പോൾ ഈ വീട്ടിൽ തീർച്ചയായും ആരോ ഒരാൾ കൂടിയുണ്ട്.

അലീന ആ അനുഭവത്തിൽ തന്നെ ദിവസങ്ങളറിഞ്ഞു.

ദീപയ്ക്ക് ഒരു പുതിയ അങ്കിളിനെ കിട്ടിയ കഥ സിസ്റ്ററോടു പറഞ്ഞതു ദീപ തന്നെയാണ്.

‘‘അങ്കിളെവിടെയാണ്?’’

‘‘എവിടെയോ..’’

‘‘മോള് ചോദിച്ചില്ലേ..?’’

‘‘ഇല്ല.’’

‘‘എന്തൊക്കെയാ അങ്കിളു പറയാറ്?’’

‘‘കഥ പറഞ്ഞു തരും.’’

‘‘പിന്നെ?’’

‘‘പാട്ടു പാടിത്തരും.’’

‘‘ഏതു പാട്ടാ പാടാറ്?’’

ദീപ ഒന്നു രണ്ടു പാട്ടുപാടി.

സിസ്റ്ററും കുട്ടികളും ഏറ്റുപാടി.

‘‘അങ്കിളിനോട് ഒരു ദിവസം ഇങ്ങോട്ടു വരാൻ പറയ്യോ?’’

‘‘ഉം...’’

“പറഞ്ഞാൽ അങ്കിൾ വരോ?”

“വരൂല..”

“അതെന്താ?”

“അങ്കിളെങ്ങോട്ടും പോവാറില്ലല്ലോ.”

“ആരു പറഞ്ഞു?”

“അങ്കിൾ പറഞ്ഞു.”

“എന്നാലൊരു കാര്യം ചെയ്യാം. ഇവിടേം ഒരു ടെലിഫോൺ വെയ്ക്കാം. ഇങ്ങോട്ടും വിളിക്കാൻ പറയ്യോ?”

“ഉം...”

“തീർച്ച?”

“തീർച്ച!”

സിസ്റ്റർ അവൾക്കൊരു ഉമ്മ കൊടുത്ത് അലീനയോട് പറഞ്ഞു.

“ഏതായാലും നന്നായി. ഇതൊരു ഈശ്വരാനുഗ്രഹമാണ്. മാലാഖമാരും ദേവൻമാരും ആകാശത്തല്ല ഭൂമിയിലാണ്. ഒന്നുമില്ലെങ്കിൽ ദീപമോൾക്ക് കൂട്ടിന് ഒരാളായില്ലേ. അലീനയ്ക്ക് ഇത്തിരി ആശ്വാസം കിട്ടൂലോ.”

അതേയെന്നോ അല്ലെന്നോ പറയുവാൻ ഒരുങ്ങുന്നതിന്നു മുമ്പേ, അകലെയായിട്ടുകൂടി വീടിനുള്ളിൽ മണിമുഴങ്ങുന്നതായി അലീനയ്ക്കു തോന്നി. അവൾ ദീപമോളെ എടുത്തു.

“പോവാം മോളെ. സിസ്റ്ററോടു ടാറ്റ പറയ്.”

ദീപ കൈവീശി. സിസ്റ്റർ നോക്കിനിൽക്കേ കാറ്റ് അത് തോട്ടത്തിലെ പൂക്കൾക്കു കൈമാറി.

അവധി ദിവസത്തിലെ ഒരു ഉച്ചയുറക്കത്തിന്റെ പാതിയിലെങ്ങോ അലീന ഞെട്ടിയുണർന്നു. മുറിയിൽ ടെലിഫോൺ ശബ്ദിക്കുന്നു. ദീപമോൾ നല്ല ഉറക്കം. അപ്പോഴും നേരിയ ചിരിവീണ ചുണ്ടിൽ മുലപ്പാൽ നനവിന്റെ പഴയ കറ സൂക്ഷിച്ചു നോക്കിയാൽ കാണാം.

ടെലിഫോൺ നിരന്തരം ശബ്ദിച്ചു.

അയാളാവും! എന്തു പറയും!..

ദീപ ഉറങ്ങുന്നു. വിളിക്കണോ.

ഇതുവരെ സംസാരിച്ചിട്ടില്ല. ആദ്യമായി സംസാരിച്ചത് ആരംഭത്തിലാണ്. അന്നു കേട്ടത് തർക്കുത്തരമാണ്. പിന്നെ ഇതുവരെ

മോളോട് അമ്മയെ അന്വേഷിച്ചിട്ടില്ല. പലതവണ മോളോടു പറഞ്ഞു. ക്ഷണിച്ചുവെങ്കിലും ഇവിടേക്കു വന്നിട്ടില്ല.

എടുക്കണോ.

എടുത്താൽ എന്തു പറയും?!

അലീന റിസീവറെടുത്തു. അപ്പോൾ മറുഭാഗത്തു കടന്നു വന്നത് വക്കീലായിരുന്നു. അയാൾക്കു കാതിൽ പറയുവാനുണ്ടായിരുന്നത് പഴയ സ്വകാര്യ ദുഃഖത്തിന്റെ അവശിഷ്ടങ്ങളായിരുന്നു.

''മാഡം?''

''യെസ്...''

''അഡ്വക്കേറ്റ് മേനോനാണ്. പിന്നെ... ആ അക്സിഡന്റിന്റെ നഷ്ട പരിഹാരം ഇന്നു വിധിയായി. ഒരുലക്ഷത്തി ഇരുപതിനായിരം രൂപ... ഇറ്റ്സ് എ ഹാപ്പി ന്യൂസ്. ഈ സന്തോഷവാർത്ത അറിയിക്കാനാണ് ഞാൻ ഇപ്പോൾ തന്നെ വിളിച്ചത്. ഒരു എൺപതിനായിരത്തിനപ്പുറം ഞാൻ പ്രതീക്ഷിച്ചിരുന്നില്ല. വാഹനം തേർഡ് പാർട്ടി ഇൻഷൂറൻസായിരുന്നല്ലോ.''

അലീന വല്ലാതായി. വാക്കുകൾ ഒരു വാഹനത്തിന്റെ ഇരമ്പലായി കാതിൽ വീണു. എതിരെ വന്ന ടാങ്കർ ലോറിയുടെ നിഴൽ കണ്ടു തെന്നി, അരികിൽ കടന്നുവന്ന ബസ്സിലുരഞ്ഞു, വഴിവക്കിലെ മരത്തിനു നേരെ പറന്നുചെന്നു കുത്തിയിടിച്ചു വളവിലെങ്ങോ വട്ടം കറങ്ങി വീണ ജീപ്പിന്റെ നിലവിളിയായി അതു മാറവേ...

മൃതദേഹത്തിലേക്കെടുത്തു വയ്ക്കുന്ന റീത്തിലെ പൂക്കളുടെ ചോരയുടെ മണം അവിടവിടെ കാറ്റ് തനിയെ വിതറി.

കുന്തിരിക്കം കുരിശുരൂപമുള്ള പുകയായി.

അവ ബൈബിൾ വാക്യങ്ങളുടെ ഊഞ്ഞാലുകളായി.

ഒടുവിൽ:

ഒരു ലക്ഷത്തിഇരുപതിനായിരം രൂപ...

ദീപയുടെ പപ്പ...

അലീന വിതുമ്പി.

''താങ്ക്യൂ മേനോൻ. ഇനി ഞാനെന്തു ചെയ്യണം.''

''സോറി മാഡം. ഞാനറിയാതെ പലതും പറഞ്ഞുപോയി. ക്ഷമിക്കൂ. യു വിൽ ഗറ്റ് ദ മണി വെൽ ഓൺ ടൈം. ലീവ് ഇറ്റ് റ്റുമി.''

അലീന അതുകേൾക്കാൻ നിന്നില്ല. അവളുടെ കരച്ചിൽ അപ്പോഴേക്കും ഉച്ചത്തിലായിക്കഴിഞ്ഞിരുന്നു. ദീപമോളുണർന്നു. സാരിയുടെ

അറ്റം കടിച്ചു പിടിച്ച് അലീന അവൾക്ക് ഒരിക്കൽകൂടി താരാട്ടു പാടാൻ തുടങ്ങി. ദീപ ഉറങ്ങിയില്ല. അവൾ അലീനയുടെ മുഖം ചേർത്തുപിടിച്ചു.

‘‘അമ്മയെന്തിനാ കരയുന്നേ?’’

‘‘കരഞ്ഞില്ലല്ലോ.’’

‘‘കരഞ്ഞു. നോക്കിക്കേ... ഇതാ ഉപ്പുരസം...’’

അവൾ കണ്ണീർതൊട്ടു നാവിൽ വെച്ചു. മുഖം ചുളിപ്പിച്ചു. ഉത്തരം പറയാതെ അവളെ ദേഹത്തോടു ചേർത്തുപിടിച്ച് അലീന അങ്ങനെ തന്നെ കിടന്നു. ദീപമോൾ നിശ്ശബ്ദയായി. അവൾ അമ്മയുടെ ഹൃദയമിടിപ്പിനു കാതോർക്കുന്ന പോലെ.

അലീനയുടെ ഉള്ളിൽ നിർത്താതെ ചുഴലി വീശി. യാഥാർത്ഥ്യ ബോധത്തോടെ ജീവിക്കാനായിരുന്നു അദ്ദേഹം എന്നും പറയാറ്. ജീവിതത്തിന്റെ യാഥാർത്ഥ്യം ഏതായിരുന്നു?

അദ്ദേഹമായിരുന്നോ?

അതോ ഒരുലക്ഷത്തി ഇരുപതിനായിരം രൂപയാണോ. ഈ കൈമാറ്റക്രിയയ്ക്ക് വിൽക്കേണ്ടി വന്നതു സ്വന്തം തണൽമരമായി രുന്നല്ലോ.

അലീന ഭീതിയോടെ മനസ്സിൽ കുരിശു വരച്ചു.

വിരുന്നു വരാവുന്ന പൂക്കൾക്കു തടം നൽകാനായി ആ കുരി ശിനു കൊമ്പുകൾ മുളച്ചു.

ഒരുലക്ഷത്തി ഇരുപതിനായിരം രൂപ.

ദീപയുടെ പേരിൽ ബാങ്കിലിടാം.

അല്ലെങ്കിൽ ഈ വാടകവീട് ഉപേക്ഷിക്കാൻ ഒരു കൊച്ചുവീട് വാങ്ങാം. അവിടെ ഒരു ടെലഫോണും.

ടെലിഫോൺ വീണ്ടും ശബ്ദിച്ചു. അലീന ഞെട്ടി. ഉൾവിളിപോലെ, വേദന അറിയുന്നവനെപ്പോലെ പതിയെ അതു ശബ്ദിച്ചുകൊണ്ടി രുന്നു.

അലീന കൈ നീട്ടി.

അപ്പുറം അയാളായിരുന്നു.

‘‘മോള് ഉറങ്ങ്വാണ്.’’

‘‘ഈ സമയത്ത് അവൾ ഉറങ്ങാറില്ലല്ലോ. എന്തുപറ്റി?!’’

“എന്റടുത്തു വന്നു കിടന്നു. അവിടെ ഉറങ്ങി.”

“സുഖമില്ലേ?”

“അസുഖമൊന്നുമില്ല. ഞാൻ ഉണർത്താം.”

“വേണ്ട. ഉറങ്ങിക്കോട്ടെ.”

“എന്നാൽ ഉണർന്നാൽ ഞാൻ അങ്ങോട്ടു വിളിപ്പിക്കാം.”

“അതിനു നമ്പർ അറിയ്യോ?”

“ഇല്ല.”

“പിന്നെങ്ങിനെ വിളിക്കും?”

“പറഞ്ഞു തന്നൂടെ?”

അയാൾ ചിരിച്ചു.

അലീനയും.

ആ ചിരി അമരുന്നതിന്നുമുമ്പേ അവൾ നമ്പറിനായി കാതോർത്തു.

അയാൾ പതിയെ പറഞ്ഞു.

“ഞാൻ വിളിക്കാം. അവൾ ഉണരട്ടെ.”

അലീന വല്ലാതായി. ആ ഉത്തരമല്ല പ്രതീക്ഷിച്ചിരുന്നത്. ഇതെന്തൊരു മനുഷ്യനാണ്. അങ്ങോട്ടു വിളിച്ചാൽ മറ്റു വല്ലവരും ഫോൺ എടുക്കുമോ. ഇഷ്ടപ്പെടാത്ത വേറെ വല്ലവരും ദീപമോളുടെ ടെലഫോൺ അങ്കിളായി മാറുമോ?

അയാൾ ഇനിയും റിസീവർ വെച്ചിട്ടില്ല.

അവൾക്കൊരു തമാശ തോന്നി.

“മോളുണർന്നാൽ ഞങ്ങളൊരു സിനിമയ്ക്കു പോവും.”

അയാൾ ചിരിച്ചു.

“അതുകൊണ്ടാണ് അങ്ങോട്ടു വിളിക്കാമെന്നു പറഞ്ഞത്.”

അയാൾ അപ്പോഴും ചിരിച്ചു.

“നമ്പർ തരുന്നത് അസൗകര്യമാണെങ്കിൽ വേണ്ട. മോളുണർന്നാൽ ഞാൻ പറയാം.”

അയാൾ പതിയെ പറഞ്ഞു.

“നിങ്ങൾ കളവു പറയുന്നു. മോളുണർന്നാൽ നിങ്ങൾ സിനിമക്ക് പോവില്ല. കാരണം മോളു സിനിമയ്ക്കു വരാറില്ല. അവൾ കരഞ്ഞു ബഹളമുണ്ടാക്കും. എന്നോട് ഒരു ചെറു ദേഷ്യം തോന്നിയതു കൊണ്ടല്ലേ പെട്ടെന്ന് ഈ സിനിമാ പരിപാടി ഇട്ടത്.”

അലീന ധൃതിയിൽ റിസീവർ വെച്ചു. റിസീവർ വെച്ചിട്ടും അടുത്ത മുറിയിൽ നിന്നെന്നപോലെ അവൾ അയാളുടെ ചിരി കേട്ടു കൊണ്ടിരുന്നു.

"കാണാനെങ്ങനെ?"

മേരി ചോദിച്ചു.

"സ്വൽപ്പം ഇരുനിറമാണ്."

"തടിയുണ്ടോ?"

സുജാത ചോദിച്ചു.

"അത്യാവശ്യം."

"തലമുടിയോ?"

"നെറ്റി കയറിയപോലെ ചെറിയൊരു കഷണ്ടിയുണ്ട്."

"സംസാരരീതിയൊക്കെ എങ്ങനെയാ?"

"ഹി ഈസ് ജന്റിൽ."

"അത് നിനക്ക് തോന്നുന്നതല്ലേ?"

"തോന്നുന്നതല്ല, അനുഭവമാണ്."

"അമ്മയോടോ മോളോടോ കൂടുതലിഷ്ടം?"

അലീന ചിരിച്ചു.

"മർമ്മത്തിൽ കുത്തണ്ട. അമ്മ ആരുമല്ല. മോളാണു കമ്പനി."

ഓഫീസിലെ ഉച്ചഭക്ഷണത്തിന്റെ വട്ടമേശസമ്മേളനത്തിൽ അലീന തന്നെയാണ് അയാളുടെ കാര്യം എടുത്തിട്ടത്. മറ്റുള്ളവർക്ക് അതൊരു ഇടവേള ഹാസ്യംപോലെ തോന്നി. ടെലിഫോണിൽ ഒരാൾ ബന്ധപ്പെടുക. പിന്നീട് കുടുംബസുഹൃത്താവുക. നമ്മുടെ വീട്ടിലും ഓരോ ടെലിഫോൺ വെച്ചാലോ." സുജാത പറഞ്ഞു.

"ദീപമോളെ ആർക്കും ഇഷ്ടാവും."

മേരി അലീനയുടെ തോളിൽ കൈവച്ചു.

"അലീനയ്ക്ക് ആളെ ഇഷ്ടായോ?"

"ഉം. നല്ല മനുഷ്യൻ."

"എന്നാൽ പിന്നെ സ്ഥിരായിട്ടങ്ങ് ഇഷ്ടപ്പെട്ടൂടെ. ദീപമോളെ ഓർത്തിട്ടെങ്കിലും?"

അലീനയുടെ പ്രസന്നത മാഞ്ഞു. ഇവർ തുറന്നടിക്കുമെന്നു കരുതിയില്ല. ആളെ ഇതുവരെ കണ്ടിട്ടില്ലെന്ന് അവൾക്കു വിളിച്ചു

കൂവാൻ തോന്നി. എല്ലാം മനസ്സു കെട്ടിച്ചമച്ചതാണ്. മോളെക്കൊണ്ടു ചോദിപ്പിച്ച് അറിഞ്ഞുവച്ച അറിവുകളാണ്. ആ അറിവുകളാണ് മനസ്സിൽ ഒരു രൂപം വരച്ചത്. ഇരുനിറവും അത്യാവശ്യത്തിനു തടിയും മുഖത്തൊരു മറുകും കയറിത്തുടങ്ങുന്ന കഷണ്ടിയുമുള്ള ഏതോ ഒരു പുരുഷന്റെ ചിത്രം വരച്ചത്.

"അലീന എന്താ ഒന്നും പറയാത്തത്?"

"ഇല്ല... വേണ്ട."

"നീ ചെറുപ്പമാണ്."

"അതിപ്പഴല്ലേ. കുറച്ചുകൂടി കഴിഞ്ഞാൽ പ്രായമാവില്ലേ?"

"വെറുതെ വേദാന്തം പറയണ്ട. നിന്നെ എനിക്കറിയാം. നീ അയാളെ ഇഷ്ടപ്പെടുന്നുണ്ടെന്നും എനിക്കറിയാം. തനിച്ചേതായാലും നിന ക്കതു കൈകാര്യം ചെയ്യുവാൻ പറ്റില്ല. സംഗതി എനിക്കു വിട്ടുതാ. എന്റെ ഭർത്താവ് എല്ലാ കാര്യങ്ങളും നോക്കിക്കോളും. എന്താ?"

സുജാതയ്ക്ക് അവർ പറഞ്ഞതു മനസ്സിലായില്ല.

"എന്താ കാര്യം?"

മേരി പറഞ്ഞു.

"ഒന്നുമില്ല. ഒരു റോങ്ങ് നമ്പർ."

അന്നുരാത്രി മുഴുവൻ ഉറക്കമൊഴിച്ച് അലീന അയാളുടെ ചിത്രം വരച്ചു. ചുമരിന്റെ പാതിയോളം വലുപ്പമുള്ള ഒരു കാൻവാസ്. മന സ്സിലെ ചിത്രം അതിലേക്ക് ഒപ്പിയെടുക്കുക മാത്രമാണ് അവൾ ചെയ്തത്. നിറങ്ങൾ സ്പർശിച്ചതോടെ കാൻവാസിന് ജീവൻ വച്ചു. കാലവും സ്വപ്നവും അതിൽ തന്നെ ഒരാൾരൂപമായി മാറിക്കൊണ്ടി രുന്നു.

ദീപമോൾ ഉണർന്നു.

ചിത്രം കണ്ടതും ഉച്ചത്തിൽ കൈകൊട്ടി.

"ഹായ്..!"

ചുമരിൽ ഒരാൾ ചിരിച്ചുകൊണ്ടു നോക്കി നിൽക്കുന്നു. അമ്മ യുടെ വികൃതിയാവും. ചായപ്പെൻസിൽകൊണ്ടു ദീപമോൾക്ക് ചുമരിലൊന്നു വരയ്ക്കാൻ പാടില്ല. അമ്മയ്ക്കെന്തും ആവാം. ദീപ ചിത്രവും നോക്കി കുറെനേരം ഇരുന്നു.

"ഇതാരാ?"

"ആരാ?"

അലീന തിരിച്ചും ചോദിച്ചു.

''ടെലിഫോൺ അങ്കിളാ?''

ചോദ്യം പെട്ടെന്നായിരുന്നു. അലീന ഞെട്ടി.

ധൃതിയിൽ എടുക്കാൻ ഭാവിച്ചതും ദീപ തറപ്പിച്ചു പറഞ്ഞു.

''അങ്കിളു തന്നെ. അങ്കിളിനാ ഇത്രേം വലിയ കഷണ്ടി.''

''ആരു പറഞ്ഞു?''

''അങ്കിളു പറഞ്ഞിരുന്നല്ലോ; അങ്കിളിന്റെ കഷണ്ടിയില് നോക്കി ദീപമോൾക്കു മുടി ചീകാംന്ന്.''

''എന്നിട്ടു മോളെന്താ പറഞ്ഞത്?''

''മോൾക്ക് അമ്മയാണു മുടിചീകിത്തരുന്നതെന്നു പറഞ്ഞു.''

''അപ്പോഴെന്തു പറഞ്ഞു?''

''പിന്നെ ഒന്നും പറഞ്ഞില്ല.''

അലീന ഉത്തരം മുട്ടി നിന്നു.

''പറഞ്ഞു കാണും. ഒരുപക്ഷേ മോള് കേൾക്കാഞ്ഞതാവും...''

പറയാൻ വന്നിട്ടും അലീന അവൾ കേൾക്കേ അതു പറഞ്ഞില്ല. പെട്ടെന്നു മനസ്സറിഞ്ഞപോലെ ദീപമോൾ അവളുടെ കവിൾ തൊട്ടു.

''അമ്മയെന്തോ പറഞ്ഞല്ലോ.''

''ഒന്നും പറഞ്ഞില്ല.''

അവസാന അക്ഷരംപോലെ അവൾ ദീപമോളെ ചേർത്ത് പിടിച്ച് ഉമ്മ വെച്ചു.

വിശ്വാസിയുടെ വിലാപംപോലെ പള്ളി കടൽത്തീരത്ത് ഉയർന്നു നിന്നു. ഒരുവശം കടലിലേക്കിറങ്ങുന്ന പാറകൾ. പാറകളിൽ ആത്മഹത്യ ചെയ്യും മുൻപ് ആത്മാക്കൾ എഴുതിവച്ച പേരുകൾ. മരണത്തിനും മുൻപേ, ദീപയെ ഗർഭം ധരിക്കുന്നതിനും മുൻപേ, വിവാഹം കഴിക്കുന്നതിനും മുൻപേ ദീപയുടെ പപ്പയും അലീനയും ആ പാറകളിൽ ചെന്നിരിക്കാറുണ്ട്. കാൽ നനച്ചു കയറുന്ന തിരകൾക്കു മുന്നിൽ. അവിടെ സ്വകാര്യ സംഭാഷണങ്ങൾ അനുവദനീയമല്ല. അവ കൂട്ടംകൂട്ടമായി വന്നു പാറകളിൽ ശബ്ദത്തോടെ വീഴും. വല്ലതും പറയണമെങ്കിൽ, പറയുന്നതു കേൾക്കണമെങ്കിൽ ചെവി ചുണ്ടോടും ചുണ്ട് ചെവിയോടും ചേർക്കണം. അല്ലെങ്കിൽ തിരകൾ ഒന്നും കേൾക്കാൻ സമ്മതിക്കില്ല. അത്തരം മുഹൂർത്തങ്ങളിൽ

അയാൾ മരണത്തെക്കുറിച്ചു അലീനയോട് കാതിൽ പറഞ്ഞിട്ടുണ്ട്. മരണം ഒരു കടൽത്തിരപോലെ നമുക്കു നേരെ വന്നാൽ ആദ്യം തന്റെ ചുമലുകൊണ്ടു താങ്ങുമെന്നു പറഞ്ഞിട്ടുണ്ട്. പള്ളിയിലെ കടലിനോടു ചേർന്നുള്ള ശ്മശാനത്തിൽ അയാളുടെ കല്ലറയ്ക്കരികിലേക്കുള്ള ഒറ്റയടിപ്പാതയിലേക്കു ദീപമോളുടെ കൈപിടിച്ചു കാൽ കുത്തുമ്പോൾ ആ വാക്ക് അക്ഷരംപ്രതി ശരിയായെന്ന് അലീനയ്ക്ക് തോന്നാറുണ്ട്. അപ്പോൾ കണ്ണിൽ ആദ്യമഴത്തുള്ളിപോലെ ഒരു തുള്ളി കണ്ണുനീർ ഉരുണ്ടുകൂടും. ദീപമോളുടെ കൈപിടിച്ച വിരലുകൾ മുറുകും. കീഴ്ച്ചുണ്ട് ഒരു തേങ്ങൽ തടഞ്ഞു നിർത്തും. കാത് പള്ളിമണിയുടെ സ്പന്ദത്തിലേക്ക് വഴുതി വീഴും.

വിധിയുടെ വരകൾ നെടുകെയും കുറുകെയും വളർന്നു ചുറ്റും കൂടു തീർക്കുന്നു. അറിയാതെ ഒന്നു സ്പർശിച്ചു പോകുമ്പോൾ ദേഹവും ആത്മാവും ഒരുമിച്ചു പൊള്ളുന്നു. അലീന അങ്ങനെ വിശ്വസിച്ചു. സ്വന്തം മനസ്സമാധാനത്തിനുവേണ്ടി.

രാത്രിയിൽ പ്രാർത്ഥിച്ചു കിടന്നതുകൊണ്ടാവാം അലീന നേരത്തെ ഉണർന്നു. കുരിശു വരച്ചു. ശ്മശാനത്തിലെ കുരിശ് മനസ്സിൽ കണ്ടു. ആ അസാധാരണ ദിവസം വീണ്ടും വന്നിരിക്കുന്നു. ആത്മാവകന്നിട്ടും കാലത്തിലെങ്ങോ തെന്നിമറഞ്ഞ ഒരു ഉൾനിലവിളിയെ, ഒരു കടമയെന്നപോലെ സമയം പതിവായി തെളിച്ചു കൊണ്ടുവരുന്നു.

ഓർമ്മിക്കൂ...

ഇന്നല്ലേ ദീപയുടെ പപ്പ മരണപ്പെട്ടത്.

ഇന്നായിരുന്നില്ലേ വെളുത്ത കുപ്പായമിട്ട് മാലാഖമാരോടൊപ്പം അവ്യക്ത രഥത്തിൽ കയറി അയാൾ സമയത്തിന്റെ അനന്തതയിൽ മറഞ്ഞത്.

ഓർമ്മിക്കൂ..

മനസ്സു നിറയെ ഓർമിക്കൂ..

അലീന കുരിശു വരച്ച് എഴുന്നേറ്റു. നോട്ടം ടെലിഫോണിൽ തടഞ്ഞു. ഒരു ശബ്ദവുമില്ല. അകലെ ഉറക്കമാവും. സാധാരണ പോലെ വിളിക്കുകയാണെങ്കിൽ ഇന്നു ദീപമോളിവിടെ കാണില്ലല്ലോ എന്ന് അലീനയ്ക്ക് തോന്നി. ആ സമയം അമ്മയും മോളും പള്ളിയിലായിരിക്കും. മരിച്ചുപോയ പപ്പയ്ക്കുവേണ്ടി പ്രാർത്ഥിക്കുകയാവും.

കുളിച്ച്, വെളുത്ത വസ്ത്രം ധരിച്ചു രൂപക്കൂടിനു മുന്നിൽ അലീന തിരി തെളിക്കേ ടെലിഫോൺ ശബ്ദിച്ചു. തെളിച്ച തിരിയുമായി അലീന ഓടിച്ചെന്നു. റിസീവറെടുത്തു.

‘‘ദീപമോളാണോ?’’

‘‘അല്ല. ഞാനാണ്.’’

‘‘ക്ഷമിക്കണം. ഞാനിന്നു നേരത്തെ വിളിച്ചു. നേരത്തേയെന്നു വച്ചാൽ വളരെ നേരത്തെ. ഉറക്കം ഞെട്ടിയിട്ടു വളരെ നേരമായി. എന്നാലൊന്നു ദീപമോളെ വിളിക്കാമെന്നു തോന്നി. ഉണർന്നിട്ടു ണ്ടെങ്കിൽ സംസാരിക്കാലോ.’’

അലീന ഒന്നും പറഞ്ഞില്ല.

‘‘വിഷമമായി അല്ലേ?’’

‘‘വിഷമമായില്ലെന്നു പറഞ്ഞാൽ അതും കള്ളത്തരം പറയാ ണെന്നു പറയോ?’’

‘‘ഇല്ല. ഒരിക്കലുമില്ല.’’

അലീന ചിരിച്ചു. ആ ചിരി അയാൾ കേട്ടുകാണും.

‘‘മോളുണർന്നില്ല. വിളിച്ചുണർത്താൻ പോവ്വാ.’’

‘‘എന്തിനാ അത്. ഉറങ്ങട്ടെ. ഉറക്കം സുഖമാണ്. ശല്യപ്പെടുത്ത രുത്.’’

‘‘അതുകൊണ്ടല്ല. ഇന്നു നേരത്തെ പള്ളിയിൽ പോവണം. അവ ളുടെ പപ്പയുടെ....’’

വാക്കു കിട്ടാതെ അലീന അയാൾക്കു മുന്നിൽ വഴിതടഞ്ഞു.

അയാളുടെ ശബ്ദം നേർത്തു.

‘‘എനിക്കു മനസ്സിലായി. ഞാൻ പിന്നീട് വിളിക്കാം. അതിനിടെ ഒരു പ്രാർത്ഥന അമ്മയ്ക്കും മോൾക്കും ആവശ്യമാണ്. എന്നാലും ദീപമോളെ അനാവശ്യമായി പ്രാർത്ഥിക്കുവാൻ നിർബന്ധിക്കരുത്. അവൾ ശ്മശാനത്തിലെ പൂക്കൾ കാണട്ടെ. അമ്മ അമ്മയ്ക്കിഷ്ടമു ള്ളതും. അവളെ ഒന്നിനും നിർബന്ധിക്കരുത്.’’

അലീന അറിഞ്ഞുകൊണ്ട് പറഞ്ഞുപോയി.

‘‘ഇല്ല.’’

ഒരു അനുസരണപോലെ.

അയാൾ റിസീവർ വയ്ക്കുമ്പോൾ അവൾ നനഞ്ഞിറങ്ങിയ കവിൾ തടവി.

തോട്ടത്തിൽ നിന്നും പൂക്കൾ പറിച്ചു കൊച്ചുകുട്ടയിൽ ബൊക്കെ പോലെ വച്ച് പള്ളിയിൽ കയറാതെ അലീന ശ്മശാനത്തിലേക്കുള്ള വഴിയിലേക്കിറങ്ങി. മോളെയും എടുത്ത് തെല്ലുനേരം തിരകൾക്കി ടയിലെ പാറകളും നോക്കി നിന്നു. തിരകൾ അവളെ അറിഞ്ഞതും

ഒത്തുകൂടി. അവിടം മുഴുവൻ നേർത്ത മഞ്ഞ് വീണിട്ടുണ്ട്. കല്ലറയിലേക്കുള്ള ഒറ്റയിടപ്പാതയിലേക്ക് തിരിയവേ അലീന നിശ്ശബ്ദയായി. അരികിൽ ചെന്ന് ഒരാലിംഗനംപോലെ പൂക്കൾ അതിന്നു മുകളിൽ വയ്ക്കുമ്പോൾ, അവളുടെ ശ്രദ്ധ അതിനു മുകളിൽ അവൾ വരുന്നതിനു മുൻപേ ആരോ കൊണ്ടുവെച്ച പൂക്കളിലായി.

അലീന അതിശയിച്ചു.

ആരാണ് തനിക്കും മുൻപേ ഇവിടെയെത്തിയത്. ഇത് ആരുടെ സ്നേഹത്തിന്റെ പ്രതീകമാണ്. രണ്ടേരണ്ടു പൂവ്. ഒരു മഞ്ഞയും ഒരു വയലറ്റും. അവൾ പൂക്കൾ സാവകാശമെടുത്തു സൂക്ഷിച്ചു നോക്കി.

ദീപമോൾ ടെലിഫോണിൽ സംസാരിക്കുമ്പോൾ അലീന അകത്തു മേശവിരിപ്പുകൾ വിരിക്കുകയായിരുന്നു. ദീപമോൾ സംസാരിച്ചു തീരുന്നതു വരെ അവൾ ക്ഷമിച്ചു കാത്തു നിന്നു. അവസാനം റിസീവർ വാങ്ങി ഒരു പിണക്കംപോലെ ചോദിച്ചു.

''അവിടെ രാവിലെ പൂക്കൾ കൊണ്ടുവച്ചു അല്ലേ?''

അയാൾ ആദ്യം ഒന്നും പറഞ്ഞില്ല. പിന്നീട് ഒരാശ്വാസംപോലെ പതിയെ കുമ്പസരിച്ചു.

''പൂക്കളയച്ചത് ഞാനാണ്. കൊണ്ടുവെച്ചത് എനിക്കുവേണ്ടി മറ്റൊരാൾ. എനിക്കു വരാൻ സാധിച്ചിരുന്നില്ല. ഒറ്റയടിപ്പാത കഴിഞ്ഞ് ഇടത്തോട്ട് തിരിഞ്ഞ്, ഏകദേശം കടൽത്തിട്ടിന്നരികിലായുള്ള കല്ലറ ഞാൻ നേരത്തെ കണ്ടിട്ടുണ്ട്. എന്റെ ഓർമ്മ ശരിയാണെങ്കിൽ നിങ്ങളെയും മോളെയും ഞാനവിടെ കണ്ടിട്ടുണ്ട്.''

ഉള്ളിൽ കരഞ്ഞുകൊണ്ട് അലീന ചോദിച്ചു.

''എവിടുന്നാണ് എപ്പോഴും ഇങ്ങനെ സംസാരിക്കുന്നത്?''

ഒരു ചെറുചിരി കാതിൽ വീഴ്ത്തിക്കൊണ്ട് അയാൾ ഉത്തരം പറഞ്ഞു.

''റേഡിയോ പാടുന്നതു കേൾക്കുന്നുണ്ടല്ലോ. അതേതാ പാട്ട്?''

ഒരു ചതുരംഗപ്പലകയിൽ അകപ്പെട്ടതുപോലെ അലീന അസ്വസ്ഥയായി. ഒരു വഴിയും കാണുന്നില്ല. ഒരു ലക്ഷ്യവും തെളിയുന്നില്ല. ഏതോ മരത്തിന്റെ കൊമ്പിലെ പ്രാവിന്റെ കുറുകൽപോലെ. ഏതോ മലയിടുക്കിലെ ഏതോ പാറയുടെ വിള്ളലിന്നുള്ളിൽ നിന്നുള്ള രോദനം

പോലെ, ഏതോ സമുദ്രത്തിലെ ഏതോ തിരകൾക്കു മുകളിലെ ഓടത്തിലേക്കുള്ള ക്ഷണംപോലെ, എന്നും അയാൾ വിളിക്കുന്നു. പ്രതീക്ഷ തുടങ്ങിവെച്ചതു താനാണ്. വീടിന്നുള്ളിലെവിടെയോ അദൃശ്യസാമീപ്യം അറിഞ്ഞതും അനുഭവിച്ചതും കൊതിച്ചതും താനാണ്.

താൻ മാത്രം.

അലീന.

ദീപമോളുടെ അമ്മ.

അലീനയുടെ ശ്രദ്ധ എപ്പോഴും ചുമരിലെ ചിത്രത്തിൽ മാത്രമായി.

ഒരു സന്ധ്യയ്ക്കു മേരി അതിഥിയായി. വലിയ പൊതിനിറയെ പഴങ്ങൾ. പല നിറങ്ങളിലുള്ള പഴങ്ങൾ. ദീപമോൾ ചിലതു തിന്നു. ചിലതു നിറം നോക്കി ഓരോ കൂട്ടമായി മാറ്റിവെച്ചു. നിറം വേർതിരിച്ചെണ്ണുവാൻ അവൾ സ്ക്കൂളിൽ നിന്നും പഠിച്ചിരുന്നു. ഓരോന്നും മാറ്റിവയ്ക്കേ അവൾ അലീനയോട് വിളിച്ചു പറഞ്ഞുകൊണ്ടിരുന്നു. ടെൻ യെല്ലോ... ത്രീ ഓറഞ്ച്.. നൈൻ ഗ്രീൻ. അലീനയോ മേരിയോ അതു കേട്ടില്ല. അവർ ചുമരിലെ ചിത്രത്തിനു മുന്നിൽ തപസ്സിരുന്നു.

''ഇതാണ് ആള് അല്ലേ, ഇപ്പഴല്ലേ എനിക്ക് മനസ്സിലായത്.''

''നിനക്കറിയുമോ ആളെ?''

''പിന്നെ അറിയാതെ. ഞാൻ പലതവണ കണ്ടിട്ടുണ്ട്. നീ അറിയുന്ന കാര്യങ്ങളല്ലേ. ഇനി ഞാൻ വിസ്തരിച്ചു പറണോ?''

''എന്നാലും കേൾക്കട്ടെ.''

''എന്നാൽ കേട്ടോ. കാനറാ ബാങ്കിൽ ഓഫീസറാണ്. ശരിക്കും പറഞ്ഞാൽ അക്കൗണ്ടന്റ്. സ്ക്കൂട്ടറിലാണ് വരവും പോക്കും. ഓവർ ബ്രിഡ്ജിന്നരികിലുള്ള മെയ്ൻ ബ്രാഞ്ചിൽ. ഇനി പേരും പറഞ്ഞു തരണോ?''

''അറിയുമെങ്കിലല്ലേ?''

''അറിയാം. രാജശേഖരൻ. എന്റെ ഹസ്ബന്റിന് അവിടെ അക്കൗണ്ട് ഉണ്ട്.''

മേരി ചിരിച്ചു.

''എന്തിനാണ് മോളെ ഈ കള്ളക്കളി. എന്റടുത്തൂന്ന് എന്തെങ്കിലും ഒളിച്ചു വെക്കാംന്ന് നീ കരുതണ്ട. നീ രാജശേഖരനെയല്ല,

രാജാധിശേഖരനെ മനസ്സിൽ വച്ചോണ്ടിരുന്നാലും ഈ മേരി അതു പിടിക്കും. ഉം...?''

പുറത്ത് ഒന്നും പറയാൻ തോന്നിയില്ലെങ്കിലും അലീന മനസ്സിൽ പൊട്ടിച്ചിരിച്ചു. ഇനി എളുപ്പം കണ്ടുപിടിക്കാം.

കാനറാ ബാങ്ക്.

ഓവർബ്രിഡ്ജിനു സമീപം.

അലീന നേരത്തെ ഓഫീസ് വിട്ടു. ഓവർബ്രിഡ്ജിന്നരികിൽ ബസ്സെത്തുന്നതും ട്രാഫിക് ജാം. ആകെ കലപില കലപില. അലീന ഇറങ്ങി നടന്നു. അഞ്ചാവാൻ രണ്ടു മിനിട്ട്. നടത്തം ഓട്ടമായി. ഓട്ടം കിതപ്പായി.

കാണുമോ?

അറിയാതെ നോട്ടം തീക്ഷ്ണമായാൽ അയാളെന്നെ തെറ്റിദ്ധരിക്കുമോ. ദീപമോളുടെ അമ്മയാണെന്നറിഞ്ഞാൽ അരികിലേക്കു വരുമോ. വെറുതെ ഒരു വിരലിലെങ്കിലും ഒന്നു സ്പർശിക്കുമോ. കോവണിപ്പടിക്കരികിലെ വാതിൽക്കൽ സ്വൽപ്പം വിട്ട് അലീന കാത്തു നിന്നു. ചെറിയൊരു പരിഭ്രമം തോന്നി. അകത്തേക്കു ചെന്നാലോ. നേരിട്ടു കണ്ടാലോ. കണ്ടാൽ എന്തു പറയും. അന്വേഷിച്ചു പിടിച്ച് എന്തിനു വന്നുവെന്നു ചോദിച്ചാൽ എന്ത് ഉത്തരം പറയും. അല്ലെങ്കിൽ തിരിച്ചു പോയാലോ. ഇറങ്ങി വരുമ്പോൾ ദൂരെ നിന്നു നോക്കി നിന്നാൽ പോരെ?

പാർക്കിംഗ് ഏരിയയിൽ ധാരാളം സ്ക്കൂട്ടർ.

അതിലേതിലാവും സവാരി.

അധികം സ്പീഡ് കാണുമോ.

ഹെൽമറ്റ് കാണുമോ.

അലീന മനസ്സിൽ തിരകളെണ്ണി. എണ്ണിത്തീർന്നതും ധൈര്യത്തോടെ അകത്തു കയറി. വിശാലമായ ഹാളിൽ കുറച്ചുപേർ മാത്രമേ ഉള്ളൂ. ഡസ്ക്കിൽ കണ്ട ആദ്യത്തെ ആളോടു തന്നെ അലീന ചോദിച്ചു.

''മിസ്റ്റർ രാജശേഖരൻ എവിടെയാണ് ഇരിക്കുന്നത്?''

''അക്കൗണ്ടന്റല്ലേ? ഇപ്പോൾ താഴേക്കു പോയി. ചിലപ്പോൾ സ്ക്കൂട്ടർ സ്റ്റാൻഡിൽ കാണും. വീട്ടിലേക്കു പോയതാണ്.''

അലീന താഴേക്കോടി. കോവണിപ്പടവുകൾ ക്രമം തെറ്റി ചാടിയിറങ്ങി. ഒരു വളവിൽ വീഴുമെന്നു കരുതി. ഒരു ഗോൾഫ് ഹാറ്റ്

കഷണ്ടിമേൽ തിരുകി സ്റ്റാൻഡിൽ നിന്നും സ്ക്കൂട്ടർ ഇറക്കുന്ന ആളെ അലീന വിസ്മയത്തോടെ നോക്കി നിന്നു.

അതേ കഷണ്ടി.

അതേ തടി.

അലീന വിയർത്തു.

സ്ക്കൂട്ടർ ഇറക്കി അലീനയ്ക്കു നേരെ എതിർവശം തിരിച്ച് കയറി ഇരുന്നു സ്റ്റാർട്ട് ചെയ്യുമ്പോഴാണ് അയാൾ അലീനയെ കണുന്നത്. അസാധാരണമായി തന്നെ നോക്കി നിൽക്കുന്ന സ്ത്രീയെ ആദ്യം അയാൾ ഗൗനിച്ചില്ല. അലീന ചെറുതായി ഒന്നു ചിരിച്ചു. മനസ്സിൽ, ഞാനാണ്... ഇത് ഞാനാണ് എന്നു പറഞ്ഞുകൊണ്ടിരുന്നു. സ്ക്കൂട്ടർ മുന്നോട്ട് നീങ്ങുന്നതിന്നു മുമ്പേ അയാൾക്കരികിലേക്ക് ചെല്ലാൻ ഒരുങ്ങിയതും ഒരു യുവതി സാവകാശം ഇറങ്ങിവന്ന് അയാളുടെ പിറകിൽ കയറി വലംകൈ അരയിൽ അമർത്തിച്ചുറ്റി. ഒന്നുലഞ്ഞ് അവർ ഒരുമിച്ച് മുന്നോട്ട് നീങ്ങി. പുക പറത്തി അരികിലൂടെ അകന്നതും അലീനയുടെ ഭാവപ്പകർച്ച പിറകിലിരുന്ന യുവതി ശ്രദ്ധിച്ചതും അലീന അറിഞ്ഞില്ല. ഒരു ഊരാക്കുടുക്കിൽ നിന്നു വഴുതിമാറിയ പോലെ അലീന നെഞ്ഞു തടവി.

ഈശ്വരാ, അതയാളല്ല.

വീട്ടിലെത്തുമ്പോൾ അകത്തു പൊട്ടിച്ചിരി.

ദീപമോൾ ടെലഫോണിന്നരികിൽ.

അമ്മയെ കണ്ടതും മോളു വിളിച്ചു പറഞ്ഞു.

‘‘അമ്മ വന്നല്ലോ!’’

റിസീവർ വാങ്ങിയ അലീനയെ അയാൾ ചെറുതായി ദേഷ്യപ്പെട്ടു.

‘‘മോളെ തനിച്ചാക്കി എവിടെ പോയിരുന്നു. ഞങ്ങളിങ്ങനെ സംസാരിക്കാൻ തുടങ്ങിയിട്ട് മണിക്കൂർ എത്രയായെന്നറിയ്യോ?’’

‘‘ഞാനൊരാളെ കാണുവാൻ പോയിരുന്നു.’’

‘‘മോളെ തനിച്ചാക്കിയിട്ടോ?’’

‘‘തനിച്ചു കാണണമെന്നു തോന്നി.’’

‘‘അതാരാ അത്രേം വലിയ ആള്?’’

‘‘ഒരാള്.’’

‘‘എന്നിട്ടു കണ്ടോ?’’

‘‘കണ്ടു. പക്ഷെ അതയാളല്ല.’’

അതും കേട്ടതും ദീപമോളോടൊപ്പം അയാളും ഉച്ചത്തിൽ ചിരിച്ചതായി അലീനയ്ക്കു തോന്നി.

ഉറക്കം വരാതെ ദീപമോളോടൊപ്പം കിടക്കേ അലീന ജാലകം തുറന്നിട്ടു. പുറത്തു തണുപ്പുള്ള രാത്രി നിറഞ്ഞു നിൽക്കുന്നു. മുല്ല യുടെ മണം കാറ്റിന്റെ ഇഴകളിൽ തങ്ങി നിന്നു. ആകാശത്ത് ഒരു മുക്കുത്തിപോലെ ഏതോ ഒരു നക്ഷത്രം. ദീപയ്ക്കരികിൽ തലയിണ വച്ച് അലീന പതിയെ എഴുന്നേറ്റു ടെലഫോണിന്നരികിൽ ചെന്നു. സാവകാശം തൊട്ടു. റിസീവറെടുത്തു ചെവിയിൽ വച്ചു. വെറുതെ ഹലോ പറഞ്ഞു. ഒന്നു രണ്ടു നമ്പർ കറക്കി നോക്കി. പെട്ടെന്നു കട്ട് ചെയ്തു.

മുന്നിൽ ദീപയുടെ പപ്പയുടെ ചിത്രം കണ്ടു. ഒരു കഷണം മെഴു കുതിരി മുന്നിലുണ്ട്. അലീന അതു തെളിച്ചു. മെഴുകുതിരി വെളി ച്ചത്തിൽ അദ്ദേഹം തന്നെ ശ്രദ്ധിച്ചു നോക്കുന്നതായി അലീനയ്ക്കു തോന്നി. നോട്ടം തീക്ഷ്ണമാകവേ ചുണ്ടിൽ ഒരു ചിരി പടർന്നുവോ. കള്ളത്തരം കണ്ടുപിടിച്ചെന്ന് അദ്ദേഹം തന്നോട് പറഞ്ഞുവോ.

അലീന അറിയാതെ ചിരിച്ചു പോയി.

മോളുണർന്നു.

''അമ്മയെന്താ ചെയ്യുന്നേ?''

അലീനയുടെ ഉത്തരം വെറും ഒരു ഉമ്മ മാത്രമായിരുന്നു.

അടക്കിപ്പിടിച്ചു നെറ്റിയിൽ ഒരുമ്മ.

രാവിലെ ഓഫീസിൽ വച്ചു മേരിയോട് അലീന പറഞ്ഞു.

''ഇന്നലെ രാത്രി ഞാൻ ഉറങ്ങീട്ടേ ഇല്ല.''

''ഇന്നലെ കക്ഷി വിളിച്ചിരുന്നോ?''

''ഏത് കക്ഷി?''

''നിന്റേയും മോളുടെയും രാജശേഖരൻ.''

അലീന വെറുപ്പു പ്രകടിപ്പിച്ചു.

''പ്ലീസ്. അതു നീ ഉദ്ദേശിക്കുന്ന ആളൊന്നുമല്ല. നീ പറഞ്ഞ പ്പോൾ ഞാൻ സമ്മതിച്ചെന്നേയുള്ളൂ.''

''അപ്പോളത് രാജശേഖരനല്ലേ?''

''അല്ല. അല്ല. അല്ല.''

''പിന്നെ ആരാടീ?''

അലീന മനസ്സിൽ പറഞ്ഞു. അതു തന്നെ ഞാനും ചോദിക്കുന്നു. അത് പിന്നെ ആരാ. ഉത്തരം എന്റെ മനസ്സിലുണ്ട്. ആ ചിത്രത്തിലുണ്ട്.

പക്ഷെ നേരിട്ടു ചൂണ്ടിക്കാണിക്കാൻ, സ്നേഹിച്ചു കൊതി തീർക്കാൻ ആ മുഖം മാത്രം കാണാനില്ല.

സ്ക്കൂളിൽ നിന്നും വരുമ്പോൾ ദീപമോളുടെ ദേഹത്ത് ചെറിയൊരു ചൂട് അനുഭവപ്പെട്ടു. അവൾ ഒരു ഉഷാറും കാണിക്കാതെ അലീനയുടെ തോളിൽ ചാഞ്ഞു കിടന്നു. വീടെത്തുന്നതുവരെ. രാത്രിയിൽ അയാൾ വിളിക്കുമ്പോൾ ദീപമോൾ കിടക്കുകയായിരുന്നു. അവൾ റിസീവറെടുക്കുമെന്ന പ്രതീക്ഷയോടെ അലീന കാത്തു നിന്നു. ദീപമോൾ അമ്മയെ നോക്കി വയ്യെന്നു പറയുന്നതു പോലെ. അലീന റിസീവറെടുത്തു. അവൾക്കരികിൽ പിടിച്ചു.

‘‘ഹലോ..’’

‘‘ദീപമോൾ...’’

‘‘അങ്കിൾ...’’

‘‘എന്തുപറ്റി എന്റെ മോൾക്ക്. ഒച്ചയെന്താ ഇങ്ങനെ?’’

‘‘പനിയാ.’’

‘‘എന്നിട്ടു കളിച്ചു നടക്കാണോ?’’

‘‘അല്ല. കിടക്കാ.’’

‘‘കിടന്നിട്ടാണോ മോള് സംസാരിക്കുന്നത്?’’

‘‘ഉം. അമ്മയുണ്ടല്ലോ.. അമ്മയാ റിസീവർ പിടിച്ചു തരുന്നേ.’’

അയാളുടെ ശബ്ദം പതറി.

‘‘മോൾക്കു തീരെ വയ്യേ?’’

‘‘വയ്യാ..’’

‘‘മരുന്നു കഴിച്ചോ?’’

‘‘ഊ.. ഉം..’’

‘‘അമ്മയെവിടെ?’’

‘‘അടുത്തന്നെ ഉണ്ട്.’’

അവൾ അലീനയെ നോക്കി. അലീന റിസീവറെടുത്തു.

‘‘എന്തുപറ്റി മോൾക്ക്?’’

‘‘ചെറുതായി ഒന്നു പനിച്ചു. നെറ്റിയിൽ തുണി നനച്ചിട്ടിട്ടുണ്ട്. രാവിലെ ഡോക്ടറെ കാണിക്കാം.’’

‘‘മരുന്നൊന്നും കൊടുത്തില്ലേ?’’

‘‘പനിക്ക് ഇവിടുണ്ടായിരുന്ന മരുന്ന് കൊടുത്തിട്ടുണ്ട്. രാത്രി ആരെയും കിട്ടില്ല.’’

''സമയെത്രയായി''

''പതിനൊന്നു കഴിഞ്ഞു.''

''ഒരു കാര്യം ചെയ്യുമോ?''

''എന്താണ്?''

''ഒരു പതിനൊന്നരയ്ക്ക് കിടന്നാൽ മതി. അത്രയും സമയം എനിക്കു തരണം.''

അലീനയ്ക്കു ചെറിയൊരു പ്രതീക്ഷ വന്നു.

''ഇങ്ങോട്ടു വരുമോ?''

അയാൾ ഒന്നും പറഞ്ഞില്ല. തെല്ലുനേരം കാതിൽ നിശ്ശബ്ദത മാത്രം വീണുകൊണ്ടിരുന്നു. അലീന റിസീവർ വച്ചു. മോളെ പുതപ്പിച്ചു. പതിനൊന്നരയ്ക്കു ശേഷവും ഉറക്കം വരാതിരിക്കാൻ മുഖം തണുത്ത വെള്ളത്തിൽ കഴുകി. പലവട്ടം കുരിശു വരച്ചു.

ദൈവമേ..,

അയാൾക്കു വരാൻ തോന്നണേ.

ദീപമോളെ ഉറക്കാൻ താരാട്ടു പാടുന്നതിനിടയിൽ അവൾ മോളോടു പറഞ്ഞു.

''അങ്കിൾ വരും.''

''എപ്പോൾ?''

''ഇപ്പോൾ.''

''ആരാ പറഞ്ഞേ?''

''അങ്കിൾ തന്നെ പറഞ്ഞു.''

''മോളുറങ്ങിയാലോ.''

''അമ്മ വിളിക്കാം.''

''അങ്കിൾ അപ്പം തന്നെ പോവ്വോ?''

''പോവണ്ടാന്നു പറയാം.''

കേട്ടു കേട്ടു മോളുറങ്ങി.

പറഞ്ഞു പറഞ്ഞ് അമ്മയുറങ്ങി.

ഉറക്കത്തിലെപ്പഴോ കോളിംഗ് ബെൽ ശബ്ദിച്ചു.

തൊട്ടുവിളിച്ചപോലെ അലീന എഴുന്നേറ്റ് വാതിൽ തുറന്നു.

മുന്നിൽ ഡോക്ടർ.

പാതി വൃദ്ധനായ ഒരു ഡോക്ടർ.

ഡോക്ടർ ചിരിച്ചു.

''ഉറങ്ങി അല്ലേ, എവിടെ മോള്?''

ദീപമോളുടെ നെറ്റിയിൽ നനച്ചിട്ട തുണി മാറ്റുമ്പോൾ, നേരിയ ചൂടുള്ള നെഞ്ഞ് തടവുമ്പോൾ ഡോക്ടർ പറഞ്ഞുകൊണ്ടിരുന്നു.

''ഹോസ്പിറ്റലിൽ നിന്നും വന്നപ്പഴാ ഫോൺ വന്നത്. ഒരു ഇരുപതു മിനുട്ടു ഡ്രൈവ് ചെയ്താലേ ഇവിടെയെത്തൂ. വഴിയിൽ ചെറിയൊരു മഴയും കുടുങ്ങി. ആരാ ഫോൺ ചെയ്തത്. ഇത്രയൊന്നും പേടിക്കാൻ ഒന്നുമില്ലല്ലോ മോൾക്ക്. ഒരു പപ്പടം ചുട്ടെടുക്കാവുന്ന പനിയേ ഉള്ളൂ.''

അലീന പറഞ്ഞു.

''ഞങ്ങൾ ഭയന്നു പോയി ഡോക്ടർ.''

ആ ഉത്തരത്തിന്റെ തുടർച്ചപോലെ ടെലിഫോൺ ശബ്ദിച്ചു. അതയാളാണെന്ന് അലീനയ്ക്ക് വ്യക്തമായിരുന്നു. അവൾ റിസീവറെടുത്തു.

''വന്നു. പേടിക്കാനൊന്നുമില്ല. ചെറിയൊരു പനിമാത്രേ ഉള്ളൂ.''

''ഡോക്ടർക്കു കൊടുക്കുമോ?''

അവൾ റിസീവർ ഡോക്ടർക്കു നീട്ടി.

''മോളെങ്ങിനെയുണ്ട് ഡോക്ടർ?''

''ചെറിയൊരു പനി വന്നാൽ എങ്ങനെയുണ്ടാവുമോ അങ്ങനെയുണ്ട്. അത്രമാത്രം. ഏതായാലും മരുന്നു കൊടുക്കട്ടെ. ഉപേക്ഷ വരുത്തരുത്.''

''നന്ദി ഡോക്ടർ.''

''ഓ, എന്റെ വകയും ഓരോ നന്ദി. എന്താ.''

റിസീവർ വച്ചുകൊണ്ട് ഡോക്ടർ ചോദിച്ചു.

''ഒരു നിസ്സാര അസുഖം വരുമ്പോഴേക്കും എന്തിനാ എല്ലാവരും ഇങ്ങനെ ഭയപ്പെടുന്നത്.''

''അവരാണു ധൃതിവെച്ചത്.''

''എനിക്കു മനസ്സിലായി. വേഗം ചെല്ലുമോ എന്നാണ് എന്നോടു ചോദിച്ചത്. സംസാരം കേട്ടപ്പോൾ അനുസരിക്കാൻ തന്നെ തോന്നി.''

''എവിടുന്നാണ് ഡോക്ടറെ വിളിച്ചത്?''

''അതു ഞാൻ ചോദിച്ചില്ല. ഈ വീടു പറഞ്ഞു തന്നപ്പോൾ പെട്ടെന്നു മനസ്സിലായി.''

അലീന അതിശയിച്ചു. ഇത്രയും ദൂരെനിന്നും വരുന്നയാൾക്കു വ്യക്തമായി പറഞ്ഞുകൊടുക്കാൻ മാത്രം ഈ വീടെങ്ങനെ അയാൾക്കു മനസ്സിലായി.

ഡോക്ടർ ചോദിച്ചു.

“ആളെന്താ ഇത്ര വൈകുന്നത്? സാധാരണ വൈകിയാണോ എത്താറ്?”

“ആര് ഡോക്ടർ?”

“എനിക്ക് ഫോൺ ചെയ്ത ആൾ.”

അലീന എന്തു പറയണമെന്നറിയാതെ നിന്നു. സത്യം പറഞ്ഞാലോ. അല്ലെങ്കിൽ ഒരു യുക്തി പറഞ്ഞാലോ.

“വരാറേ ഇല്ല ഡോക്ടർ.”

“വരാറേ ഇല്ല?”

“ഇല്ല.”

“അതെന്താ?”

“എന്തോ, വരാറില്ല. മോളോടാണ് അടുപ്പം. എനിക്കുള്ള ബന്ധം അതാ ആ ചിത്രത്തോടെ തീർന്നു. അതിനപ്പുറം എനിക്കൊന്നും അറിയില്ല.”

അലീനയുടെ സംസാരത്തിലെ പതറിച്ച അയാളറിഞ്ഞു,

കണ്ണു തിളങ്ങി.

“അത്ഭുതമായിരിക്കുന്നു. നിങ്ങൾ കണ്ടിട്ടേ ഇല്ല?”

“ഇല്ല.”

“എന്നോടു പറഞ്ഞതു മകൾക്കു സുഖമില്ലെന്നാണ്. മകളോടുള്ള ഗാഢബന്ധം ആ സംസാരത്തിൽ ഞാൻ കണ്ടു. അല്ലെങ്കിൽ ഇത്രയും ദൂരം ഈ അർദ്ധരാത്രി ഞാൻ ഡ്രൈവ് ചെയ്യില്ലായിരുന്നു. കണ്ടില്ലേ മഴ.”

പോകാൻനേരം ഡോക്ടർ ചുമരിലെ ചിത്രവും നോക്കി നിമിഷനേരം നിന്നു.

“നന്നായിരിക്കുന്നു. വരയ്ക്കാൻ കഴിയുന്നത് ഒരപൂർവ്വ ഭാഗ്യമാണ്.”

സാരി തലവഴി പുതച്ചു ചാറൽമഴകൊണ്ടു കാറിന്നരികിൽവരെ ഡോക്ടറോടൊപ്പം അലീന ചെന്നു. തണുത്ത കാറ്റേറ്റ് ചെറുതായി വിറയ്ക്കേ ഡോക്ടർ പറഞ്ഞു.

''എന്റെ ഫീസ് ഇനി കാറിൽ കയറാൻനേരം വച്ചുനീട്ടണ്ട. അത് എനിക്കു ഫോൺ ചെയ്ത അളുതന്നെ കൊണ്ടുവന്നു തരട്ടെ.''

''വരുമെന്നുറപ്പുണ്ടോ ഡോക്ടർക്ക്?''

''അത്തരം ഉറപ്പില്ലെങ്കിൽ പിന്നെങ്ങനാ കുട്ടീ നമുക്കൊക്കെ ജീവിക്കാൻ കഴിയുന്നത്?''

കാർ അകന്നു.

അതിന്റെ ചുകന്ന വെളിച്ചം മഴയിൽ കുതിർന്നലിഞ്ഞു.

ഡോക്ടർ വന്നതും നനഞ്ഞ തുണി എടുത്തുമാറ്റിയതും ഒന്നും ദീപമോൾക്ക് ഓർമ്മയുണ്ടായിരുന്നില്ല. രാവിലെ ഉണർന്നതും അവൾ അങ്കിളിനെ കാണാൻ കഴിയാത്തതിൽ വാശിപിടിച്ചു കരയാൻ തുടങ്ങി.

അമ്മയെന്നെ വിളിച്ചില്ലാ...

അവൾ നിർത്താതെ കരഞ്ഞു.

''അങ്കിൾ വന്നില്ല മോളേ..''

''ഇല്ല. വന്നു. ഞാൻ കണ്ടതാ.''

''എന്നിട്ടെന്താ എണീക്കാഞ്ഞേ.''

''ദീപമോള് ഉറങ്ങിപ്പോയി.''

അലീനയുടെ ചിരിയും ദീപമോളുടെ കരച്ചിലും ഒപ്പത്തിനൊപ്പമായി. അതിനിടയിലാണ് അയാൾ വിളിച്ചത്. അലീന പരിഭവം പറഞ്ഞു.

''ഇന്നലെ രാത്രി ഇവിടെ വന്നെന്നും പറഞ്ഞ് മോള് കരച്ചിലാണ്. എത്ര പറഞ്ഞിട്ടും അവൾ സമ്മതിക്കുന്നില്ല.''

''ഞാൻ പറയാം മോളോട്.''

''വന്നിട്ടില്ലെന്നു പറയുന്നതിനു പകരം ഒന്നു വന്നൂടെ?''

അപ്പോഴും അയാൾ പറഞ്ഞു.

''ഞാൻ പറയാം അവളോട്.''

അലീനയ്ക്ക് ഒന്നും പറയുവാനുണ്ടായിരുന്നില്ല.

ദീപ ഉച്ചത്തിൽ ചോദിച്ചു.

''അങ്കിൾ വന്നിരുന്നോ?''

''ആരു പറഞ്ഞു?''

''അങ്കിൾ വരുംന്ന് അമ്മ പറഞ്ഞല്ലോ.''

''അങ്കിൾ വന്നാൽ മോള് കാണാതിരിക്ക്യോ?''

''മോള് ഉറങ്ങിപ്പോയി അങ്കിൾ.''

''അതെയോ?! എന്നിട്ടെപ്പഴാ ഉണർന്നേ?''

''ഇപ്പോ.''

''പനി മാറിയോ?''

''ഉം..''

''മരുന്നു കുടിച്ചോ?''

''ഉം.''

''മധുരം ണ്ടോ?''

''ഉം.''

''ഇൻജക്ഷൻ കിട്ടിയോ?''

''ഇല്ല.''

''വേണോ?''

''വേണ്ട.''

ദീപമോൾ ഭയന്നുപോയി. ആ ഉത്തരത്തിൽ ഒരു ഇൻജക്ഷന്റെ വേദന അവൾ കാണിച്ചു. അലീന അതിശയിച്ചു.

''എന്താ മോള് വേണ്ടാന്നു പറഞ്ഞത്?''

''ഇൻജക്ഷൻ വേണോന്ന് ചോദിക്കണ്!''

അലീന അവളോട് സ്വകാര്യം പറഞ്ഞു.

''അങ്കിളിനോട് വരാൻ പറ.''

''അങ്കിള് വര്വോ?''

''ആരാ ചോദിച്ചത്?''

''അമ്മ.''

''എന്തിനാ വരുന്നത്?''

ദീപയും അത് അലീനയോട് ആവർത്തിച്ചു.

''എന്തിനാ വരുന്നത്?''

അലീനയ്ക്ക് ഉത്തരമില്ലായിരുന്നു. ആദ്യമായി കേൾക്കുന്ന പോലെ അവൾ മോളെ നോക്കി. മനസ്സിൽ തിരപോലെ പൊങ്ങിയ ചിരി കണ്ണുകളിൽ പ്രകാശമായി മാറി. ദീപമോൾ ചോദിച്ചുകൊണ്ടിരുന്നു. എന്തിനാ വരുന്നത്... എന്തിനാ വരുന്നത്...

അലീന ഉത്തരം പറഞ്ഞില്ല.

ദീപമോൾ അയാൾക്കു മറുപടി കൊടുത്തു.

''അമ്മ ഒന്നും പറയണില്ല.''

അവൾ വീണ്ടും അലീനയോടു ചോദിച്ചു.

''എന്തിനാ വരുന്നത്?''

അലീന ചിരിച്ചു.

''അമ്മ ഒന്നും പറയണില്ല അങ്കിൾ''

ദീപമോൾക്ക് ഉത്തരം കിട്ടിയില്ല.

''അമ്മ ഒന്നും പറയണില്ല അങ്കിൾ....''

അയാൾ അങ്ങേത്തലയ്ക്കൽ നിശ്ശബ്ദനായപോലെ ദീപമോൾ റിസീവർ നോക്കി. കളിപ്പാട്ടം നഷ്ടപ്പെട്ട കുട്ടിയുടെ ദുഃഖം മുഖത്ത് പടർന്നു.

''ഒന്നും കേൾക്കണില്ല.''

അലീനയുടെ ചിരി മാഞ്ഞു. അവൾ റിസീവർ വാങ്ങി.

ഹലോ.. ഹലോ.. ഹലോ..

ശരിയാണ്. ഒന്നും കേൾക്കുന്നില്ല. അയാൾ എവിടെയോ ഉറങ്ങി വീണപോലെ. ഏതോ ജാലകത്തിന്നപ്പുറം ഒളിച്ചു നിൽക്കുന്നതുപോലെ. ദീപയും അലീനയും വിഭ്രാന്തിയോടെ മാറി മാറി വിളിച്ചുകൊണ്ടിരുന്നു. അതിനു മുൻപുതന്നെ അയാളുടെ ശബ്ദം അതിനുള്ളിലെങ്ങോ അവ്യക്തമായിക്കഴിഞ്ഞിരുന്നു. ദീപമോൾ കരയാൻ തുടങ്ങി.

''അങ്കിൾ ഇനിയും വിളിക്കും. ലൈൻ കട്ടായതല്ലേ.''

''അതെങ്ങനാ കട്ടായത്. വേണ്ട... എനിക്ക് അങ്കിളിനെ വേണം.''

''അങ്കിൾ വിളിക്കുംന്ന് പറഞ്ഞില്ലേ..''

''എപ്പോ?''

''വിളിക്കും. എന്തായാലും വിളിക്കും. വിളിക്കാതിരിക്കില്ല.''

അതിനപ്പുറം എങ്ങനെ ദീപമോളെ ആശ്വസിപ്പിക്കണമെന്നറിയാതെ അലീന വിഷമിച്ചു. കരഞ്ഞുകൊണ്ടുതന്നെ ദീപമോൾ പഴയ പോലെ അറിയാത്ത നമ്പർ കറക്കാൻ തുടങ്ങി. അലീന അവളെയെടുത്ത് ഒരു വശം മാറി. അവളുടെ കരച്ചിലും അലീനയുടെ ഹൃദയമിടിപ്പും വീടിന്റെ ഒഴിഞ്ഞ അകങ്ങളിലും തോട്ടത്തിലെ തണലിലും കളിപ്പാട്ടങ്ങളുടെ ചലനങ്ങളിലും ക്രമേണ ക്രമേണ ഇല്ലാതായി.

ടെലഫോൺ ശബ്ദിച്ചതേയില്ല.

അയാൾ വിളിച്ചതേയില്ല.

വരുമെന്ന് അയാൾ പറഞ്ഞതേയില്ല.

എന്തിനു വരുന്നുവെന്ന് അലീനയ്ക്ക് പറയുവാൻ കഴിഞ്ഞതേയില്ല. ടെലഫോൺ തെറ്റുചെയ്തവനെപ്പോലെ നിശ്ശബ്ദം ഇരുന്നു.

അലീന അന്ന് ലീവെടുത്തു, ദീപമോളെ സ്കൂളിലാക്കി അവൾ ധൃതിയിൽ തിരിച്ചു വന്നു. അയാൾ വിളിച്ചാലോ. എന്തെങ്കിലും പറയുന്നതിന്നു മുൻപു തന്നെ ശബ്ദം നിലച്ചാലോ.

സന്ധ്യവരെ അയാൾ വിളിച്ചില്ല.

രാത്രിയായി.

ആകാശത്തു നക്ഷത്രങ്ങൾ ഏറെയായി.

അയാൾ വിളിച്ചില്ല.

രാത്രിയിൽ അലീന ടെലിഫോണിന്നരികിൽ തപസ്സിരുന്നു. ദീപമോൾ ചെയ്തതുപോലെ നമ്പറുകൾ തലങ്ങും വിലങ്ങും കറക്കി അയാൾക്കായി, അയാളുടെ ശബ്ദത്തിനായി കാതോർത്തു. റിസീവറെടുക്കുന്ന ഓരോ ഹലോ വിളിയും അപസ്വരമാണെന്നറിയവെ അവൾ അടുത്ത നമ്പരിലേക്കു വിരൽ ചലിപ്പിച്ചുകൊണ്ടിരുന്നു. വിരൽ വേദനിച്ചു തുടങ്ങി. ചോര കിനിയുന്ന സുഷിരങ്ങൾ വീണു തുടങ്ങി. അതിന്റെ നനവ് ഹൃദയത്തിൽ പടർന്നു തുടങ്ങി.

പ്രഭാതം.

ജനലരികിൽ നിൽക്കുമ്പോൾ, ഓരോ പ്രഭാതവും ഓരോ വിധമാണെന്ന് അലീനയ്ക്ക് തോന്നി. മനുഷ്യരുടെ മുഖം പോലെ. മുൻവശത്ത് ഒരു കാറ് വന്നു നിന്നു. ഇറങ്ങിയത് പഴയ ഡോക്ടർ. ഒപ്പം ഒരു തടിയനും.

അലീന വാതിൽക്കൽ ചെന്നു.

ഡോക്ടർക്ക് അന്നു രാത്രി കണ്ട മഴ നനഞ്ഞ ചിരി തന്നെ.

‘‘ഞങ്ങൾക്ക് അകത്തേക്ക് വരാലോ.’’

‘‘തീർച്ചയായും.’’

അവർ അകത്തു വന്നു.

ചുമരിലെ ചിത്രത്തിന്നരികിൽ വന്നു.

തടിയൻ അതിൽ സാവകാശം വിരലോടിച്ചു.

ഡോക്ടർ പറഞ്ഞു.

''ഇതാണ് ചിത്രം.''

തടിയൻ ചിരിച്ചു.

''ഇതു തന്നെ ആള്. പക്ഷേ ഇതിൽ മുഖത്തൊരു ജീവന്റെ ലക്ഷണമുണ്ട്. ഐശ്വര്യമുണ്ട്.''

''അത് വരച്ചയാളുടെ മനസ്സിന്റെ നന്മയാണ്. ഇതുതന്നെയാണോ ആള്?''

''ഇതു തന്നെ.''

അലീന അമ്പരന്നു.

ഇവരെന്താണ് സംസാരിക്കുന്നത്.

കൂടെ വന്നിരിക്കുന്നത് ആരാണ്.

തടിയൻ അലീനയോട് ചോദിച്ചു.

''ബന്ധുവാണോ?''

''അതെ.''

''എന്നുവെച്ചാൽ ആരായി വരും?''

അലീന മനസ്സിൽ കണക്കുകൂട്ടി.

''എന്റെ എല്ലാമായ് വരും.''

തടിയൻ കീഴടങ്ങിയവനെപോലെ ഡോക്ടറെ നോക്കി. ഡോക്ടർ അവൾക്കരികിലേക്കു വന്നു സാവകാശം പറഞ്ഞു.

''പറയുന്നതുകൊണ്ട് തെറ്റിദ്ധരിക്കരുത്. ആ ചിത്രത്തിലുള്ള ആൾ ഒരു ക്രിമിനൽപുള്ളിയാണ്. അസുഖം കാരണം ഇത്രയും ദിവസം ആശുപത്രിയിൽ പൊലീസ് കസ്റ്റഡിയിലായിരുന്നു. അയാളുടെ ആഗ്രഹം കാരണം അരികിലൊരു ടെലഫോണും വെച്ചുകൊടുത്തു.''

''എന്നിട്ട്.''

''അയാൾ തടവിൽ നിന്നും ചാടിപ്പോയി. രണ്ടു ദിവസമായി. പൊലീസ് അന്വേഷിക്കുന്നുണ്ട്. വന്നു കയറാൻ സാദ്ധ്യതയുള്ള ഒരേ ഒരു സ്ഥലം ഈ വീടാണ്. അത് ഉറപ്പുവരുത്താനാണ് എന്നോടൊപ്പം അവർ വന്നത്.''

അലീന സാവകാശം മറുപടി പറഞ്ഞു.

''അതയാളാണെങ്കിൽ ഈ വീട്ടിൽ വന്നു കയറുന്നതിനുമുമ്പേ, കഴിയുമെങ്കിൽ അവരോടു പിടിക്കാൻ പറഞ്ഞോളൂ. ഇതിൽ കയറി

ക്കഴിഞ്ഞു പിടിക്കാനാണെങ്കിൽ അയാളെ കിട്ടാനായി നിങ്ങൾക്കെന്റെ നെഞ്ചു പിളർക്കേണ്ടിവരും.''

അലീന പുറത്തേക്കുള്ള വാതിൽ ചൂണ്ടി.

അവർക്കു പിറകിൽ സാവകാശം വാതിൽ ചേർത്തടയ്ക്കുമ്പോൾ, അകത്തെ ഒഴിഞ്ഞ മുറിയിൽ ടെലിഫോൺ ശബ്ദിക്കുന്നത് അവൾക്കു മാത്രം കേൾക്കാറായി.

■

(ഈ ചെറുനോവൽ
തിരക്കഥയോടൊപ്പം ചേർക്കാൻ
അനുവാദം തന്നതിന്
മാതൃഭൂമി ബുക്സിനു നന്ദി.)

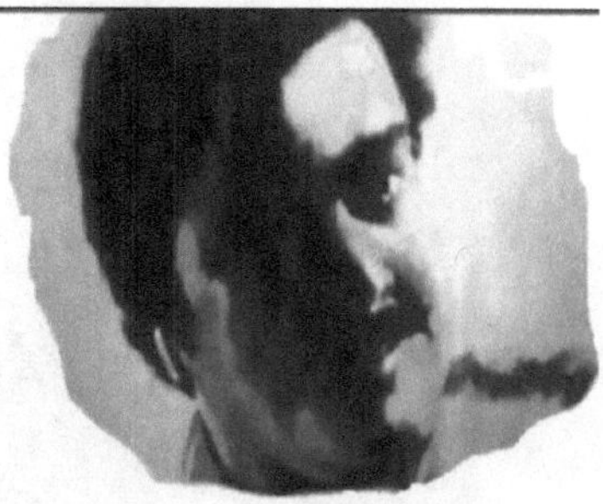

നേഴ്സറി ക്ലാസിലെ കസേരയിൽ മുഖം അമർത്തി അമ്മയെ കാത്തിരിക്കുകയാണ് ദീപമോൾ. ആ മുഖം നിറയെ തനിക്കൊരു കൂട്ടില്ലല്ലോ എന്ന ദുഃഖം മാത്രം.

തിരക്കഥ ആരംഭിക്കുന്നു

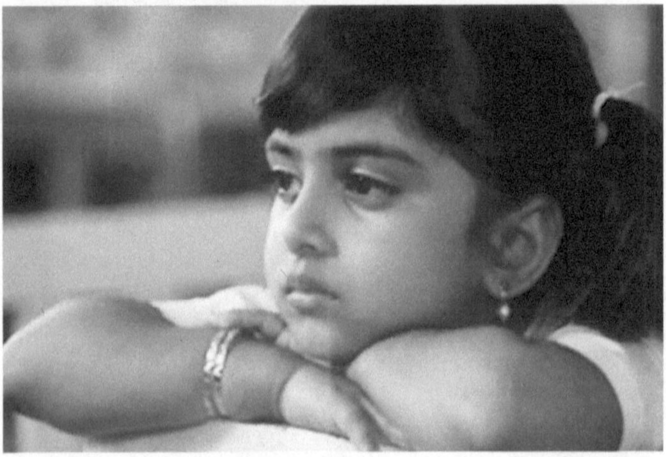

ഈ സിനിമയിൽ ദീപമോളായി വന്നത് ഗീതുമോഹൻദാസ് ആണ്. അച്ഛന്റെ പേരാണ് മോഹൻദാസ്. അദ്ദേഹം നല്ലൊരു കലാസ്നേഹിയും നടനുമായിരുന്നു. ശ്രീ അരവിന്ദന്റെ സിനിമയിലായിരുന്നു അദ്ദേഹം കുടുതലും പ്രത്യക്ഷപ്പെട്ടതെന്നാണ് എന്റെ ഓർമ്മ. രസികനും നല്ലൊരു ചങ്ങാതിയും ആയിരുന്നു അദ്ദേഹം. എനിക്ക് അദ്ദേഹത്തെ വളരെ ഇഷ്ടമായിരുന്നു.

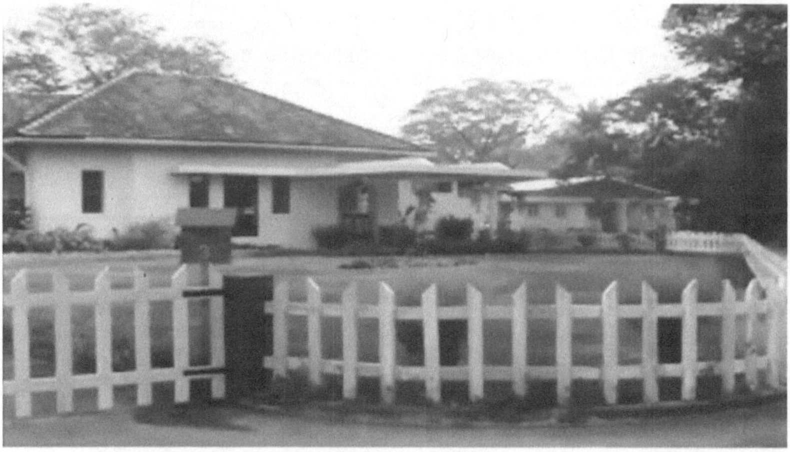

1

അലീനയും ദീപമോളും മാത്രം താമസിക്കുന്ന വെളുത്ത വേലിയും കുഞ്ഞുതോട്ടവുമുള്ള മനോഹരമായ കൊച്ചുവീടിന്നകത്ത് അവരുടെ ടെലഫോൺ ശബ്ദിക്കുന്നു. അതെടുക്കാൻ അവിടെ ആരുമില്ല. ആ വീട് അടഞ്ഞു കിടക്കുന്നു. വീടിന്നകത്ത് അഴകോടെ വെച്ചിരിക്കുന്ന അവരുടെ ഗ്രാന്റ്പിയാനോയിലും പ്രാർത്ഥനാമുറിയിലും യേശു അനുഗ്രഹിച്ചു നിൽക്കുന്ന രൂപക്കൂടിലും അതിന്നരികിലായി ചുമരിൽ തൂക്കിയിട്ട അലീനയും ജോസുകുട്ടിയും കൊച്ചുകുഞ്ഞായ ദീപമോളും ഒരുമിച്ചുള്ള ഫോട്ടോയിലും അലീന ചിത്രം വരയ്ക്കാറുള്ള മുറിയിലും മുറിക്കകത്തെ മേശയിലും ബ്രഷുകളിലും ചായം പുരണ്ട ബ്രഷുകൾ കഴുകാൻ സമർപ്പിക്കുന്ന പളുങ്കുഗ്ലാസിലെ നിറം വീഴാത്ത ജലത്തിലും വിശാലമായ ഊണുമുറിയിലും തീൻമേശയ്ക്കു ചുറ്റും നിരത്തിയ കസേരകളിൽനിന്നും എന്തോ കാരണവശാൽ ചുമരോട് ചേർത്ത് ആദരവോടെ മാറ്റി വെച്ചിരിക്കുന്ന ജോസുകുട്ടിയുടെ കസേരയിലും അലീനയുടെ പഠനമുറിയിലെ ഭംഗിയുള്ള മേശയിലും മേശമേൽ റോസാപ്പൂക്കൾക്കരികിലായി കാണുന്ന ജോസുകുട്ടിയും അലീനയും ഒന്നു ചേർന്നുള്ള ഫോട്ടോയിലും എല്ലാം ടെലഫോൺ ശബ്ദം വീണുകൊണ്ടിരിക്കുന്നു.

വെളുത്ത വേലിയാൽ അതിരു തിരിച്ച വീടാണത്. ജനലുകളും വാതിലുകളും അടച്ചിരിക്കുന്ന വീടിന്റെ ഗെയ്റ്റിന്നരികിൽ അവർക്കുള്ള കത്തുകൾ പോസ്റ്റ്മാന് കൊണ്ടുവന്നിടാനുള്ള ചുകന്ന

എഴുത്തു പെട്ടി കാണാം. പറന്നകലുന്ന ഒരു പക്ഷിയുടെ* കരച്ചിലിനോടൊപ്പം ആരും എടുക്കാതെ വീടിന്നകത്ത് ആ ടെലഫോൺ ശബ്ദം നിലച്ചു.

2

നഗരത്തിലെ തിരക്കിലൂടെ വരുന്ന അലീന നിരത്ത് മുറിച്ചു കടക്കേ പാതി വഴിയിൽ എത്തിയതും കയ്യിലെ ചെറുബാഗ് തുറന്ന് എന്തോ മറന്നതുപോലെ തിരഞ്ഞു. തിരയുന്നത് അതിൽ ഇല്ലെന്നറിയുന്നതും പരിഭ്രമത്തോടെ പാതി വഴിയിൽ വന്നവഴിയേ തിരിഞ്ഞു. കാൽനടപ്പാതയിലൂടെ ഓടി അലീന തന്റെ ഓഫീസിലേക്ക് കയറി. അത് അലീന ജോലി ചെയ്യുന്ന പ്രിസം അഡ്വർടൈസിങ്ങ് എന്ന പരസ്യക്കമ്പനിയാണ്.

തുറന്നു കിടക്കുന്ന ഓഫീസിന്നകത്തേക്ക് അലീന കടന്നു വന്നു, അകത്ത് ആരുമില്ല. അലങ്കാരമായി വെച്ചിരിക്കുന്ന ഒരു പുരാതന ക്ലോക്കിന്റെ ശബ്ദം മാത്രം അവളുടെ ഹൃദയമിടിപ്പുപോലെ കേൾക്കാം. ഉൾഭയത്തോടെ തന്റെ ക്യുബിക്കിളിലേക്ക് ചെല്ലുന്ന അലീനയെ പിറകിൽ നിന്നും കടന്നു വന്ന എലിസബത്ത് പെട്ടെന്ന് ശബ്ദത്തോടെ കെട്ടിപ്പിടിച്ചു. ഭയന്ന അലീന ഇരിപ്പിടത്തിലേക്ക് ഓടിവന്ന് ഇരുന്നു പോയി. ആ ഭയം എലിസബത്തിനെ രസിപ്പിച്ചു. മേശമേൽ വെച്ചിരുന്ന കടലാസെടുത്ത് എലിസബത്ത് അവളെ കാണിച്ചു. അത് ദീപമോൾക്ക് കൊടുക്കാൻ എലിസബത്ത് വരച്ച ഒരു ചിത്രമായിരുന്നു.

എലിസബത്ത് : ഇത് മറന്നു വെച്ചത് കണ്ടപ്പഴേ നീ തിരിച്ചു വരുംന്ന് എനിക്കറിയാം. അല്ലെങ്കിൽ ഇത്ര കഷ്ടപ്പെട്ട് ഞാനിവിടെ ഒളിച്ചിരിക്ക്യോ?

അലീന : പേടിക്കൂലാ പേടിക്കൂലാന്ന് കരുതിയാ വന്നത്. എന്നാലും പേടിച്ചു.

എലിസബത്ത് : തിരക്കിനിടയിൽ എത്ര കഷ്ടപ്പെട്ടാ ഞാനീ കിളിയേയും പട്ടിയേയും പൂച്ചയേയും മോൾക്കു വേണ്ടി വരച്ചതെന്നറിയ്യോ..

അലീന : ഇങ്ങ് താ. നീ ഇറങ്ങുന്നുണ്ടോ...? വേഗം പോണം. മോളവിടെ തനിച്ചാ.

എലിസബത്തിന്റെ സമ്മതത്തിന് കാത്തുനിൽക്കാതെ അലീന പുറത്തേക്ക്.

---

* ഈ പക്ഷിയുടെ ശബ്ദം അലീനയുടെ മനസ്സുമായി ബന്ധപ്പെട്ടിരിക്കുന്നു.

3

നേഴ്സറി ക്ലാസിലെ കസേരയിൽ മുഖം അമർത്തി അമ്മയെ കാത്തിരിക്കുകയാണ് ദീപമോൾ. ആ മുഖം നിറയെ തനിക്കൊരു കൂട്ടില്ലല്ലോ എന്ന ദുഃഖം. അമ്മയുടെ ദീപാ... എന്ന ശബ്ദം. പെട്ടെന്നാ മുഖം വിടർന്നു. മമ്മീ... എന്ന വിളിയോടെ ദീപമോൾ അലീനയെ ഓടിച്ചെന്ന് കെട്ടിപ്പിടിച്ചു. ഒരു പകൽനേരത്തെ വിരഹത്തിനു ശേഷം അമ്മയും മകളും ഒന്നു ചേർന്നു.

അലീന : ഇന്ന് മമ്മി വൈകീട്ടൊന്നും ഇല്ല. മോള് പേടിച്ചോ...

ദീപമോൾ ഇല്ലെന്ന് മൂളി. മോളെയും എടുത്ത് നടക്കേ അലീന അവൾക്ക് എലിസബത്ത് വരച്ച ചിത്രം കാണിച്ചു.

അലീന : എലിസബത്ത് ആന്റി ഇന്ന് മോൾക്ക് എന്തൊക്കെയാ വരച്ചു തന്നതെന്ന് നോക്ക്. ഒരു പൂച്ച..!! ഒരു കിളി..!!

ദീപമോളുടെ പിടിവിട്ട് ചിത്രം പറന്നു.

ദീപമോൾ : അയ്യോ.. കിളി പറന്നു പോയി..

അലീന കിളിയെ തിരിച്ചെടുത്തു.

അലീന : നിന്റെ എലിസബത്താന്റി വരച്ചാ ഏത് കിളിയും പറന്നു പോകും. ശരിക്കും പിടിച്ചൂടെ..?

പുറത്തേക്കിറങ്ങവേ പിറകെ മദർസുപ്പീരിയർ സൗഹൃദത്തോടെ ഇറങ്ങി വന്നു. അവർക്കാ അമ്മയും മകളും ഒരു നിത്യ കാഴ്ച്ചയാണ്.

മദർ : ഇന്നെത്ര പടം കിട്ടി..?

ദീപമോൾ : രണ്ട് പടം.

മദർ : പാല് കുടിച്ചോ.. അതോ ഇന്നലത്തെ പോലെ വാശി പിടിച്ച് ഇരുന്നോ..?

അലീന : ഇന്നെന്റെ മോള് വാശിയൊന്നും പിടിച്ചിട്ടില്ല. അല്ലേ മോളേ..?

അതേയെന്ന് ദീപയും.

മദർ : കുട്ടികളൊക്കെ പോയിക്കഴിഞ്ഞാ പിന്നെ അലീന വരുന്നതുവരെ ഞങ്ങളെയൊക്കെ ഭരിക്കുന്നത് ദീപമോളാ.

ദീപമോളോടായി)

അല്ലേ...? അങ്ങനെയല്ലേ..?

പോകാനുള്ള ധൃതിയോടെ അലീന സംസാരം മുറിച്ചു.

അലീന : പോട്ടെ മദർ. ഇന്നു കുറച്ചു വൈകി.

മദർ സുപ്പീരിയർ : അലീനയുടെ വീട് വിൽക്കാനുണ്ടോന്ന് ചോദിച്ച് ഇന്നും ഒരാൾ ഇവിടെ വന്നിരുന്നു. ഉദ്ദേശ്യം എന്താണെന്ന് പറയണം. നാളെയും അയാൾ ഇവിടെ വരും. ഞാനെന്താ പറ യേണ്ടത്..?

അലീന വല്ലാതായി.

അലീന : എനിക്കങ്ങിനെ യാതൊരു ഉദ്ദേശ്യവും ഇല്ലെന്ന് പറയണം. മദറെന്തിനാ ഇതി നൊക്കെ ഉത്തരം പറയാൻ പോണത്...? ആ വീട് ഞാൻ വിൽക്കില്ല. അതെങ്ങനാ മദർ എനിക്ക് വിൽക്കാൻ കഴിയാ..?

ആ ചോദ്യം മദറിനെ വേദനിപ്പിച്ചു. വീടിനോടുള്ള ആത്മബന്ധം അലീനയുടെ വാക്കുകളിൽ ഉണ്ട്. അകലെ പ്രാർത്ഥനയ്ക്കൊപ്പം പള്ളിമണി മുഴങ്ങി. മദർ അലീനയെ ആശ്വസിപ്പിച്ചു.

മദർ : ശരി, ഞാനത് ചോദിച്ചില്ല. എന്നാലും കുട്ടി ഒരു കാര്യം മനസ്സിലാക്കണം. ആ വീടാണ് നിന്റെ മനസ്സിനെ എപ്പോഴും ഇങ്ങനെ വിഷമിപ്പിക്കുന്നത്. അവിടെ ഇങ്ങനെ തനിച്ചു കഴിയാതെ എല്ലാറ്റിനും നല്ല നില യിൽ ഒരു തീരുമാനം എടുത്തൂടെ..

അലീന ആ ചോദ്യത്തിലെ സ്നേഹവും വേദനയും ഉൾക്കൊണ്ടു.

അലീന : എല്ലാ തീരുമാനങ്ങളും എടുക്കാം. മദർ. ഇവളൊന്നു വളർന്നോട്ടെ.

മദർ തുടർന്നൊന്നും പറഞ്ഞില്ല.

അലീന കാത്തു നിന്ന ഓട്ടോയിൽ കയറി.

4

ഓട്ടോയിൽ വന്നിറങ്ങുന്ന അലീനയെയും ദീപമോളെയും വീടിന്ന കത്തെ അടച്ചിട്ട ജാലകത്തിന്റെ കണ്ണാടിയിലൂടെ വീടിനു കാണാം. വീടും അവരെ കാത്തിരിക്കുകയാണ്. ഓട്ടോയിൽ നിന്നിറങ്ങി ഗെയ്റ്റിന്നരികിലെ എഴുത്തുപെട്ടിയിൽ എഴുത്ത് ഉണ്ടോന്നു ദീപ മോൾ നോക്കി.

ദീപമോൾ : ഇന്നും ദീപമോൾക്ക് ആരും കത്തയച്ചിട്ടില്ല.

അലീന വീടിന്റെ വാതിൽ തുറക്കേ ദീപമോൾ ചോദിച്ചു.

രാവിലെ പൂട്ടും വൈന്നേരം തുറക്കും. രാവിലെ പൂട്ടും വൈന്നേരം തുറക്കും എന്തിനാ എപ്പഴും അടച്ചിട്ടിരിക്കുന്നേ?

അലീന : തുറന്നിട്ടാലേ നമ്മള് പോയാ പിന്നെ അകത്താരാ ഉള്ളത്. നമ്മളോട് സ്നേഹം ഉള്ള ആരും അകത്തില്ലാതെ വീടെങ്ങിനാ തുറന്നു വെക്കുന്നത്. വീടിന് പേടിയാവൂലേ. അതാ അടച്ചിടുന്നത്.

വാതിൽ അകത്തു നിന്നും അടയ്ക്കാനായി അലീന ദീപമോളോട് സമ്മതം ചോദിച്ചു.

അടയ്ക്കട്ടെ...

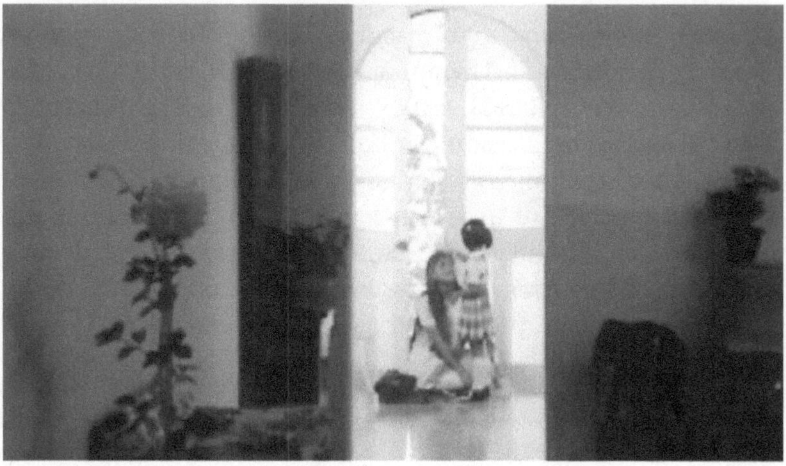

വേണ്ട.. വേണ്ടെന്ന് പറഞ്ഞ് ദീപമോൾ ബഹളം വെച്ചു. പുഞ്ചിരിയോടെ അലീന വാതിൽ അടച്ചു. അടയുന്ന ശബ്ദം വീടിന്നകം നിറഞ്ഞു നിന്നു.

5

കുളിപ്പിച്ചു കഴിഞ്ഞ ദീപമോളെയും എടുത്ത് അലീന കട്ടിലിൽ ഇരുന്നു. അലീനയിൽ നല്ല ക്ഷീണമുണ്ട്. മോളോടൊപ്പം കളിക്കാൻ വയ്യ. മോളെ തനിച്ച് വിട്ട് അവൾക്കിനി പ്രാർത്ഥിക്കണം. കിടപ്പുമുറിയുടെ ഒരു വശത്തു തന്നെയാണ് പ്രാർത്ഥനാ രൂപക്കൂട്. അതിന്നു മുന്നിലാണ് ജോസുകുട്ടിയുടെ ഗ്രാന്റ് പിയാനോ. പുറത്ത് തോട്ടവും തോട്ടത്തിലേക്ക് തുറക്കുന്ന വലിയ ജാലകവും ആ വശത്ത് കാണാം. വളരെ അടുക്കും ചിട്ടയുമുള്ള കിടപ്പുമുറിയാണത്. ദീപമോളെ കട്ടിലിൽ ഇരുത്തി അലീന ഉടുപ്പിടുവിച്ചു.

അലീന : മമ്മി പ്രാർത്ഥിച്ചു വന്നിട്ട് മോൾക്ക് ചോറു തരാം. അതുവരെ മോള് ഇവിടിരുന്ന് കളി.

ദീപമോൾ : എന്തു കളി..?

അലീനയും ചിന്തിച്ചു.

അലീന : എന്തു കളിയാ കളിക്ക്യാ..? ഒരു കാര്യം ചെയ്യാം. മമ്മിയെപോലെ മോള് പടം വരച്ച് കളിച്ചോ.. ഇതാ ഇതില് വരച്ചോ.

കട്ടിലിൽ കിടന്നിരുന്ന പുസ്തകവും ചായപ്പെൻസിലും അലീന ദീപയ്ക്കു മുന്നിലേക്ക് നീക്കിവെച്ചു. സ്വന്തം തലയിൽ ക്ലിപ്പ് ചെയ്ത മുടിപ്പിന്നെടുത്ത് മുടിയിൽ വെച്ചു കൊടുത്ത് അലീന പ്രാർത്ഥനയ്ക്കായി എഴുന്നേറ്റു. തന്നെ തനിച്ചാക്കി പോകുന്ന അമ്മയെ ദീപമോൾ നോക്കി ഇരുന്നു. ചുമരിലെ ക്ലോക്കിൽ നിന്നും പുറത്തു വന്ന് തല നീട്ടി ക്ലോക്കിലെ പക്ഷി സമയം വിളിച്ചു കൂവി. അവൾക്കാ ശബ്ദം രസിച്ചു. പക്ഷി തിരിച്ചു പോയതും അവളുടെ നോട്ടം മേശമേൽ പപ്പയുടെ കുഞ്ഞു ചിത്രങ്ങളിലേക്ക് മാറി. അവിടെയും തങ്ങി നിൽക്കാതെ നോട്ടം വീണ്ടും അമ്മയിലേക്ക് തന്നെ മാറി.

അമ്മ യേശുവിന്നു മുന്നിൽ തിരി തെളിക്കുന്നു. ആ മുഖം ഉള്ളിൽ വേദന മറച്ചു പിടിച്ചിരിക്കുന്നു. ഇപ്പോൾ മറ്റൊരു ക്ലോക്കിന്റെ ശബ്ദം മുറി നിറയെ. ദീപമോളുടെ ശ്രദ്ധ ആ ഗ്രാന്റ്ഫാദർ ക്ലോക്കിലേക്ക്

മാറി. അധിക നേരം അവിടെയും തങ്ങി നിൽക്കാതെ അവളുടെ നോട്ടം അതിനരികിൽ അഴകാർന്നൊരു കൊച്ചുമേശമേൽ വെച്ചിരിക്കുന്ന ഭംഗിയുള്ള ടെലഫോണിലേക്ക് മാറി.

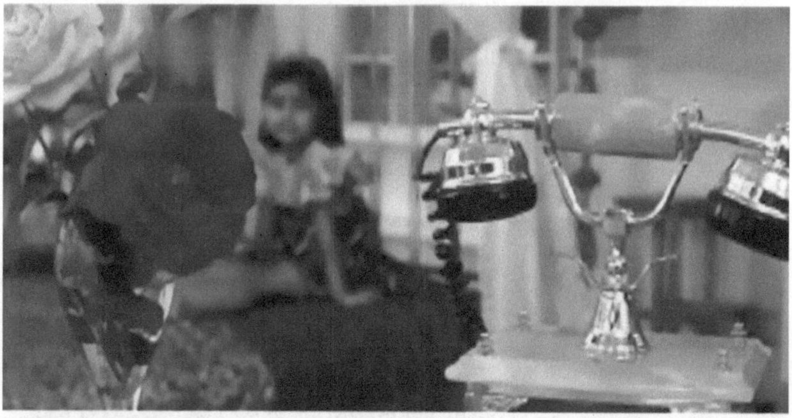

ചെറു പുഞ്ചിരിയോടെ ദീപമോൾ ടെലഫോണും നോക്കി ഇരുന്നു. അവളുടെ ശ്രദ്ധ ടെലഫോണിലേക്ക് ആവാഹിച്ചപോലെ അന്തരീക്ഷം നിശ്ശബ്ദമായി. സ്ഥിരമായി നടത്തിക്കൊണ്ടിരിക്കുന്ന ആ കളി കളിക്കാനായി കട്ടിലിൽ നിന്നും ഇറങ്ങി വന്ന് ദീപമോൾ റിസീവർ എടുത്തു. അപ്പോൾ

മനസ്സിൽ വന്ന ഏതോ നമ്പർ കളിക്കുംപോലെ കറക്കാൻ തുടങ്ങി. ഡയൽ കറങ്ങുന്ന ആ ശബ്ദം കണ്ണടച്ചു പ്രാർത്ഥിക്കുന്ന അലീനയെ ഉണർത്തി. ആ വീട്ടിൽ ദീപമോൾക്കാകെയുള്ള കളിക്കൂട്ട് ആ ടെലഫോണാണെന്ന് അലീനയ്ക്കും അറിയാം. എങ്കിലും ഒരു ഭയം. റിസീവറിലൂടെ ആരോടെന്നില്ലാതെ ഹലോ പറയുന്ന ദീപമോളെ അലീന മൃദുവായി ശാസിച്ചു.

അലീന : മോള് ദാ.. ടെലഫോണെടുത്ത് കളിക്കരുത്.. പറഞ്ഞാൽ അനുസരിക്കണം.

ദീപമോൾ കെഞ്ചി.

ദീപമോൾ : കളിക്കൂല.. വെറുതേ.. അടുത്ത് നിൽക്കാ..

ദൈന്യമായി നോക്കുന്ന ദീപമോളെ ടെലഫോണിന്നരികിൽ തന്നെ വിട്ട് അലീന പ്രാർത്ഥനയിൽ മുഴുകി. മുന്നിൽ താൻ ആശ്വാസം തേടുന്ന യേശുരൂപം. എരിയുന്ന തിരികൾ. കൈക്കുഞ്ഞായ ദീപമോളെയും എടുത്ത് ജോസുകുട്ടിക്കരികിൽ നിൽക്കുന്ന ഫോട്ടോ.

അലീനയുടെ നെഞ്ച് വിങ്ങി. കടന്നുപോയ കാലത്തിലെങ്ങോ ജോസുകുട്ടിയിൽ നിന്നും അനുഭവിച്ച ഒരു ചീള് സംഗീതം അലീനയുടെ മനസ്സിൽ അലയടിച്ചെത്തി.

ഇപ്പോൾ അലീനയ്ക്കു ചുറ്റും നിറഞ്ഞു പെയ്യുന്ന മഴയും നിലാവും. ഒരു കുടക്കീഴിൽ വയലിനും കെട്ടിപ്പിടിച്ച് ജോസുകുട്ടിക്കൊപ്പം നനഞ്ഞങ്ങനെ നടക്കുകയാണ് അവൾ. അലീന ആ പഴയ അനുഭവത്തിൽ മുഴുകി നിൽക്കവേ, എന്തോ സംഭവിച്ചു ഭയന്ന ദീപമോൾ ഓടി വന്ന് കെട്ടിപ്പിടിച്ചതും അലീന ഞെട്ടി ഉണർന്നു. ദീപമോൾ അമ്മയ്ക്ക് ടെലഫോൺ ചൂണ്ടി. കൈ വിട്ട് തൂങ്ങി നിന്നാടുന്ന റിസീവർ അലീന കണ്ടു. കനത്ത കോപത്തോടെ എവിടെ നിന്നോ ഏതോ പുരുഷൻ അതിലൂടെ ദീപമോളെ ചീത്ത വിളിക്കുന്നത് അലീനയ്ക്കും കേൾക്കാം.

പുരുഷൻ : ഹലോ... ഹലഹലോ.. ആരാത്..? ഹലോ.. പിള്ള ഹോൾഡിംഗ്. ആരാത്? ഹലോ.. ഏതവളാടി ഫോൺ ചെയ്തത് വെറുതെ....

അലീന റിസീവറെടുത്തു.

അപ്പുറത്തുനിന്നും പിള്ളയെന്നു പറയുന്ന ആരോ ശകാരിക്കുകയാണ്.

ഹലോ.. ആരാടീ അത്...? ഇതെന്താ വെള്ളരിക്കാ പട്ടണാ? നിന്റെ ഒരു തോന്ന്യാസം ഫോൺ ചെയ്യാൻ? പിള്ളാര്ടെ ശബ്ദത്തിൽ വിളിച്ചാൽ മനസ്സിലാവില്ലെന്നാ നീ വിചാരിച്ചേ. എടീ ഇത് പിള്ള. നീ വിളിക്കാൻ നോക്കിയവന്റെ തന്ത. സന്ധ്യയ്ക്ക് ശൃംഗരിക്കാൻ ഇറങ്ങിയിരിക്കയാണോടീ. കോളേജിൽ വെച്ച് ശൃംഗരിച്ചത് പോരെടീ?

റിസീവർ തിരികെ വെച്ച് വേഗത്തിൽ വന്ന് ദീപമോളുടെ ഇരു കൈയ്യും കൂട്ടിപ്പിടിച്ച് അലീന പെടച്ചു.

അലീന : ഇപ്പം തൃപ്തിയായില്ലേ..? ഫോൺ എടുത്ത് കളിക്കരുതെന്ന് നിന്നോട് ഞാൻ പറഞ്ഞിട്ടില്ലേ? ഈ പ്രാർത്ഥിക്കുന്ന നേരത്ത് തന്നെ നിനക്ക് മറ്റുള്ളോരുടെ ചീത്ത കേൾപ്പിക്കണോ..? ചുട്ട അടി കിട്ടാഞ്ഞിട്ടാ..

ദീപമോൾ ഓടി ജോസുകുട്ടിയുടെ പിയാനോയ്ക്കടിയിൽ അഭയം തേടി.

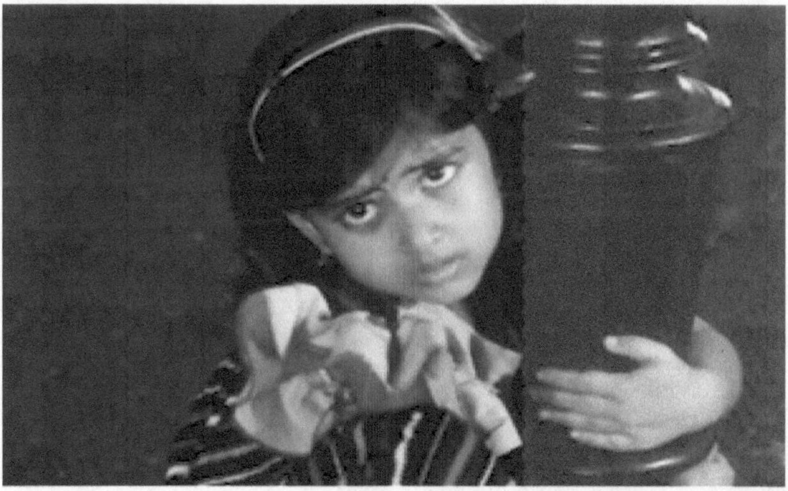

അലീന : കളിക്കാൻ ഇവിടെ എന്തെല്ലാം ഉണ്ട്. പപ്പ നിനക്ക് എന്തൊക്കെ വാങ്ങി തന്നിട്ടുണ്ട്. ഇനി നീ ഫോൺ തൊട്ടുപോകരുത്. മന സ്സിലായോ..?

ഒന്നും മനസ്സിലാകാതെ കരയുന്ന ദീപമോളെ അലീന കൂടുതൽ ഭയപ്പെടുത്തി.

മിണ്ടാതിരിയെടീ.. മിണ്ടാതിരിക്കാൻ. വായ മൂട്. ഇനി നീ അതെടുക്കോ. എടുക്കോന്ന്...?

ടെലഫോണെടുത്ത് അത്രയും കാലം എന്തുകളിയാണ് കളിച്ചതെന്ന് വ്യക്തമാക്കുന്നപോലെ ദീപമോൾ കരഞ്ഞുകൊണ്ട് പറഞ്ഞു.

ദീപമോൾ : ഞാൻ പപ്പയെയാ വിളിച്ചത്. പപ്പ വിളിക്കാ ഞ്ഞിട്ടല്ലേ..

അലീനയ്ക്ക് അതൊരു പുതിയ അറിവായിരുന്നു. കാണാത്ത പപ്പയെ, വിളിക്കാത്ത പപ്പയെ, കഥയറിയാത്ത കുഞ്ഞുമോൾ തേടു കയാണ്. വിളിച്ചു നോക്കുകയാണ്. ചെയ്തുപോയ അപരാധത്തിൽ അലീന ഉരുകി. അവൾ കൈ നീട്ടി. അലീനയുടെ പെട്ടെന്നുള്ള മാറ്റം ദീപമോളെയും അമ്പരപ്പിച്ചു. അവളെ ചേർത്തണച്ചു.

അലീന വിതുമ്പി.

അലീന : മമ്മി മോളെ എവിടെയാ അടിച്ചത്..?

നെഞ്ചിലേക്ക് ചാഞ്ഞ് ദീപമോൾ തൊട്ടു കാണിച്ചു.

ദീപമോൾ : ഇവിടെ.

നീറുന്ന മനസ്സിന്റെ ആശ്വാസത്തിനായി അലീന ദീപയോട് ഉമ്മ ചോദിച്ചു.

അലീന : മോള് മമ്മിക്ക് ഒരുമ്മ താ..

ദീപമോൾ : വേണ്ടാ..

അലീന : താ മോളേ..

ദീപമോൾ ഉമ്മവെച്ചു. ആ ഉമ്മയോടെ അമ്മയും മകളും കണ്ണീരിൽ സ്വയം ചാലിച്ച് ഒന്നായി.

അലീന : മോള് പപ്പായെ എത്ര വേണെങ്കിലും വിളിച്ചോ. പപ്പ കേട്ടാലും ശരി കേട്ടില്ലേലും ശരി ഇനി ആര് വഴക്ക് പറഞ്ഞാലും മമ്മി ഒന്നും ചെയ്യില്ല. തീർച്ച...

കണ്ണ് തുടച്ച് ഉമ്മ നൽകി.,

മോള് പൊയ്ക്കോ.

ദീപയെ തനിയെ വിട്ട് പതിയെ എഴുന്നേൽക്കുന്ന അലീന ഓർമ്മകളുടെ മഹാസാഗരത്തിലേക്ക് പ്രവേശിക്കും വിധം പിയാനോയുടെ വാതിൽ തുറന്നു. പിയാനോയുടെ മുകളിൽ ഒതുക്കത്തോടെ വെച്ചിരിക്കുന്ന ജോസുകുട്ടിയുടെ ചിത്രം കൺനിറയെ കണ്ടു. ജോസുകുട്ടിയുടെ ഓർമ്മകളിൽ സ്വയം ഉരുകവേ അലീനയ്ക്കു ചുറ്റും ജോസുകുട്ടിയുടെ സംഗീതം വന്നു നിറഞ്ഞു.

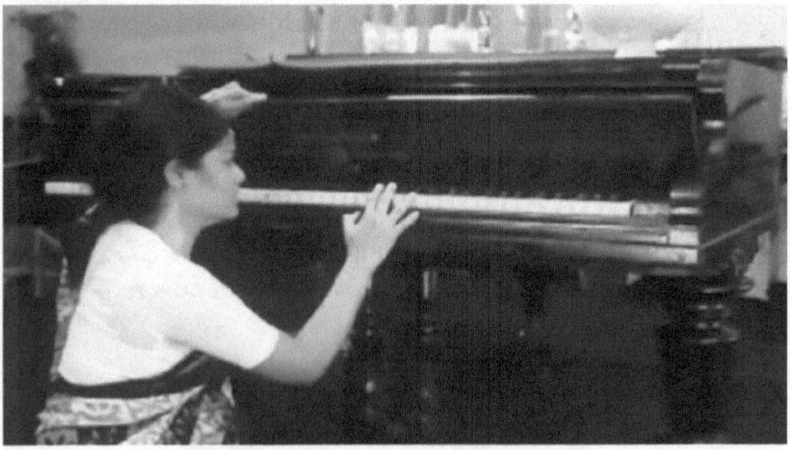

6

വർഷങ്ങൾക്കു മുൻപു നടന്ന സംഗീതസാന്ദ്രമായ ഒരന്തരീക്ഷം. നിരനിരയായി ഇരിക്കുന്ന വയലിൻ കലാകാരന്മാർക്കു മുന്നിൽ തന്റെ പിയാനോയുമായി ജോസുകുട്ടി നിൽക്കുന്നു. ഒരു ഗാന ത്തിന്റെ ആരോഹണാവരോഹണങ്ങൾ വിരൽ തുമ്പിൽ സൃഷ്ടി ക്കുകയാണ് അദ്ദേഹം. അന്തരീക്ഷത്തിൽ വശ്യമധുരമായ ആലാ പനം നിറഞ്ഞു നിൽക്കുന്നു. ആലാപനം അവസാനിക്കുന്നതോടെ തന്റെ കാറോടിച്ചു വന്ന് വീടിന്നു മുന്നിൽ നിർത്തി പുറത്തിറങ്ങിയ ജോസുകുട്ടി അകത്തുള്ള അലീനയെ ഉച്ചത്തിൽ വിളിച്ചു.

ജോസുകുട്ടി : അലീനാ........

ശബ്ദം കേട്ട പരിഭ്രമത്തിൽ അലീനയുടെ കൈയ്യിൽ നിന്നും തെന്നി വീണ പാത്രത്തിൽ നിന്നും വെള്ളം ചിതറി. ആ ശബ്ദം കേട്ട് ഭീതി യോടെ ജോസുകുട്ടി ഓടിയെത്തി.

അലീനയ്ക്ക് നല്ല ദേഷ്യം വന്നു.

അലീന : എന്നെ ഇങ്ങനെ ഉച്ചത്തിൽ വിളിക്കരുതെന്ന് ഞാൻ പറഞ്ഞിട്ടില്ലേ?

പറഞ്ഞെന്ന് അയാൾ.

പിന്നെന്താ വിളിച്ചു കൂവിയത്. എനിക്കെന്താ കാത് കേൾക്കില്ലേ?

കേൾക്കില്ലെന്നും അയാൾ.

പിണങ്ങും വിധം അതേ പാത്രം എടുത്ത് അലീന ജോസുകുട്ടിയെ എറിഞ്ഞു. ജോസുകുട്ടി അത് പിടിച്ചു താളം കൊട്ടി. അലീനയുടെ വാക്കുകളിൽ പരിഭവം ഏറി.

അലീന : എപ്പോ നോക്കിയാലും ഒരു കുട്ടിക്കളി. മനു ഷ്യനായാ കുറച്ച് അടക്കവും ഒതുക്കവും വേണം. ചുറ്റുവട്ടത്ത് വേറെയും ആൾക്കാ രുണ്ട്. അവരും കല്ല്യാണം കഴിച്ചിട്ടുണ്ട്. അവ രൊക്കെ കേൾക്കുമ്പോ എന്താ വിചാരിക്ക്യാ. വല്ല പെണ്ണുങ്ങളും ചോദിച്ചാ ഞാനെന്താ ഉത്തരം പറയാ. ഇനി ഈ നിലമൊക്കെ ആരാ തുടച്ച് വൃത്തിയാക്കുന്നത്...? തന്ന ത്താനങ്ങ് ചെയ്തോ. എന്നെക്കൊണ്ടൊന്നും വയ്യ. എല്ലാത്തിനും ഒരതിരുണ്ട്. ഞാൻ പേടിച്ച് നിലവിളിച്ചില്ലെന്നേ ഉള്ളൂ.

പറഞ്ഞുകൊണ്ട് അവിടെ നിന്നും മാറുന്ന അലീന ജോസുകുട്ടിക്കൊരു കാപ്പി എടുത്തു. തിരിഞ്ഞു നോക്കുമ്പോൾ അവിടെ ജോസുകുട്ടി ഇല്ല. അയാളുടെ കുട്ടിക്കളി അറിയുന്ന അലീന വീണ്ടും ഭയന്നു വിളിച്ചു.

ജോസുകുട്ടീ..

വീടിന്നകത്തും പുറത്തും ഓടി നടന്ന് തിരഞ്ഞ അലീന പിയാനോക്കടിയിൽ ജോസുകുട്ടി പിണങ്ങി ചുരുണ്ടു കിടക്കുന്നത് കണ്ടു. അവൾക്കയാളിലെ കുട്ടിയെ അറിയാം. പിയാനോയ്ക്കടിയിലേക്ക് നൂണിറങ്ങി അവളും അയാളോട് പരിഭവിച്ചു.

അലീന : ഇപ്പം ഞാൻ ആദ്യത്തേതിനേക്കാൾ പേടിച്ചു.

ജോസുകുട്ടി : അപ്പോ നീയെന്നെ പേടിപ്പിച്ചതോ..?

അലീന : ഇങ്ങനെ പേടിപ്പിച്ചാലേ മറ്റാർക്കും അല്ല ദോഷം...

പിന്നെ ആർക്കെന്ന പ്രതീക്ഷയോടെ ജോസുകുട്ടിയും ചോദിച്ചു.

ജോസുകുട്ടി : പിന്നെ..?!

അവളുടെ നോട്ടത്തിൽ നിന്നും അയാൾക്കത് വ്യക്തമായി.

എന്നിട്ടെന്താ നീ ഇതുവരെ എന്നോടിത് പറയാഞ്ഞത്..?

അലീന : ഏറ്റവും സന്തോഷമുള്ള ചില കാര്യങ്ങൾ എങ്ങനെ പറയണംന്ന് എനിക്കറിയില്ല.

ജോസുകുട്ടി : ആൺകുഞ്ഞോ പെൺകുഞ്ഞോ..?

അലീന : പെൺകുഞ്ഞ്..

ജോസുകുട്ടി : ഉറപ്പാണോ..?

അലീന : ഉറപ്പാ..

ജോസുകുട്ടി : നിറം..?

അലീന : വെളുപ്പ്.

ജോസുകുട്ടി : ഏതു രാഗത്തിലായിരിക്കും അവൾ കരയുകയും ചിരിക്കുകയും ചെയ്യാ..

ജനിക്കാൻ പോകുന്ന കുഞ്ഞ് കരയുകയും ചിരിക്കുകയും ചെയ്യുന്ന രാഗം മൂളും വിധം കൗതുകത്തോടെ മുഖം കുനിച്ച് അലീന ജോസുകുട്ടിയുടെ ചെവിയിൽ പതിയെ മൂളി.

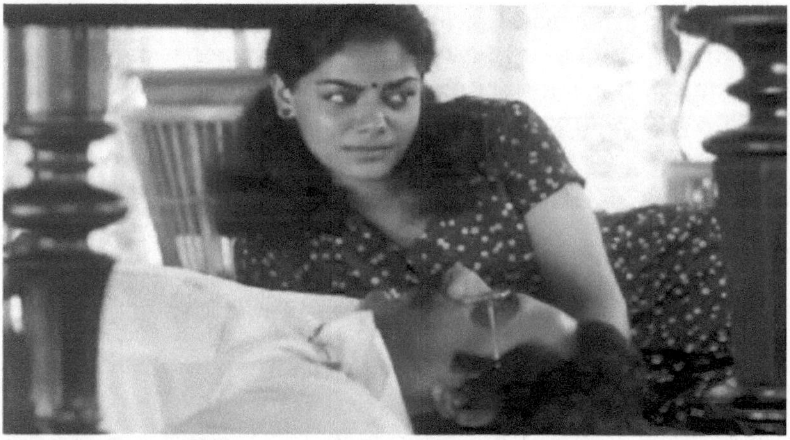

ഗാനം തുടരുന്നു.

പൊന്നൊലീവിൻ പൂത്ത ചില്ലകളിൽ...
മന്ത്ര മർമ്മരമോ... നൂറു പൈങ്കിളികൾ..
പ്രേമ മന്ത്രം ചൊല്ലിയതോ..
മലർപ്പന്തൽ പോലാം ഒരേ വാനിൻ കീഴിൽ
മനസ്സൊന്നു ചേരും ഒരേ ഹർഷ വായ്പ്പിൽ
സ്വരങ്ങളായ്.. നിറങ്ങളായ്.
പറന്നുയരാം നീളേ... പറന്നുയരാം.

വസന്തം വിടർന്നൂ വഴിത്താര തോറും
വിളക്കേന്തി നിന്നു. മൊഴിത്തേനുതിർന്നു.
ഈ ഭൂമിയാകെ കുളിർകോരി നിന്നു.
നീ തന്ന പൂക്കൾ നിലാവായ് ഉതിർന്നു.

ഗാനം പാതിയാകവേ ഒരു കോളിങ്ബെൽ ശബ്ദം ഉയർന്നു. ജോസുകുട്ടി വാതിൽ തുറന്നു. മുന്നിൽ പുതിയ ടെലഫോൺ കണക്ഷൻ അനുവദിച്ചു കിട്ടിയ സന്തോഷം പറയാൻ വന്ന ലൈൻമാൻ. കീശയിൽ നിന്നും അനുവാദ പത്രിക എടുത്ത് ജോസുകുട്ടിക്ക് നീട്ടി.

ലൈൻമാൻ : സാറിന്റെ കണക്ഷനൊക്കെ സാങ്ഷനായി.

ജോസുകുട്ടി : ടെലഫോണോ..! എവിടെ..?

കയ്യിലെ ടെലഫോൺ റിസീവർ അയാൾ ജോസുകുട്ടിക്ക് ഒരു സമ്മാനംപോലെ നൽകി. ജോസുകുട്ടി അത് നെഞ്ചോട് ചേർത്തു പിടിച്ചു. അലീനയെ കാണിക്കാതെ പൊതിഞ്ഞു പിടിച്ച ടെലഫോൺ

വീട്ടിൽ പലയിടത്തായി വെച്ച് അതിൽ നിന്നും വരാനിടയുള്ള മണിനാദം ഒരു സംഗീതജ്ഞന്റെ ആനന്ദത്തോടെ ജോസുകുട്ടി തന്നിലേക്ക് ആവാഹിക്കുന്നു. താൻ മാത്രം കേൾക്കുന്ന ആ മണി നാദം കേൾക്കുന്നുണ്ടോ എന്നറിയാനായി ജോസുകുട്ടി അലീന യോടും സ്നേഹത്തോടെ ചോദിച്ചു.

ജോസുകുട്ടി : കേൾക്കാമോ..?

അലീന : കേട്ടൂടാ.

പൊതിഞ്ഞു വെച്ച തുണി മാറ്റി ജോസുകുട്ടി ടെലഫോൺ പ്രത്യക്ഷ പ്പെടുത്തി. അലീന അതിശയിച്ചു. ഈ ടെലഫോൺ ഇഷ്ടപ്പെട്ടോ എന്നു ജോസുകുട്ടി ചോദിച്ചു. ഇഷ്ടപ്പെട്ടെന്ന് അലീന. ജോസുകുട്ടി സത്യം പറഞ്ഞു.

ജോസുകുട്ടി : എന്നാ എനിക്കിഷ്ടപ്പെട്ടില്ല. ഇതിന്റെ ശബ്ദം കേട്ടാൽ എന്റെ പൊന്നുമോള് ഞെട്ടി ഉണരും. ഞാനവൾക്ക് ഇതിനേ ക്കാൾ ഭംഗിയുള്ളൊരു ടെലഫോൺ വാങ്ങി കൊടുക്കും.

ജോസുകുട്ടി ദീപമോൾക്കായി വാങ്ങിച്ച ഭംഗിയുള്ള ടെലഫോൺ മകൾക്കു മുന്നിൽ ആനന്ദത്തോടെ സമർപ്പിക്കേ ഗാനം വീണ്ടും ആരംഭിക്കുന്നു.

‘‘ഇണപ്പക്ഷി ദൂരേ വിളിക്കുന്നതാരേ..
ഒരേ ആത്മദാഹം തേടി വന്ന പാത്രം
നിറക്കുന്നതാരോ ഈ പാന പാത്രം
സുഗന്ധങ്ങളായെന്നിൽ മനസ്സിന്റെ പാത്രം...
മലർപ്പന്തൽ പോലാം ഒരേ വാനിൻ കീഴിൽ
മനസ്സൊന്നു ചേരും ഒരേ ഹർഷവായ്പ്പിൽ
സ്വരങ്ങളായ്.. നിറങ്ങളായ്..
പറന്നുയരാം നീളേ.. പറന്നുയരാം....

ഗാനം അവസാനിക്കുന്നതോടെ കഠിനവേദന അനുഭവപ്പെടുന്ന നെഞ്ചിൽ കൈ അമർത്തി കുഴയവേ.., തനിക്കു മുന്നിൽ അതിസുന്ദരി യായി അനേകം പൂക്കൾക്കിടയിൽ അലീന പ്രത്യക്ഷയായതുപോലെ ജോസുകുട്ടിക്ക് തോന്നി. അവളെ തൊടാനായി അയാൾ അനുതാ പത്തോടെ കൈ നീട്ടി. കൈ നീട്ടുന്ന അലീനയാവട്ടെ സ്പർശം നൽകാൻ കഴിയാതെ സാവകാശം പിന്നാക്കം അകന്ന് മായവേ, നെഞ്ചിലെ വേദന താങ്ങാൻ കഴിയാതെ ജോസുകുട്ടി സംഗീ തജ്ഞർക്കു മുന്നിൽ നിലംപതിച്ചു.

7

ആശുപത്രിയിൽ ജോസുകുട്ടിയെ വിശറിയാൽ വീശി അരികിൽ അലീന. താൻ അനുഭവിച്ച വീഴ്ച്ച തമാശയോടെ ജോസുകുട്ടി വർണ്ണിച്ചു.

ജോസുകുട്ടി : ആദ്യം ഇവിടൊരു തരിപ്പു വന്നു. പിന്നെ അത് ഇതിലേ വന്നു വന്ന്... കേറിക്കേറി ക്കേറി ഭും ന്നൊരു മിന്നൽപോലെ അകത്തോട്ട് പോയി. പിന്നൊരു കൊളുത്തിവലി പൊന്നേ... സത്യം പറഞ്ഞാ സ്വർഗ്ഗം കണ്ടു.

അലീന നടുങ്ങി.

അലീന : സംസാരിച്ചതു മതി.

ജോസുകുട്ടി : നീ കേൾക്കാനല്ല. കുഞ്ഞ് കേൾക്കാനാ ഞാൻ പറയുന്നേ..

അലീന : പറഞ്ഞാൽ കേട്ടൂടെ ജോസൂട്ടിക്ക്. റസ്റ്റെടു ക്കണംന്ന് ഡോക്ടർ പറഞ്ഞിട്ട്.

ജോസുകുട്ടി : ഡോക്ടറും മണ്ണാങ്കട്ടിയും. എനിക്കൊരു ചുക്കും ഇല്ല. ഓ.. പിന്നെ. ഹൃദയം മുറി ക്കണംന്ന് പറഞ്ഞാ ഞാനങ്ങ് പേടിച്ചു പോവുംന്ന്. എടീ മോളെ ഇതൊരു നിസ്സാര ഓപ്പറേഷനാ. ഒന്നും സംസാരിക്കാതെ

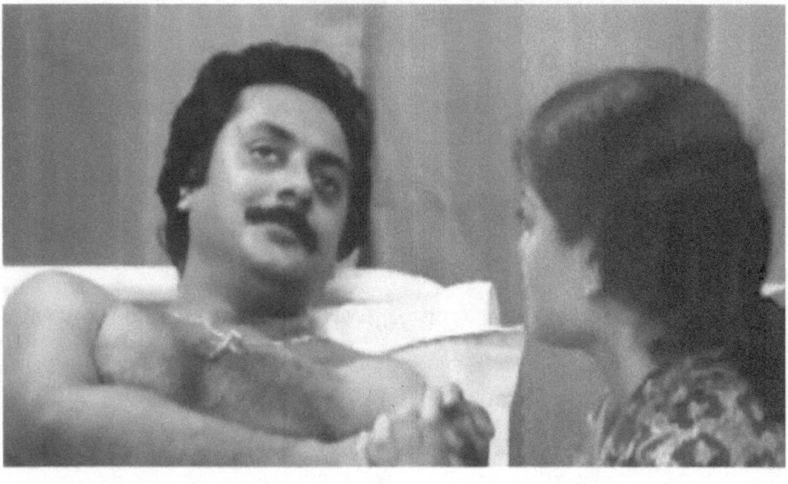

വല്ല്യ. ഹൃദ്രോഗിയാണെന്നും പറഞ്ഞ് ദുഃഖിച്ചിരിക്കാൻ എന്നെക്കൊണ്ട് വയ്യ. എന്റെ ഹൃദയം നിറയെ നിന്നോടും മോളോടും ഉള്ള സ്നേഹമാണ്. അത് സ്വൽപ്പം കൂടിയപ്പോ ഒരു വാൾവിനൽപ്പം വീക്കം വന്നു. അതല്ലേ കാര്യം..? അതല്ലേ നിന്നോട് ഡോക്ടർ പറഞ്ഞത്..?

അലീന വിതുമ്പി.

ജോസുകുട്ടി അവളെ തലോടി.

നിന്നേം മോളേം ഓർക്കുമ്പോ എന്റെ മനസ്സ് വിങ്ങും. മനസ്സ് വിങ്ങുമ്പോ, അത് ഹാർട്ടറ്റാക്കാണെന്നൊക്കെ കാണുന്നവർ പറയും. അത് നമ്മള് വിശ്വസിക്കണംന്നുണ്ടോ.

അലീന കരയുന്ന ആശുപത്രിക്കു ചുറ്റും ഇപ്പോൾ സന്ധ്യ പടർന്നു കഴിഞ്ഞിരിക്കുന്നു.

8

ക്രൂശിത യേശുരൂപമുള്ള ചെറിയൊരു കുരിശും കയ്യിൽ പിടിച്ച് അതിൽ തന്നെ നോക്കി കട്ടിലിൽ ചാഞ്ഞ് ഇരിക്കുകയാണ് ജോസുകുട്ടി. ഓപ്പറേഷനെക്കുറിച്ചു നല്ല പേടിയുണ്ടെങ്കിലും പുറത്തു കാണിക്കാൻ ധൈര്യപ്പെടുന്നില്ല. ആ ക്രൂശിതരൂപം അലീന എടുത്തു മാറ്റി അവൾക്ക് ഉള്ളിൽ പേടിയുണ്ടെന്ന് ജോസുകുട്ടിക്ക് തോന്നി.

ജോസുകുട്ടി : എനിക്ക് പേടിയില്ലല്ലോ. പിന്നെ നീയെന്തിനാ പേടിക്കുന്നത്..?

അലീന : ഉണ്ടെന്നാരും പറഞ്ഞില്ലല്ലോ.

ജോസുകുട്ടി : പിന്നെ... നീയെന്തിനാ ഇങ്ങനെ നോക്കുന്നത്..?

അലീന : എന്നെ എന്തിനാ ഇങ്ങനെ നോക്കുന്നത്?

ജോസുകുട്ടി : നാളെയല്ലേ ഓപ്പറേഷൻ. നിനക്ക് പേടിയുണ്ടോ..?

അലീന : ജോസുകുട്ടിക്ക് പേടിയുണ്ടോ..?

ജോസുകുട്ടി : ഏയ്... ഞാനെന്തിനാ പേടിക്കുന്നത്.

അലീന : ഇന്നു രാത്രി ശരിക്കും ഉറങ്ങണം.

ജോസുകുട്ടി : വല്ലാത്ത വിശപ്പ്.

അലീന : സിസ്റ്റർ പറഞ്ഞത് കേട്ടില്ലേ..? ഇനി ഓപ്പറേഷൻ കഴിയുന്നതുവരെ ജോസുകുട്ടിക്ക് ഒന്നും കഴിക്കാൻ തരില്ല. ഈ വിശപ്പൊന്നും സാരമില്ല.

ജോസുകുട്ടി : ആരും അറിയില്ല. രണ്ടു കഷ്ണം റൊട്ടി എടുത്തു താ..

അലീന സമ്മതിക്കുന്നില്ല.

ജോസുകുട്ടി നിർബന്ധിച്ചു.

ഒന്നും സംഭവിക്കാൻ പോകുന്നില്ല. എന്തെങ്കിലും താ. ഞാനിപ്പോ ബഹളം വെക്കും.

അലീന : എന്തെങ്കിലും തന്നാൽ മതിയോ..?

ജോസുകുട്ടി : ആ മതി.

അലീന : തന്നു കഴിഞ്ഞാൽ വീണ്ടും ചോദിക്കരുത്.

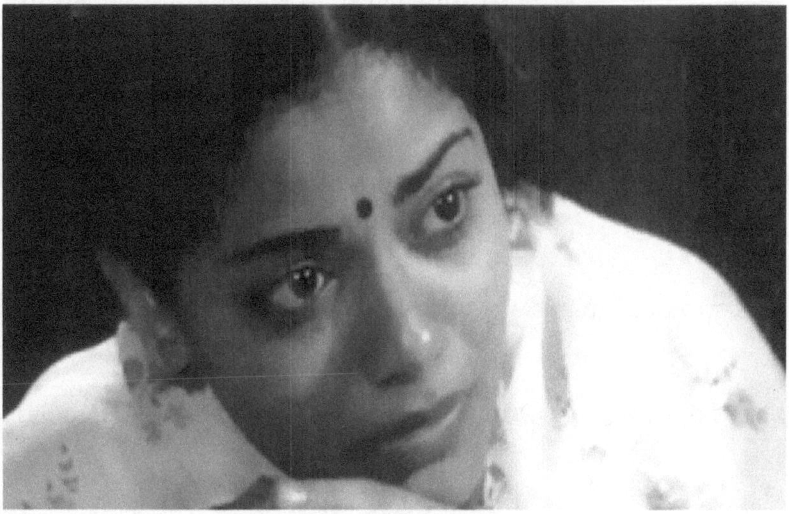

ജോസുകുട്ടി : ഇല്ല.

അലീന ജോസുകുട്ടിയുടെ നെറ്റിയിൽ ഉമ്മ വെച്ചു വിതുമ്പി.

അലീന : തീർന്നു.. ഇതേ ഉള്ളൂ... എനിക്കു വയ്യ... ഇതെല്ലാം കാണാനും സഹിക്കാനും. ജോസൂട്ടി എന്നെ വെറുക്കരുത്.

ജോസുകുട്ടി : ഹേയ്.. എന്താദ്..?! എന്താ നീ എന്റെ മുന്നിൽ കുമ്പസാരിക്കുന്നത്. നാളെയാണ് ആ മഹത്തായ കൃത്യം. അപ്പോ അതിന്റെ തലേ ദിവസം കരയാൻ പാടില്ലെന്ന് നിന ക്കറിഞ്ഞൂടെ?

വിതുമ്പുന്നതിനിടയിലും അലീന പറഞ്ഞു.

അലീന : അറിഞ്ഞൂടാ.

9

ഓപ്പറേഷൻ തിയേറ്ററിലേക്കുള്ള ജോസുകുട്ടിയുടെ യാത്ര. അയാൾ നല്ല പരിഭ്രമത്തിലാണ്.

ജോസുകുട്ടി : ഇതെന്തിനാ എനിക്കീ അസുഖം വന്നത്..? എനിക്കൊരു കുഴപ്പവും ഉണ്ടായിരുന്നി ല്ലല്ലോ.

അലീന : ഒന്നും സംഭവിക്കില്ല. ഞാനല്ലേ പറയുന്നത്..

ജോസുകുട്ടി : ഇപ്പോ എനിക്ക് വേദനയില്ല. വെറുതെയാ ഈ ഓപ്പറേഷൻ നടത്തുന്നത്. ഞാൻ വരു ന്നതു വരെ നീ എങ്ങും പോവരുത്. പെട്ടെന്ന് ബോധം വന്നില്ലെങ്കിലും നീ പേടിക്കരുത്.

പെട്ടെന്നയാൾ സ്ട്രക്ച്ചർ നിർത്താൻ പറഞ്ഞു.

സ്റ്റോപ്പിറ്റ്... പ്ലീസ് സ്റ്റോപ്പിറ്റ്..

ഉന്തുവണ്ടി നിന്നു. ജോസുകുട്ടി അവളോട് വേദനയോടെ ചോദിച്ചു.

എനിക്കിനി നിന്നേം മോളെം കാണാൻ സാധിച്ചില്ലെങ്കിലോ..

എന്തു പറയണമെന്നറിയാതെ നിൽക്കേ അലീനയ്ക്കവൻ സ്വന്തം നെറ്റി തൊട്ടു കാണിച്ചു.

ഇവിടെ.. ഇവിടെ..

അവൻ ചോദിച്ചിടത്ത് ഉമ്മ നൽകാനായി അലീന മുഖം കുനിക്കേ, അത് പൂർണ്ണമായും നൽകുന്നതിന്നു മുൻപേ ഉന്തുവണ്ടി നീങ്ങി. അവരുടെ കൈ വിരലുകൾ വേർപിരിഞ്ഞു. അലീനയെ ആശുപത്രി വരാന്തയിൽ ഉപേക്ഷിച്ച് ജോസുകുട്ടി ഓപ്പറേഷൻ തിയേറ്ററിന്നകത്ത് മറഞ്ഞു. മഞ്ഞുപോലെ സുതാര്യമായ കണ്ണാടി വാതൽക്കളോളം അലീന അയാളെ പിൻതുടർന്നു. പിന്നെ അവിടം മുഖം ചായ്ച്ച് അവൾ നിശ്ശബ്ദം കരഞ്ഞു.

10

നല്ല മഴ.

പേരും ജനന മരണ വർഷവും ഒരു കുല ചുകന്ന റോസാപുഷ്പങ്ങളും. ആ പൂക്കളും സമർപ്പിച്ച് കുടയും പിടിച്ച് കല്ലറയ്ക്കു മുന്നിൽ നിസ്സഹായരായി അലീനയും ദീപമോളും. സർവ്വം നഷ്ടപ്പെട്ടവളെപോലെ അലീനയുടെ നോട്ടം മഴയിൽ കുതിരുന്ന റോസാപ്പൂക്കളിൽ മാത്രം.

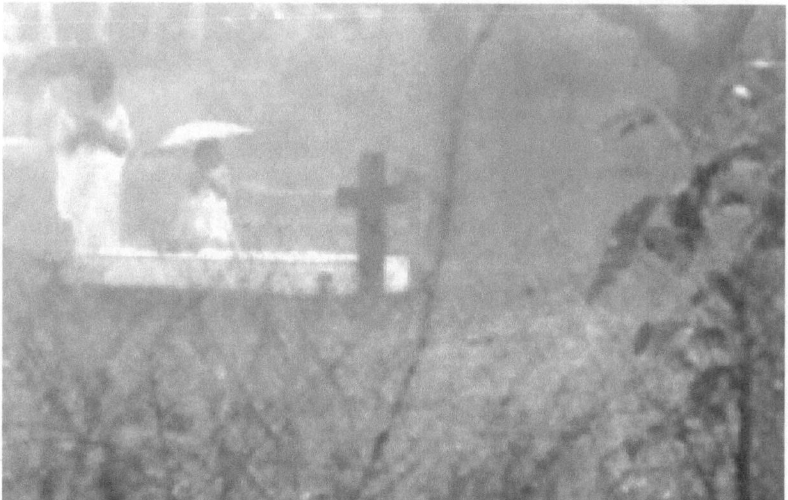

11

അടി കിട്ടി കരഞ്ഞ ദീപയെ ആശ്വസിപ്പിച്ച് പിയാനോയിൽ വിരലോടിച്ച് അത്രയും നേരം ജോസുകുട്ടിയെയും ഓർത്ത് വിതുമ്പിയ അലീനയിലേക്ക് വീണ്ടും ദീപമോളുടെ ശബ്ദം വീഴുകയായി. അലീന ജോസുകുട്ടിയിൽ നിന്നും ഉണർന്നു. ദീപമോൾ ആരോടോ ഫോണിൽ കാര്യമായി സംസാരിക്കുകയാണ്.

ദീപമോൾ : ഹലോ.. ഹലോ.. ആ ദീപമോളാണ്... ആർടെ ദീപമോളാണ്ന്നോ..? മമ്മീടെ ദീപമോളാണ്..

അലീന പെട്ടെന്നെഴുന്നേറ്റു.

അലീന : ദൈവമേ... ഇതാരോടാ സംസാരിക്കുന്നത്..?

വേഗം റിസീവർ വാങ്ങി

എന്താ മോളേ ഇത്...? ഒരു പ്രാവശ്യം സമ്മതം തന്നൂന്ന് വെച്ച് എപ്പഴും ഇങ്ങനെ തന്നെ ചെയ്യണോ... ആരാ ഇത്...?

ദീപമോൾ ഓടി പിയാനോയ്ക്കടിയിൽ പപ്പയിൽ അഭയം തേടി. സംസാരം മുറിഞ്ഞതും അപ്പുറത്തു നിന്നും ഒരു പുരുഷ ശബ്ദം വിളിച്ചു കൊണ്ടിരുന്നു.

ശബ്ദം : ഹലോ..ഹലോ.. ദീപമോൾ... ദീപമോളെ വിടെപ്പോയി..?

സംസാരത്തിൽ ഭീഷണി

ഇല്ലെന്നറിഞ്ഞ അലീന അയാളോട് കാര്യം പറഞ്ഞു.

അലീന : ക്ഷമിക്കണം.. മോള് അറിയാതെ വിളിച്ചതാണ്. ഞാനിവിടെ ഇല്ലാത്തപ്പോ തമാശയ്ക്ക് ഓരോ നമ്പർ കറക്കി ഏതോ നമ്പർ കിട്ടിയതാണ്. ക്ഷമിക്കണം.

ശബ്ദം മാറിയതോടെ അപ്പുറത്തെ പുരുഷ ശബ്ദവും മയപ്പെട്ടു. അമ്മയെ ഭീതിയോടെ ശ്രദ്ധിക്കുന്ന ദീപമോൾക്ക് അയാളുടെ ശബ്ദം വ്യക്തമായി കേൾക്കാം.

ഇപ്പഴിത് ആരാണ് സംസാരിക്കുന്നത്..?

അലീന : ദീപമോളുടെ അമ്മയാണ്. കുട്ടി അറിയാതെ വിളിച്ചതാണ്.

ശബ്ദം അത് തിരുത്തി.

ശബ്ദം : അല്ല. അവൾ അറിഞ്ഞിട്ടു തന്നെയാണ് വിളിച്ചത്. വെറുതെ മനുഷ്യരോട് കള്ള ത്തരം പറയരുത്. ഞാനിവിടെ ഉണ്ടെന്ന് അവൾക്കറിയാം.

ഒന്നും പിടി കിട്ടാതെ അലീന

ദീപമോളെ നോക്കി. ഭയം ഏറിയതും ദീപമോൾ പിയാനോ കാലിൽ മുറുക്കിപ്പിടിച്ചു. അയാൾ തുടർന്നു.

ഒരു കാര്യം ഞാൻ പറഞ്ഞേക്കാം. കുട്ടി യോട് ദേഷ്യം പിടിച്ച് നിങ്ങൾ ലൈൻ കട്ട് ചെയ്താൽ ഞാൻ അങ്ങോട്ട് വിളിക്കും. എനിക്ക് നിങ്ങളുടെ നമ്പർ അറിയാം.

അലീന അമ്പരന്നു.

അലീന : നമ്പർ ആര് പറഞ്ഞു തന്നു..?!

ശബ്ദം : ദീപമോൾ പറഞ്ഞു തന്നു. ദീപമോൾ എന്നെ വിളിച്ചതിൽ സത്യത്തിൽ വളരെ സന്തോഷം തോന്നി. എന്നെപ്പോലെ അവളും അവിടെ ആകെ ബോറടിച്ചു കാണും. മോള് എത്രേലാ പഠിക്കുന്നേ..?

അലീന : നഴ്സറീല്.

ശബ്ദം : അത്രേം ഉയർന്ന ക്ലാസിലാണോ. നിങ്ങളുടെ ഈ ചപ്പടാച്ചി വർത്താനം കേട്ടാൽ തോന്നും അവളേതാണ്ട് വല്ല്യ കുട്ടിയാണെന്ന്. റിസീ വർ അവൾക്ക് തന്നെ കൊടുക്കൂ. പ്ലീസ്. ഞങ്ങളേതായാലും ഒന്ന് സംസാരിക്കാൻ പോവ്വാ.

ആ ശബ്ദത്തിലെ സ്നേഹവും സൗഹൃദവും അലീനയ്ക്കെന്തോ ഇഷ്ടപ്പെട്ടു. അപകടകരമായ ഒരു ശബ്ദമല്ല അതെന്ന് തിരിച്ചറിഞ്ഞ പോലെ അവൾ റിസീവർ ദീപമോൾക്ക് തന്നെ നീട്ടി. സങ്കടത്തോടെ ദീപമോൾ ആ ഓഫർ നിരസിച്ചു. സംസാരിച്ചോ, എന്ന വിധം

അലീന റിസീവർ വീണ്ടും നീട്ടി. പതിയെ നടന്നു വന്ന് പൂർണ്ണ സ്വാതന്ത്ര്യത്തോടെ, തനിക്ക് മാത്രം അവകാശപ്പെട്ട ഒരു ശബ്ദം സ്വീകരിക്കുന്ന സന്തോഷത്തോടെ ദീപമോൾ റിസീവർ വാങ്ങി ഹലോ പറഞ്ഞു. ഇളംചിരിയോടെ അലീന അവൾക്കു ചുറ്റും നടന്ന് ആ സംസാരം ശ്രദ്ധിച്ചു.

"ഹലോ.. "

"ദീപമോളാ..?"

"ഉം.. ദീപമോളാ.."

"പൊന്നുമോളേ മമ്മി ഒന്നു വിറപ്പിച്ചു അല്ലേ..?"

"ഏയ്.. മമ്മിയാ വിറച്ചത്."

അയാൾ ചിരിച്ചു പോയി.

"മമ്മി പോയോ..?"

"ഇല്ല. ഇവിടെ തന്നെ നിൽക്കാ."

അതും കൂടി കേൾക്കേ അയാളുടെ ചിരി ഉച്ചത്തിലാകവേ ദീപ മോളെയും അയാളെയും തനിയെ വിട്ട് അലീന സന്തോഷത്തോടെ അവിടെ നിന്നും മാറി. ദീപമോളുടെയും അയാളുടെയും തുടർന്നുള്ള സംസാരം അലീന കേൾക്കുന്നില്ല. പകരം ചുറ്റും നിറഞ്ഞൊഴുകുന്ന സംഗീതം മാത്രം.

അലീന, സാവകാശം നടന്നു വന്ന് വീടിന്നു പുറത്തെ ചെടിപ്പടർപ്പു കളിലേക്കും പൂക്കളിലേക്കും നോട്ടം പായിച്ചു. പിയാനോയ്ക്കരി കിൽ വന്ന് നിശ്ശബ്ദം ഇരുന്ന് അവരുടെ സംസാരമത്രയും ശ്രദ്ധ യോടെ കേട്ടു. നിഷ്ക്കളങ്കമായ സംസാരമായിരുന്നു അതെന്ന് അവൾക്ക് ഉറപ്പ്. സംസാരം തീർന്നതും ദീപമോൾ അവൾക്കരികിൽ തുള്ളിച്ചാടി എത്തി.

അലീന : കഴിഞ്ഞോ..?

ദീപമോൾ : ഉം...

അലീന : ആരാത്..?

ദീപമോൾ പെട്ടെന്ന് പറഞ്ഞു.

ദീപമോൾ : അതാണ് ടെലഫോൺ അങ്കിൾ.

അലീനയ്ക്ക് കൗതുകം.

അലീന : ടെലിഫോൺ അങ്കിളോ..?!! അതെന്ത് അങ്കിളാ..!!

ദീപമോൾ നിശ്ശബ്ദം,

: നിന്നോടാരാ അങ്ങോട്ട് വിളിക്കാൻ പറഞ്ഞത്..?

ദീപമോൾ : ഞാൻ അറിയാണ്ട് വിളിച്ചതല്ലേ.

അലീന : ആ അങ്കിളിന്റെ പേരെന്താ..?

ദീപമോൾ : ടെലഫോൺ അങ്കിൾ.

പറഞ്ഞു കഴിഞ്ഞില്ല ഫോൺ വീണ്ടും ശബ്ദിച്ചു. അലീന ചെന്ന് ഫോൺ എടുത്തു. അതൊരു റോങ്ങ് നമ്പർ. റിസീവർ തിരികെ വെച്ച് മുഖം തിരിക്കേ കുസൃതിയോടെ ദീപമോൾ മുന്നിൽ. അലീന പതറി. അമ്മയുടെ ഭാവം കണ്ട ദീപമോൾ തുറന്നു ചോദിച്ചു.

ദീപമോൾ : മമ്മി എന്തിനാ ഓടിച്ചെന്നെടുത്തത്. അങ്കിളിനി രാവിലെയാ വിളിക്ക്യാ.

അലീനയ്ക്ക് അതൊരു പുതിയ അറിവായിരുന്നു.

അലീന : ആരു പറഞ്ഞു..?

ദീപമോൾ : ദിവസവും വിളിക്കാംന്ന് അങ്കിൾ പറഞ്ഞല്ലോ. ഞങ്ങൾക്ക് ഒരുപാട് കാര്യം പറയാനുണ്ട്.

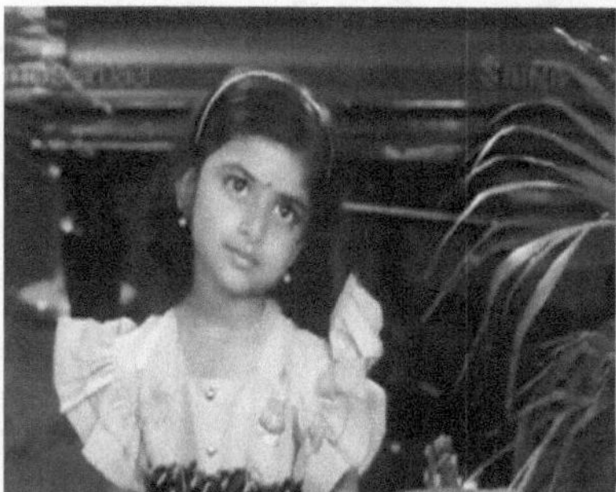
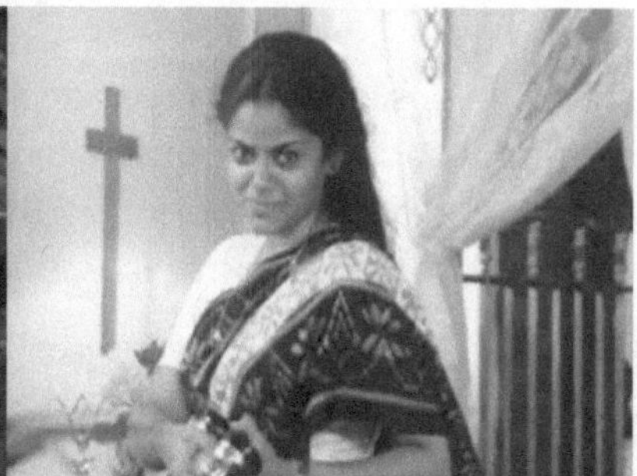

12

ഓടുന്ന കാറിന്നകത്ത് അലീനയ്ക്കൊപ്പം ദീപമോളും ജോസുകുട്ടിയുടെ അച്ഛനും. നിശ്ശബ്ദം ഇരിക്കുന്ന അലീനയെ അച്ഛന് കണ്ണാടിയിൽ കാണാം.

അച്ഛൻ : മോളെന്താ ഒന്നും പറയാത്തത്?

അലീന മൗനം.

ജാസുകുട്ടി പോയതോടെ നീ അവന്റെ ഈ അച്ഛനേം അമ്മയേം എല്ലാം മറന്നു അല്ലേ, നീ എന്താ അങ്ങോട്ടൊന്നും വരാത്തത്. ഏതായാലും നിന്നെ കണ്ടത് നന്നായി. ഞാൻ നിന്റെ വീട്ടിലേക്ക് വരാൻ ഭാവിക്ക്യായിരുന്നു. അവന്റെ അമ്മ നിന്നെ കണ്ടിട്ടേ വരാൻ പാടുള്ളൂന്ന് പലതവണ പറഞ്ഞിരുന്നു.

അയാൾ കാർ നിർത്തി മുഖം തിരിച്ചു.

ഓഫീസിൽ പോകാൻ തിടുക്കം ഉണ്ടോ. ഇല്ലെങ്കിൽ അൽപ്പനേരം എവിടേങ്കിലും നിന്നാൽ മോളോട് അച്ഛന് കുറച്ച് സംസാരിക്കായിരുന്നു.

അലീന ഒന്നും പറയുന്നില്ല.

13

ജോസുകുട്ടിയുടെ അച്ഛനെയും കൂട്ടി അലീന വന്നത് സ്വന്തം വീട്ടിലേക്കാണ്. ജോസുകുട്ടിയുടെ മരണശേഷം ആദരവോടെ ആരും ഇരിക്കാതെ അലീന മാറ്റിവെച്ച ജോസുകുട്ടിയുടെ കസേരയിലെ ഫോട്ടോയിലാണ്. അച്ഛന്റെ ശ്രദ്ധ.

അച്ഛൻ : മോളെന്തിനാ ഇവിടെ തനിച്ചു കഴിയുന്നത്. നിനക്കങ്ങോട്ട് വന്നൂടെ. ഞങ്ങൾക്ക് ജോസുകുട്ടിയെ മാത്രമേ നഷ്ടപ്പെട്ടിട്ടുള്ളൂ. നിന്നെ നഷ്ടപ്പെട്ടിട്ടില്ലല്ലോ.

അലീന : ഈ വീടു വിട്ട് ഞാൻ എങ്ങോട്ടും ഇല്ല. ഇവിടെ ആരും ഇല്ലെന്നും ഞാൻ ഒറ്റയ്ക്കാണെന്നും ഒക്കെ എനിക്ക് പലപ്പോഴും തോന്നാറുണ്ട്. വീട് അടച്ചിടുന്നത് എന്റെ മോൾക്ക് പോലും ഇഷ്ടമല്ല. എന്നാലും ഞാനെങ്ങോട്ടും ഇല്ല.

അച്ഛൻ : നീ എന്തിനാ മോളേ ഇങ്ങനെ സ്വയം മാറി നിൽക്കുന്നത്. നീ ഞങ്ങൾടേയും മകളല്ലേ. ദീപമോൾ ഞങ്ങളുടെയും കുട്ടിയല്ലേ. ഞാൻ നേരെ ചൊവ്വേ മോളോടൊരു കാര്യം പറയട്ടെ. മോള് ഇവിടെ ഇങ്ങനെ മുരടിച്ചു കഴിയാതെ മറ്റൊരു വിവാഹം കഴിക്കണം. അതും എന്റെ കുടുംബത്തിൽ നിന്നു തന്നെ. മോളുടെ സമ്മതം മാത്രം കിട്ടിയാൽ മതി. വിവാഹം ഞാൻ നടത്തിത്തരാം.

അലീനയിൽ വേദനിക്കുന്ന പുഞ്ചിരി ഉണർന്നു മാഞ്ഞത് അയാൾ കണ്ടില്ല.

അലീന : നല്ല ദിവസത്തിലാണ് അച്ഛനിത് പറഞ്ഞത്. ജീവിച്ചിരുപ്പുണ്ടായിരുന്നെങ്കിൽ ഇന്ന് ജോസൂട്ടിയുടെ പിറന്നാളാണ്. അച്ഛനത് മറന്നു.

നെഞ്ചിലെ വേദന അമർത്തി അയാളുടെ നോട്ടവും സ്വന്തം മകന്റെ ചിത്രത്തിലേക്ക് പാളി.

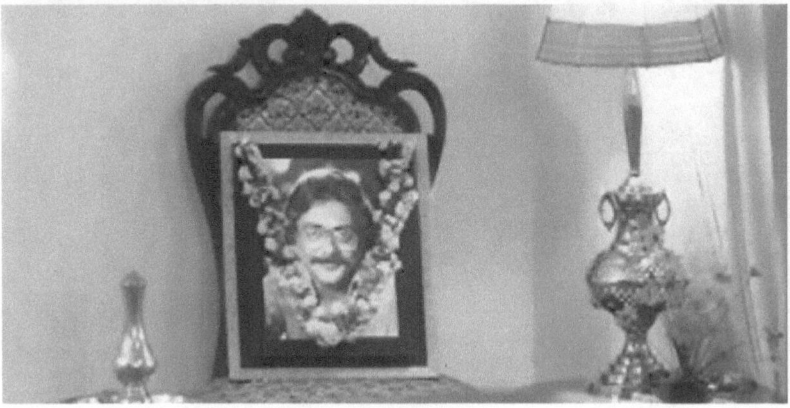

14

ദുഃഖിച്ചിരിക്കുന്ന പ്രകൃതത്തോട് യാതൊരു താൽപ്പര്യവുമില്ലാതെ എലിസബത്ത് അലീനയുടെ സംസാരം കേൾക്കുകയാണ്.

അലീന : ജോസൂട്ടിയുടെ അച്ഛൻ അങ്ങനെ പറഞ്ഞെങ്കിലും എനിക്കത് സാധിക്കില്ല.

എലിസബത്ത് : അതിൽ യാതൊരു തെറ്റും ഇല്ല. നിന്റെ നന്മ മാത്രമേ അദ്ദേഹം ഉദ്ദേശിച്ചു കാണുള്ളൂ.

അലീന : ഞാനങ്ങനെ ചിന്തിച്ചിട്ടു കൂടിയില്ല. ദീപമോളെ കാണുമ്പോ ജോസൂട്ടി ഒപ്പം ഉണ്ടെന്ന് എനിക്കെപ്പോഴും തോന്നാറുണ്ട്.

എലിസബത്ത് തടഞ്ഞു.

എലിസബത്ത് : നിർത്ത്.. നിർത്ത്. കരയല്ലേ...

അലീന വിങ്ങി.

അലീന : ഞാനൊരു കാര്യം ചെയ്യും. ജോസൂട്ടിയുടെ പടം വരച്ച് എല്ലാ മുറിയിലും വെക്കും. അത് കാണുമ്പോഴെങ്കിലും വീട്ടിൽ വരുന്നവരൊക്കെ എന്നോട് വിവാഹക്കാര്യം പറയില്ലല്ലോ.

എലിസബത്ത് : ശ്ശൊ... വെറുതെയല്ല മോളെ നിന്നെത്തന്നെ അയാള് കെട്ടിയത്. ഞാനൊരു കാര്യം

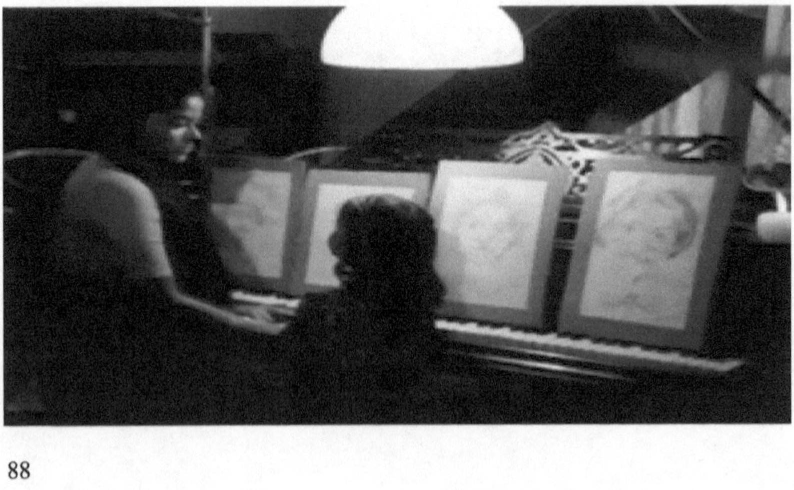

പറയട്ടെ...? ഇല്ലാത്തൊരാളെ ഇങ്ങനെ സ്നേഹിക്കുന്നതിലും ഭേദം കാണാൻ കിട്ടുന്ന ഒരാളെ ഇതിന്റെ പകുതി സ്നേഹിക്കുന്നതാണ്. നിന്റെ സ്ഥാനത്ത് ഞാനായിരുന്നെങ്കിൽ ഞാനിതിന്നു മുൻപ് വീണ്ടും കെട്ടിയിട്ടുണ്ടാവും. ഒരുപക്ഷേ എന്റെ നാലഞ്ച് കുട്ടികൾ നേഴ്സറിയിൽ പഠിക്കുന്നും ഉണ്ടാവും.

പറയാൻ വന്ന വാക്കുകളെല്ലാം മനസ്സിൽ തന്നെ അലിയിച്ച് അലീന അസ്വസ്ഥതയോടെ നിശ്ശബ്ദം ഇരുന്നു.

15

പുതുതായി വരച്ച ജോസുകുട്ടിയുടെ ചിത്രങ്ങൾ പിയാനോയുടെ കീബോർഡിൽ നിരത്തി വെച്ച് നിശ്ശബ്ദം ഇരിക്കുന്ന അലീനയ്ക്കരികിൽ ദീപമോൾ. അനവധി പപ്പയെ ഒന്നിച്ചു കണ്ട കൗതുകം അവളിൽ.

അലീന : ഇതൊക്കെ ആരാ മോളേ..?

ഉത്തരം പെട്ടെന്നായിരുന്നു.

ദീപമോൾ : ഇത് പപ്പ. ഇതും പപ്പ. ഇത് മീശയില്ലാത്ത പപ്പ. ഇത് കണ്ണുരുട്ടുന്ന പപ്പ.

അലീന : ഇതൊരോന്നും നമുക്ക് ഓരോ മുറിയിലും തൂക്കണം. ഇവിടെ വരുന്നവർക്കൊക്കെ ദീപമോള് പപ്പായെ കാണിച്ചു കൊടുക്കണം.

ദീപമോൾ സമ്മതിച്ചു.

എന്നിട്ട് പപ്പ എവിടേന്ന് ചോദിക്കുമ്പോ ദീപമോള് എന്താ പറയാ..?

ദീപമോൾ : ആ മുറീല് ഈ മുറീല് എല്ലാ മുറീല് പപ്പ ഉണ്ടെന്ന് ദീപമോള് പറയും.

അലീന സന്തോഷത്തോടെ ചേർത്തണച്ചതും ടെലഫോൺ മുഴങ്ങി. രണ്ടു പേരും ശ്രദ്ധിച്ചു. അതാരാണെന്ന ഭയം അലീനയിൽ. ടെലഫോൺ അങ്കിൾ ആകാമെന്ന പ്രതീക്ഷ ദീപമോളിലും. അവൾക്ക്

അതെടുക്കണമെന്നുണ്ട്. അലീനയുടെ മനസ്സ് അതിന്റെ ചുറ്റുവട്ടത്തൊന്നുമല്ല. അതൊന്നുമറിയാതെ ടെലഫോൺ ശബ്ദിച്ചുകൊണ്ടിരുന്നു. ദീപമോൾ പെട്ടെന്ന് പറഞ്ഞു

ദീപമോൾ : അതങ്കിളാ..

ടെലഫോണിന്നരികിലേക്ക് പോകാൻ ഒരുങ്ങിയ ദീപമോളെ അലീന തടഞ്ഞു, അമ്മയിൽ നിന്നും വേർപെട്ട് ശബ്ദിക്കുന്ന റിസീവർ എടുക്കാനായി ചെന്നതും വേണ്ടെന്ന വിധം അലീന വിളിച്ചു.

"ദീപാ..."

അവൾ എത്തിയിടം ഭയന്നു നിന്നു. തെല്ലിട നേരം ശബ്ദിച്ച് ടെലഫോൺ നിശ്ചലമായി. ദീപമോൾ വല്ലാതായി. ആ ദുഃഖം അലീനയിലേക്കും പടർന്നതും പെട്ടെന്നൊരു കരച്ചിലോടെ പിയാനോക്കടിയിലേക്ക് ഓടിവന്നൊളിക്കാൻ ഒരുങ്ങിയ ദീപമോളെ തടഞ്ഞ് മടിയിലേക്ക് ചായ്ച്ച് അലീന ആശ്വസിപ്പിച്ചു.

അലീന : മമ്മിയോട് പിണങ്ങി അങ്ങനിപ്പം എന്റെ പൊന്നുമോള് ഇതിന്നടിയിൽ വന്ന് ഇരിക്കണ്ട.

15 A

തുറന്ന പൈപ്പിന്നു താഴെ നിർത്തി ചിരിച്ചു ബഹളം വെച്ച് അലീന ദീപമോളെ കുളിപ്പിക്കുന്നു. അവരിലേക്ക് അതിലും സന്തോഷത്തോടെ ടെലഫോൺ ശബ്ദിച്ചു. ദീപമോൾ വിളിച്ചു പറഞ്ഞു.

"അങ്കിൾ.. അങ്കിൾ.."

കുളിക്കാനൊന്നും നിൽക്കാതെ അമ്മയുടെ പിടി വിടുവിച്ച് അവൾ അകത്തേക്കോടി. പിറകെ അലീനയും.

അലീന : ദീപാ.. നിൽക്ക്.

ഓടി വന്ന് റിസീവർ എടുത്തു ഹലോ പറഞ്ഞ ദീപമോളുടെ അരികിൽ തന്നെ ഇരുന്ന് അലീന അവളുടെ തല തുവർത്തി.

ദീപമോൾ : ഹലോ.. ആരാ..?

അതയാളാണ്.

ആ.. ദീപമോളാ. അങ്കിളിനോട് ദീപമോള് പിണക്കാ. അങ്കിളെന്താ ഇന്നലെ വിളിക്കാഞ്ഞത്..?

ടെലഫോൺ അങ്കിൾ : അങ്കിൾ വിളിച്ചല്ലോ. അപ്പോ അവിടാരും ഫോൺ എടുത്തില്ലല്ലോ.

അമ്മയും മകളും പെട്ടെന്ന് നിശ്ശബ്ദരായി.

ഇന്നലെ അതെടുക്കായിരുന്നില്ലേ..?

അലീന പുഞ്ചിരിച്ചു. ദീപമോളോട് ചോദിച്ചു.

അലീന : അങ്കിൾ എവിടുന്നാ വിളിക്കുന്നത്..?

റിസീവർ പൊത്തി ദീപമോൾ അലീനയോട് സമ്മതം ചോദിച്ചു.

ദീപമോൾ : ചോദിച്ചു നോക്കാം..?

ചോദിക്കാംന്ന് അലീനയും.

ദീപമോൾ : അങ്കിൾ എവിടുന്നാ വിളിക്കുന്നേ..?

ഉത്തരം കേൾക്കാനായി അലീനയും കാത് ചേർത്തു വെച്ചു.

ഉത്തരം കാതിൽ വീണു.

ടെലഫോൺ അങ്കിൾ : അങ്കില് വളരെ ദൂരെന്നാണ് വിളിക്കുന്നത്. ദീപമോള് ഇതുവരെ വരാത്ത ഒരു സ്ഥലത്ത് നിന്ന്. ഇവിടെ വല്ല്യ ഒരു തോട്ടം ഉണ്ട്. തോട്ടത്തില് ഒരു കുളം ഉണ്ട്. കുളത്തില് മീനുണ്ട്. മീനിനെ പിടിക്കുന്ന പക്ഷിയുണ്ട്.

ആ ഉത്തരം അവരെ രസിപ്പിച്ചു.

സന്തോഷത്തോടെ ദീപമോളുടെ കവിളിൽ തട്ടി അലീന അവൾക്കരികിൽ നിന്നും എഴുന്നേറ്റു. ആ സംഭാഷണം ഒരു കുട്ടിക്കഥയുടെ ആരംഭമായി അലീനയ്ക്ക് തോന്നി. സന്തോഷിക്കട്ടെ. ദീപമോള് സന്തോഷിക്കട്ടെ. ദീപമോൾ സംസാരം തുടർന്നു.

"എന്നിട്ടോ..?"

"അങ്കില് ഇവിടെ മീനിനെ വല്ല്യ ഒരു കണ്ണാടിപ്പെട്ടിയിലാക്കി മീനിന് കുടിക്കാൻ കുറച്ച് വെള്ളോം കൊടുത്തു."

"ഓ.. ഇവിടെ പിയാനോ ഉണ്ടല്ലോ.."

ടെലഫോൺ അങ്കിൾ : പിയാനോ ഉണ്ടോ..? ആഹാ.. മോള് പാടോ..?

ദീപമോൾ : ഞാൻ പാടൂല. പക്ഷേ പിയാനോ പാടും. കേക്കണോ..?

ടെലഫോൺ അങ്കിൾ : ആ.. കേൾക്കണം..

റിസീവർ പിയാനോക്കു നേരെ തിരിച്ചു വെച്ച് ഓടി വന്ന് പിയാനോയുടെ മൂടി തുറന്ന് ദീപമോൾ അവൾക്ക് തോന്നിയവിധം കളി പോലെ പിയാനോ കട്ടകളിൽ കൈ അമർത്തി. അവളുടെ പിയാനോ വായന മലർത്തിവെച്ച റിസീവറിലും അകലെയെങ്ങോ ഉള്ള ടെലഫോൺ അങ്കിളിന്റെ മുറിയിലെ മത്സ്യങ്ങൾ നീന്തുന്ന കണ്ണാടിക്കൂട്ടിലും മുറിയിലെ തുറന്നു വെച്ച ജാലകത്തിലും ആ മേശപ്പുറത്തെ ബർത്ത്ഡേ ക്ലോക്കിലും തീയ്യതികൾ പറിച്ചു മാറ്റാവുന്ന ചെറിയൊരു കലണ്ടറിലേക്കും ഉതിർന്നുകൊണ്ടിരുന്നു. പിയാനോ സംഗീതത്തിന്റെ സഞ്ചാരഗതി അറിയാതെ അവൾ കാര്യമായി വായിച്ചു തിമർക്കുകയാണ്.

ക്ലിം.. പ്ലിം.. ഗ്ലിം..

അകത്ത് അലമാരയിൽ നിന്നും അവൾക്ക് മാറാനുള്ള വസ്ത്രം എടുക്കുന്ന അലീന ആ ബഹളം കേട്ടു. വേണ്ടാ...ന്ന് ശബ്ദിച്ചു.

‘‘ഏയ്...’’

അമ്മയുടെ ശബ്ദം കേട്ട ദീപമോൾ ഓടി കട്ടിലിൽ കമഴ്ന്നു.

അലീന വന്ന് പിയാനോ അടച്ചു.

‘‘എന്താ മോളേ ഇത്..? ഇതിൽ കളിക്കാൻ പറ്റില്ല..’’

ഉടുപ്പുമായി അവൾക്കരികിൽ എത്തുന്ന അലീനയുടെ ശ്രദ്ധ ഹലോ.. ഹലോ.. ന്ന് വിളിച്ച് ബഹളം വെക്കുന്ന റിസീവറിലായി. അവളത് ഒന്നായി എടുത്ത് ദീപമോൾക്ക് മുന്നിൽ വെച്ചു. ദീപമോൾ വീണ്ടും റിസീവർ എടുത്തു.

ദീപമോൾ : ഹലോ..

ടെലഫോൺ അങ്കിൾ : എന്താ അവിടെ ബഹളം..?

ദീപമോൾ : ഇവിടെ ആകെ ബഹളാ.

അലീന അവളുടെ ചന്തിക്കൊരു അടി കൊടുത്തു. അപ്പുറം അയാളുടെ ഉയരുന്ന ചിരി കേൾക്കാം. അലീന അവൾക്ക് ഉടുപ്പിട്ടു. അടി

കിട്ടി സംശയിച്ചു മൗനിയായ ദീപമോളെ ഉഷാറാക്കാനായി അലീനയും അവളോടൊപ്പം കൂടി.

അലീന : ആ അങ്കിളിന്റെ പേരെന്താന്ന് ചോദിക്ക്.

ദീപമോൾ അതേപോലെ ചോദിച്ചു.

ദീപമോൾ : അങ്കിൾന്റെ പേരെന്താ...?

അവർക്ക് പെട്ടെന്ന് ഉത്തരം കിട്ടുന്നില്ല. ഉത്തരം കാത്ത് ദീപമോളും അലീനയും റിസീവറിൽ ഒരുമിച്ച് കാതമർത്തി. ഉത്തരം വരുന്നില്ല.

ഇപ്പോൾ, അകലെ എവിടെയോ ഉള്ള ജാലകത്തിന്നപ്പുറം മേശയ്ക്കരികിൽ പഴയൊരു ടെലഫോണിന്നു മുന്നിൽ സിഗരറ്റ് കത്തിക്കുന്ന ടെലഫോൺ അങ്കിളിന്റെ സാന്നിധ്യം നമുക്ക് അനുഭവപ്പെടുന്നു. അതിലേക്ക് ദീപമോളുടെ ശബ്ദം ഉയർന്നു

ദീപമോൾ : അങ്കിളിന്റെ പേരെന്താ..?

ഇതുവരെ ടെലഫോണിലൂടെ കേട്ട ശബ്ദം നമുക്ക് തൊട്ടടുത്ത് നിന്നും ടെലഫോൺ അങ്കിളിന്റെ സ്വന്തം ശബ്ദത്തിലുള്ള ചോദ്യമായി മാറി.

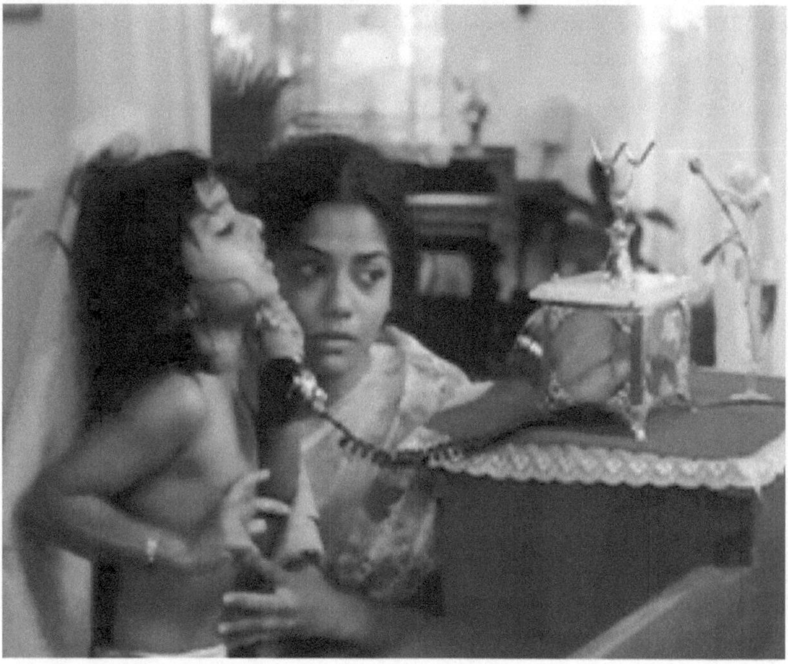

ടെലഫോൺ അങ്കിൾ : അതാരാ ചോദിക്കാൻ പറഞ്ഞത്...?

ദീപമോളുടെ നിഷ്ക്കളങ്ക ഉത്തരവും അവിടെ തന്നെ വന്നു വീണു.

ദീപമോൾ : മമ്മി...

അയാൾ ഉത്തരം പറഞ്ഞു.

ടെലഫോൺ അങ്കിൾ : മമ്മിയോട് മിണ്ടാതിരിക്കാൻ പറ.

ഇപ്പുറം ഗൗരവത്തോടെ ദീപയും അമ്മയ്ക്ക് മുന്നറിയിപ്പ് കൊടുത്തു.

ദീപമോൾ : മമ്മിയോട് മിണ്ടാതിരിക്കാൻ പറഞ്ഞു.

അലീന ചമ്മി. ദീപമോൾ സംസാരം തുടർന്നു.

മമ്മി എന്നെ ഉടുപ്പിടീക്ക്യാ. പിന്നെ പൗഡർ തൊടും. പൊട്ടിടും. എന്നിട്ടെന്നെ സ്ക്കൂളിൽ കൊണ്ടുപോയാക്കും.

തുടർന്നുള്ള സംസാരം ആനന്ദത്തോടെ കേൾക്കുന്ന ടെലഫോൺ അങ്കിളിന്റെ കൈ ചലനം. അയാൾ കത്തിച്ച സിഗരറ്റ് ആഷ്ട്രേയിൽ അണച്ചു. ഇപ്പുറം അവളെ മുടി ചീകി സ്ക്കൂളിൽ പോകാൻ ഒരുക്കുന്നതിനിടെ കഥ കേൾക്കുന്ന അലീന, ദീപമോൾക്കും മുന്നറിയിപ്പു കൊടുത്തു.

അലീന : ഇങ്ങനെ വർത്തമാനം പറഞ്ഞിരുന്നാല് അവിടെ ചെല്ലുമ്പഴേക്കും ബെല്ലടിക്കും.

അത് കേട്ടിട്ടാവാം അയാൾ പെട്ടെന്ന് പറഞ്ഞു.

“മോളേ.. അങ്കിളിന് മോൾടെ സ്ക്കൂൾ അറിയാലോ.”

“ഹായ്.. അങ്കിളിന് എന്റെ സ്ക്കൂൾ അറിയാലോ...!!”

അലീനയും ദീപമോളും ഒരേ സമയം അമ്പരന്നു. പരസ്പരം ചോദിച്ചു.

“അതെങ്ങിനെ...?”

ഇപ്പുറം അയാളും അത് കേട്ടു.

ജാലകത്തിന്നപ്പുറം മറഞ്ഞിരിക്കുന്ന അയാളിലേക്ക് ദീപമോളുടെ ശബ്ദം വീണ്ടും.

ദീപമോൾ : അങ്കിൾ.. അങ്കിളെന്റെ സ്ക്കൂളിലേക്ക് വരോ..?

കാതോർക്കുന്ന അമ്മയോടും മകളോടും അയാൾ സത്യം പറഞ്ഞു.

ടെലഫോൺ അങ്കിൾ : അങ്കിളിന് വരാൻ പറ്റൂലല്ലോ മോളേ..

എന്തുകൊണ്ട് വരാൻ പറ്റില്ലെന്ന് അറിയാനുള്ള സ്വാഭാവികമായ ഉൽക്കണ്ഠയോടെ അലീന ദീപമോളോട് പറഞ്ഞു.

"എന്താന്ന് ചോദിക്ക്.."

സത്യസന്ധയായി ദീപമോൾ അതും ചോദിച്ചു.

ദീപമോൾ : എന്താ..ന്ന് ചോദിക്കണ്.

ടെലഫോൺ അങ്കിൾ : ആര്..?

ദീപമോൾ : മമ്മി.

അയാൾ ചുട്ട മറുപടി കൊടുത്തു.

ടെലഫോൺ അങ്കിൾ : മമ്മിയോട് മിണ്ടാതിരിക്കാൻ പറ.

ആവശ്യമില്ലാത്ത ചോദ്യം

ചോദിച്ചതിന് ദീപമോൾ മമ്മിയെ വീണ്ടും ദേഷ്യപ്പെട്ടു.

ദീപമോൾ : മമ്മിയോട് മിണ്ടാതിരിക്കാൻ പറഞ്ഞു.

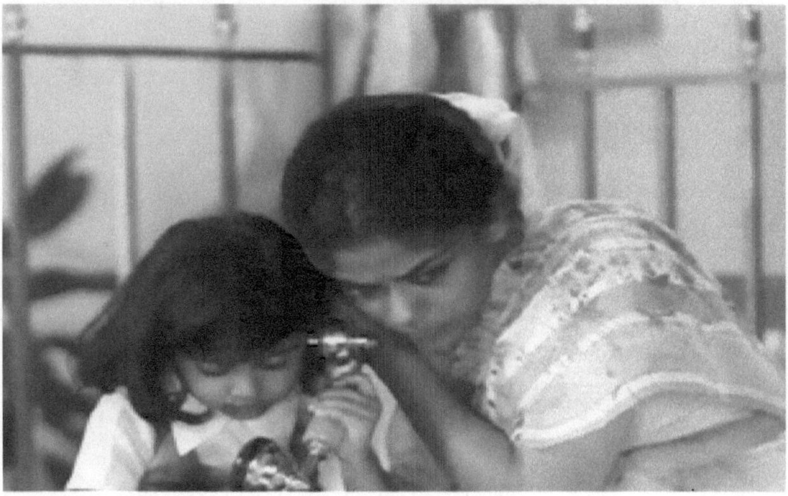

16

സ്കൂളിന്നുള്ളിൽ വന്നു നിന്ന ഓട്ടോയിൽ നിന്നും അലീനയും ദീപമോളും ധൃതിപിടിച്ച് ഇറങ്ങി. കുട്ടികൾ ആരെയും പുറത്ത് കാണാനില്ല.

അലീന : ഫോണെടുത്ത് സംസാരിക്കുമ്പഴേ ഞാൻ പറഞ്ഞതാ. നേരം വൈകുംന്ന്. ഇപ്പഴെന്തായി. ബെല്ലടിച്ചില്ലേ.

ദീപമോൾ : മമ്മി ഇടക്കിടയ്ക്ക് ഓരോന്നും ചോദിച്ചിട്ടല്ലേ...

അലീനക്ക് ചിരിയും വരുന്നുണ്ട്.

അലീന : അത് ശരി. ഇപ്പഴ് എന്റെതായോ കുറ്റം.

ദീപമോളെ വരാന്തയിലേക്ക് വിട്ടുകൊണ്ട്.

വേഗം പോയ്ക്കോ..

ഒഴിഞ്ഞ നീണ്ട വരാന്തയിലൂടെ പ്രസരിപ്പോടെ ദീപമോൾ ക്ലാസിലേക്കോടുന്നത് തെല്ലിട നോക്കി നിന്നു അലീന. വരാന്തയുടെ അവസാനത്തിൽ ദീപമോൾ മറഞ്ഞു.

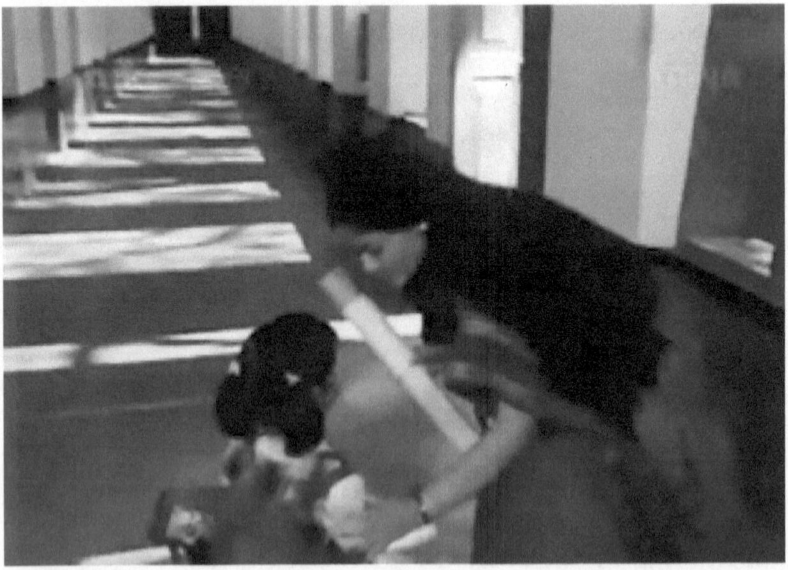

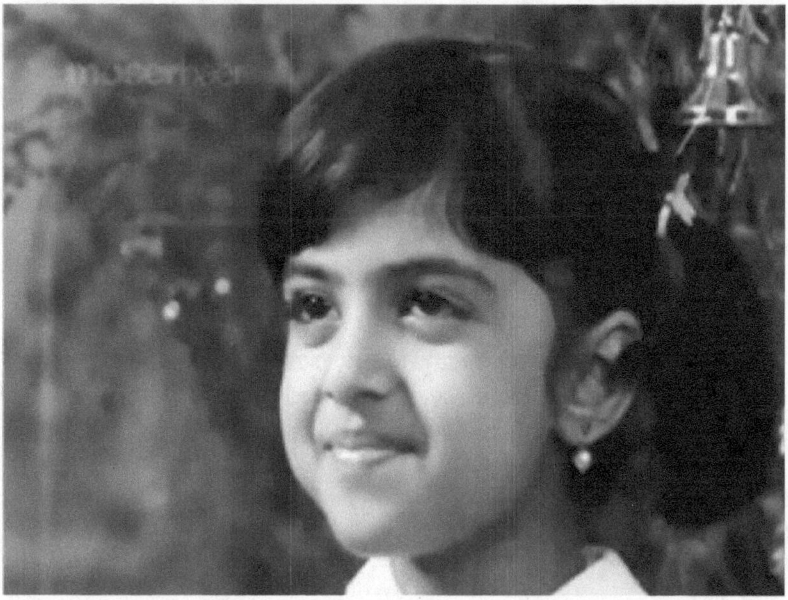

17

ധാരാളം അലങ്കാരങ്ങളുള്ള നഴ്സറി ക്ലാസിൽ ദീപമോളും ക്ലാസ്ടീച്ചറായ കന്യാസ്ത്രീയും പിന്നെ സ്കൂൾ മദറും. ക്ലാസ് കഴിഞ്ഞിരിക്കുന്നു. അലീന വരുന്നതുവരെ ദീപമോൾ അവരുടെ കൂടെയാണ്. അവർ ചില ക്രിസ്മസ്സ് അലങ്കാരങ്ങൾ ഒരുക്കുകയാണ്.

ടീച്ചർ കന്യാസ്ത്രീ : മദർ അറിഞ്ഞോ, ദീപമോൾക്ക് പുതിയൊരു അങ്കിളിനെ കിട്ടിയിട്ടുണ്ട്.

ദീപമോൾ അത് തിരുത്തി.

ദീപമോൾ : ഞാൻ പറഞ്ഞല്ലോ. വെറും അങ്കിളല്ല. ടെലഫോൺ അങ്കിളാ..

മദർ : ആ അങ്കിളിനോട് ഒരു ദിവസം ഇങ്ങട്ട് വരാൻ പറഞ്ഞൂടെ..?

ദീപമോൾ : ഓ.. പറഞ്ഞാലും അങ്കിള് വരൂല..

മദർ : അതെന്താ..?

ദീപമോൾ : അങ്കിളെങ്ങോട്ടും പോവാറില്ലല്ലോ.

മദർ : ആരു പറഞ്ഞു..?

അയാൾ പറയുന്നതെല്ലാം സത്യമാണെന്ന പൂർണ്ണ വിശ്വാസത്തോടെ ദീപമോൾ നിസ്സംശയം പറഞ്ഞു.

ദീപമോൾ : അങ്കിൾ പറഞ്ഞു.

18

സ്കൂൾ വരാന്ത കടന്ന് അലീന പുറത്തേക്ക്. ദീപമോളെ എടുത്തു കൊണ്ട് ഒപ്പം മദറും. അവർക്കു ചുറ്റും പ്രാർത്ഥനാലയത്തിൽ നിന്നും പ്രാർത്ഥനയുടെ ശബ്ദവും.. അവർ പ്രാർത്ഥനയുടെ നടുവിലാണെന്നു തോന്നാം.

മദർ : ഏതായാലും നന്നായി. ഇവൾക്കൊരങ്കിളിനെ കിട്ടിയത് കർത്താവിന്റെ അനുഗ്രഹമാണ്. ക്രിസ്മസ്സിന് ഇനി കുറെ നാൾ സ്കൂൾ അടച്ചിടാൻ പോവ്വല്ലേ. ദീപമോൾക്ക് കൂട്ടിനൊരാളായി. അലീനയ്ക്ക് ഇത്തിരി ആശ്വാസം കിട്ടൂലോ.

എല്ലാം ഒരു തമാശപോലെ കേട്ടുകൊണ്ട് അലീന.,

അലീന : മദറിനോട് ഇവളെന്തൊക്കെയാ പറഞ്ഞിരിക്കുന്നത്.

മദർ : പറയേണ്ടതൊക്കെ പറഞ്ഞു. അല്ലേ മോളേ..

ദീപമോൾ : ടെലഫോൺ അങ്കിളിനോട് മദറിന്റെ കാര്യം ഞാൻ പറയാംട്ടോ..

മദർ : മറക്കാതെ പറയണം...?

അലീനയുടെ തോളിൽ ചാഞ്ഞ് ഉറക്കം തൂങ്ങി ദീപമോൾ പോകുന്നത് കാണവേ മദർ,

മദർന്നോടെന്താ ഹാപ്പി ക്രിസ്മസ്സ് പറയാത്തത്..

മറന്നുപോയല്ലോ എന്ന വിഷമത്തോടെ ദീപമോൾ ഹാപ്പി ക്രിസ്മസ്സ് പറഞ്ഞു.

ദീപമോൾ : ഹാപ്പി ക്രിസ്മസ്സ്... മെറി ക്രിസ്മസ്സ്...

അവളുടെ കവിളിൽ തട്ടി മദറും പറഞ്ഞു.

മദർ : ഹാപ്പി ക്രിസ്മസ്സ്... മെറി ക്രിസ്മസ്സ്...

അതങ്ങനെ പാടിപ്പാടി മദറിന്നു മുന്നിൽ അമ്മയും മകളും ഹാപ്പി ക്രിസ്മസ്സുമായി അകന്നു.

19

അപ്പോൾ വീടിന്നകത്ത് നിശ്ശബ്ദം മേശപ്പുറത്തിരിക്കുന്ന ടെലഫോണിന്നുള്ളിൽ എന്തോ സംഭവിക്കുന്നതുപോലെ. അതിലേക്ക് ആരുടെയോ സ്വരം വന്നു നിറയുന്നപോലെ. അതിപ്പോൾ ശബ്ദിക്കും എന്നു നമുക്കു തോന്നുന്നപോലെ. നോക്കി നിൽക്കേ, പെട്ടെന്നത് ശബ്ദിച്ചു. ആ ശബ്ദം മേശപ്പുറത്ത് ഭംഗിയിൽ വെച്ചിരിക്കുന്ന ദീപമോളുടെ കൊച്ചു ചിത്രത്തിലും വീണു. ടെലഫോൺ അങ്കിൾ വിളിക്കുകയാണ്. വീട്ടിലാണെങ്കിൽ ദീപമോൾ എത്തിയിട്ടില്ല. വീട് പുറത്ത് നിന്ന് പൂട്ടിയിരിക്കുന്നു.

അപ്പോൾ വീടിന്നു പുറത്ത് ഓട്ടോ വന്നു നിന്നു. അകത്ത് ടെലഫോൺ ശബ്ദിക്കുന്നത് കേട്ടുകൊണ്ട് അലീനയും ദീപമോളും ചാടിയിറങ്ങി അകത്തേക്ക് ഓടാൻ ഒരുങ്ങി.

"മമ്മീ.. ദേ.. അങ്കിൾ വിളിക്കുന്നു..."

പിന്നീടൊരു ധൃതിയായിരുന്നു രണ്ടുപേർക്കും. ദീപമോൾ വാതിൽക്കലേക്കോടി. ഓട്ടോക്കാരന് ധൃതിയിൽ പണം നൽകി അലീന ദീപമോൾക്കു പിറകെ ഓടി. ബാഗെടുക്കാൻ മറന്നതോർത്തതും, ഓട്ടോ...ന്ന് വിളിച്ചുകൊണ്ട് തിരിച്ചോടി. നിർത്തിക്കൊടുത്ത ഓട്ടോയിൽ നിന്നും ബാഗെടുത്ത് തിരികെ ഓടുന്നതും ഓട്ടത്തിൽ കയ്യിലുള്ള പൊതി അഴിഞ്ഞ് വാങ്ങിച്ച ഓറഞ്ചു മുഴുവൻ താഴേക്കുരുണ്ടു. പിന്നെ അതെടുക്കാനുള്ള ധൃതിയായി. ടെലഫോൺ നിന്നുപോകുമെന്ന പരിഭ്രമത്തിൽ ദീപമോൾ വീട്ടിന്നു ചുറ്റും ഓടി. കിടപ്പുമുറിയുടെ കണ്ണാടി ജാലകത്തിന്നരികിൽ ഓടിയെത്തി ടെലഫോണിനോട് "ഇപ്പം വരാം.. ഇപ്പം വരാം.." എന്നപേക്ഷിച്ചു.

സാധനങ്ങൾ നിലത്ത് ഉപേക്ഷിച്ച് അലീന വാതിൽ തുറക്കാൻ ഓടിച്ചെന്നു. പരിഭ്രമം കാരണം ബാഗിൽ നിന്നും താക്കോൽ കൂട്ടം

കിട്ടുന്നില്ല. ബാഗ് ഒന്നായി കമിഴ്ത്തിയതും താക്കോൽ കൂട്ടം മുറ്റത്തെ ചെടിക്കൂട്ടത്തിൽ വീണു മറഞ്ഞു.

ദീപമോൾ : അയ്യോ... പോയി...

അവരുടെ സങ്കടം അറിയാതെ അകത്ത് ടെലഫോൺ ഉച്ചത്തിൽ വിളിക്കുകയാണ്. എല്ലാം കൈവിട്ടുപോകുന്ന വിഷമത്തോടെ അമ്മയും മകളും ചെടിപ്പടർപ്പിൽ താക്കോൽ തിരഞ്ഞു. പൂച്ചെടികൾക്കിടയിൽ നിന്നും കിട്ടിയ താക്കോൽ കൂട്ടത്തിൽ നിന്നും പരിഭ്രമം കാരണം വാതിലിന്റ താക്കോൽ അലീനയ്ക്ക് പെട്ടെന്ന് കിട്ടുന്നില്ല. ഓരോ താക്കോൽ എടുക്കുമ്പോഴും "അതല്ല.. അതല്ലാ.." ന്ന് ദീപമോൾ പറഞ്ഞു. എങ്ങനെയോ വാതിൽ തുറന്ന് അവർ ടെലഫോണിനു നേരെ കുതിച്ചു. ചാടിപ്പിടിച്ച് അമ്മയും മകളും ടെലഫോണിന്നു മുന്നിൽ എത്തുമ്പോഴേക്കും ആ ശബ്ദം നിലച്ചു. തോറ്റുപോയ ഓട്ടക്കാരിയെപോലെ വേദനിച്ചു നിന്ന ദീപമോൾ പതിയെ ചോദിച്ചു.

ദീപമോൾ : അങ്കിൾ എങ്ങോട്ട് പോയി മമ്മി..?

ആ ചോദ്യത്തിലെ വേദന അറിയവേ അലീന അവളെ വാത്സല്ല്യത്തോടെ നെഞ്ചോട് ചേർത്തു.

അലീന : അങ്കിൾ എങ്ങും പോയിട്ടില്ല. നമ്മൾ ഈ ഓടിക്കളിച്ചതൊന്നും അങ്കിൾ കണ്ടുകാണില്ല. കണ്ടിരുന്നെങ്കിൽ നിന്നേനേ.

ദീപമോൾക്ക് ചിരി പൊട്ടി.

അലീനയ്ക്കും.

20

പള്ളിയിൽ അൾത്താരയ്ക്കരികിൽ പ്രാർത്ഥനാ സംഘം പാടുന്നു. മുഖം കുനിച്ചു പ്രാർത്ഥിക്കുന്നവർക്കിടയിൽ മുട്ടുകുത്തി അലീനയും ദീപയും എലിസബത്തും. പരിസരം മറന്ന് എലിസബത്ത് അലീനയെ ഉപദേശിക്കുകയാണ്. അതിനൊരു ഭീഷണിയുടെ ഭാവം ഉണ്ട്. വാക്കുകൾ മുറുകുന്തോറും അലീനയിൽ ഭയം ഏറുന്നു.

അലീന : അദ്ദേഹം പല തവണ വിളിച്ചു. മോളെയാണ് വിളിക്കാറ്. അവര്‍ കുറെ നേരം സംസാരിക്കും.

എലിസബത്ത് : ആളാരാണെന്നറിയാതെ മോളെക്കൊണ്ടെന്തിനാ സംസാരിപ്പിക്കുന്നത്?

അലീന : ചോദിച്ചാ പറഞ്ഞു തരണ്ടേ..? എന്നോടൊന്നും സംസാരിക്കാറില്ല.

എലിസബത്ത് : നീ ശരിക്കും ഒരു മണ്ടിയാ. അയാള് ചിലപ്പോ വേറെ വല്ല ഉദ്ദേശ്യത്തിലും ആണ് വിളിക്കുന്നതെങ്കിലോ.

പറഞ്ഞു കഴിഞ്ഞ എലിസബത്തിന്റെ കാഴ്ച്ചപ്പാടില്‍ ആള്‍ക്കൂട്ടത്തില്‍ നിന്നും ഒരാള്‍ അവളെ തിരിഞ്ഞു നോക്കി. ആ നോട്ടം ഗൗരവമാര്‍ന്നതാണ്. അവള്‍ അലീനയ്ക്ക് മുന്നറിയിപ്പ് നല്‍കി.

എലിസബത്ത് : നീയും മോളും ഒരു വലിയ വീട്ടില്‍ തനിച്ചാണ് താമസിക്കുന്നത്. ആ കാര്യം ഓര്‍മ്മ വേണം. മോളോട് സംസാരിച്ച് സംസാരിച്ച് ഓരോ കാര്യം മനസ്സിലാക്കി അവസാനം അയാള് നീയില്ലാത്തപ്പോ മോളെ തട്ടിക്കൊണ്ട് പോയാലോ..?''

അലീന ഭയന്നു. ആള്‍ക്കൂട്ടത്തില്‍ നിന്നും ആരോ തന്നെ തിരിഞ്ഞു നോക്കുന്നുണ്ടോ. ആ തിരിഞ്ഞു നോക്കുന്നത് അയാളാണോ..? എലിസബത്തിന്റെ ശബ്ദം അപ്പോഴും കേള്‍ക്കാം. ഇപ്പഴത്തെ കാലത്ത് ഒരുത്തരേം വിശ്വസിച്ചൂടാ. ആള്‍ക്കാര്‍ പലവിധ ത്തിലാ. തനിച്ച് താമസിക്കുന്നതിന്റെ ഭീതി നിന്നേക്കാള്‍ നന്നായി എനിക്കറിയാം. പേരൊക്കെ തപ്പിപ്പിടിച്ച് എനിക്കും പലരും ഫോണ്‍ ചെയ്തിട്ടുണ്ട്. അത് വല്ലതും നിനക്കറിയാമോ..?

അലീന : ഇതങ്ങനെ അല്ല. ഇത് മോള്‍ക്കങ്ങോട്ട്...

എലിസബത്ത് : നീ പത്രത്തിലൊന്നും വായിക്കാറില്ലേ കുട്ടികളെയൊക്കെ തട്ടിക്കൊണ്ടുപോയി കണ്ണു കുത്തിപ്പൊട്ടിച്ച്. എന്തൊക്കെയാ ഇവിടെ നടക്കുന്നത്. നീയെന്താ കൊച്ചു കുട്ടിയാ?

ഭയം പടർന്ന അലീന ദീപയെ തന്നോട് ചേർത്തു. അതാ ആൾക്കൂട്ട ത്തിൽ നിന്നും മറ്റൊരാൾ നോക്കുന്നു. അലീനയുടെ ശബ്ദത്തിൽ ഭയം മൂർച്ഛിച്ചു.

അലീന : ഏയ്.. മോളൊന്നും പറഞ്ഞുകൊടുത്തു കാണില്ല.

എലിസബത്ത് തറപ്പിച്ചു പറഞ്ഞു.

എലിസബത്ത് : ഇനി മോളെക്കൊണ്ട് ആ ഫോൺ നീ തൊടീക്കരുത്.

അവരുടെ സംസാരം കേട്ടാവാം. ഇളംചിരിയോടെ ഒരാൾ തിരിഞ്ഞു നോക്കുന്നത് കണ്ട് അലീന വിരണ്ടു.

എലിസബത്തിന്റെ ശബ്ദം കുറെക്കൂടി ഉയർന്നു.

സെന്റിമെന്റൽ ഡയലോഗ് പറയാൻ ഏതാണുങ്ങൾക്കാ ടീ അറിയാത്തത്. അത് കേൾക്കണ്ട താമസം ചിലരൊക്കെ നാലുകാലിൽ വീഴേം ചെയ്യും.

പ്രാർത്ഥനയുടെ ശബ്ദഘോഷത്തിലേക്ക് തിരിച്ചു വരും വിധം എലിസബത്ത് കണ്ണടയ്ക്കേ ഭയം കാരണം സ്തംഭിച്ച അലീനയെ പ്രാർത്ഥനാ ഗ്രൂപ്പിൽ നിന്നും സുമുഖനായ ഒരാൾ തറപ്പിച്ചൊന്നു നോക്കി. അതോടെ പ്രാർത്ഥനഘോഷം നിലച്ചു. ദീപമോളെ ചേർത്തു പിടിച്ച് ഭീതിയോടെ അയാളെ നോക്കിയ അലീനയും നിശ്ശബ്ദ യായി മുഖം താഴ്ത്തി.

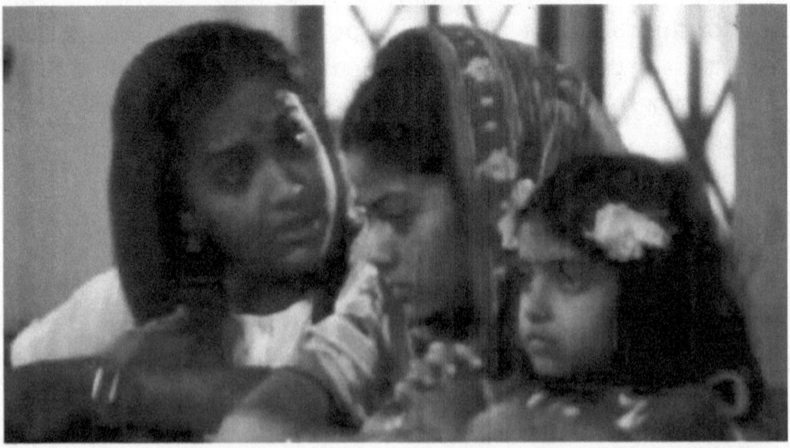

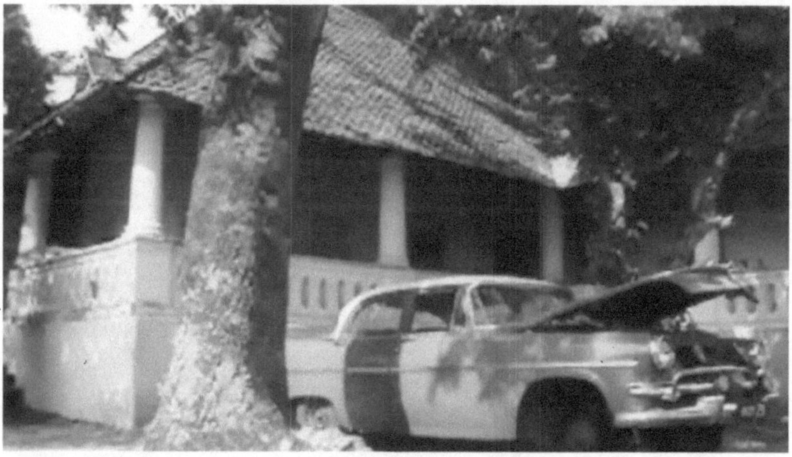

21

ടെലഫോൺ അങ്കിളിന്റെ താമസസ്ഥലം. പഴയ കെട്ടിടം. പുറത്ത് കെട്ടിടത്തോളം പഴക്കം തോന്നിക്കുന്നൊരു കാർ നിർത്തിയിട്ടിരിക്കുന്നു. കെട്ടിടത്തിനകത്ത് മേശമേൽ ബർത്ത്ഡേ ക്ലോക്ക് കാണാം. ക്ലോക്കിന്നടുത്ത് തീയ്യതി പറിച്ചെടുക്കാവുന്ന കൊച്ചു കലണ്ടറിൽ ഇപ്പോൾ തീയ്യതി 24. ദീപമോളെ വിളിക്കാനായി ടെലഫോൺ അങ്കിൾ ഫോൺ നീക്കി വെച്ചു റിസീവർ എടുത്തു. അത് ദീപമോളും ടെലഫോൺ അങ്കിളും തമ്മിൽ ഇനി നടക്കാൻ പോകുന്നൊരു സംഭാഷണത്തിന്റെ ആരംഭമാണ്. അദ്ദേഹത്തെ നാം കാണുന്നില്ല.

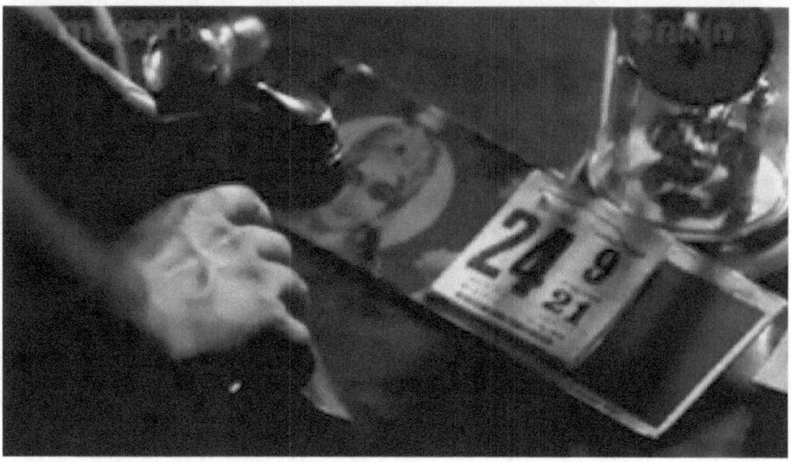

22

തുന്നൽ മെഷീനിൽ തുണി വെച്ച് അലീന ലിവർ താഴ്ത്തി മെഷീൻ ക്ലിപ്പ് ചെയ്ത് തുന്നാൻ ഒരുങ്ങുന്നു. അവൾക്കു പിറകിൽ തോട്ടത്തിൽ ദീപമോൾ മുച്ചക്ര സൈക്കിൾ ഓടിച്ചു കളിക്കുന്നു. സൈക്കിളിന്റെ ശബ്ദത്തിലാണ് അലീനയുടെ ശ്രദ്ധ. ഓട്ടം നിർത്തി ദീപമോൾ ചോദിച്ചു.

ദീപമോൾ : മമ്മി തയ്ച്ച് കഴിഞ്ഞോ..?

അലീന : ഇല്ല. ദീപമോള് കളിച്ചു കഴിഞ്ഞോ..?

ദീപമോൾ : ഇല്ലാ...

അലീന ചിരിച്ചു.

ദീപയും സൈക്കിളും ജാലകത്തിന്നപ്പുറം മാറിയതോടെ അലീനയുടെ ശ്രദ്ധയും തുന്നുന്നതിലേക്ക്. അപ്പോൾ അകലെ വീടിന്നകത്ത് ടെലഫോൺ അങ്കിളിന്റെ വിരൽ ദീപമോളെ വിളിക്കാനായി ആദ്യത്തെ നമ്പർ കറക്കി. അതേസമയം അലീനയുടെ വിരലുകൾക്കിടയിലൂടെ അതിവേഗം മെഷീൻ സൂചി ചലിക്കുന്നു.

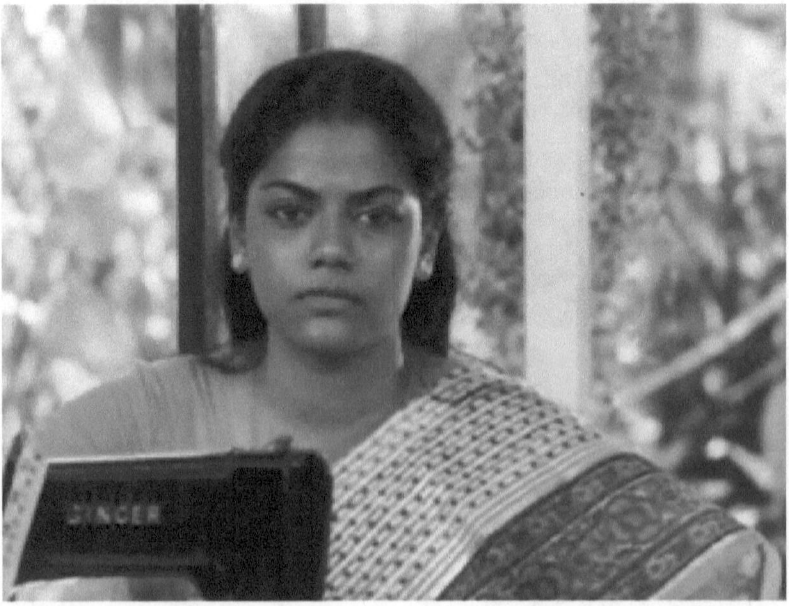

(എവിടെ നിന്നോ ആരെയോ തേടി വരുന്ന മനസ്സിന്റെ പ്രയാണം പോലെ വേഗതയുടെ ഒരു സമന്വയം ഈ ദൃശ്യങ്ങളുടെ ചലനങ്ങളിൽ ഉണ്ട്. ടെലഫോൺ അങ്കിളിന്റെ വിരൽ രണ്ടാമത്തെ നമ്പർ കറക്കി. ദീപമോളുടെ സൈക്കിൾ, ദീപമോളെയുംകൊണ്ട് കറങ്ങുന്ന ഡയൽപോലെ ശേഷിക്കുന്ന പാതി വൃത്തം പൂർത്തിയാക്കുന്നതോടെ, ടെലഫോൺ അങ്കിൾ മൂന്നാമത്തെ നമ്പർ കറക്കുന്നു.

തുന്നുന്ന അലീനയെയും പിറകിൽ സൈക്കിളിൽ കറങ്ങുന്ന ദീപമോളെയും അടുത്ത അർദ്ധവൃത്ത ചലനത്തിലൂടെ നാം കണ്ടു കഴിയുന്നതോടെ ആ വിരൽ നാലാമത്തെ നമ്പർ കറക്കി. ഇപ്പോൾ ദീപമോൾ സൈക്കിൾ ടെലഫോണിന്നപ്പുറം മുറ്റത്തൂടെ ഓടിക്കുന്നു.

അഞ്ചാമത്തെ നമ്പർ കറങ്ങുന്നു.

ആ വൃത്തം അലീനയുടെ വീട്ടിലെ ടെലഫോണിലേക്ക്

ആകാശത്തു നിന്നും ഭൂമിയിലേക്ക് വന്നു വീഴുംവണ്ണം പൂർത്തിയാവുന്നതോടെ ആറാമത്തെ നമ്പറും കറങ്ങുന്നു. ആ കറക്കം അലീനയും ദീപമോളും ജോസുകുട്ടിയുടെ പിയാനോയും എല്ലാം ഉൾക്കൊണ്ടു കോണ്ട് ടെലഫോണിന്നരികിലായി അവസാനിക്കുന്നതോടെ ടെലഫോൺ ശബ്ദിച്ചു. ശബ്ദം കേട്ടതും മെഷീൻ നിർത്തി അലീന അതിൽ തന്നെ ഉറ്റു നോക്കി. അവൾക്ക് നല്ല പേടിയുണ്ട്.)

ആ ശബ്ദം ദീപമോൾ കേൾക്കുമോ എന്ന സംശയത്തോടെ അലീന എഴുന്നേറ്റു. ദീപമോൾ പുറത്ത് സൈക്കിൾ ഓടിക്കുന്ന തിരിക്കിലാണ്. ദീപമോൾ എത്തുന്നതിന്നു മുൻപെ അലീന വന്ന് റിസീവറെടുത്തു. റിസീവറിലൂടെ അപ്പുറത്തു നിന്നും ടെലഫോൺ അങ്കിളിന്റെ ശബ്ദം കേൾക്കാം.

"ഹലോ..ഹലോ.."

ഉത്തരം പറയാതെ അലീന റിസീവർ സാവകാശം മാറ്റി വെച്ചു. ഉത്തരം കിട്ടാതെ ടെലഫോൺ അങ്കിൾ വിളി തുടർന്നു.

"ഹലോ.. ഹലോ.."

അതിനകം ശബ്ദം കേട്ട ദീപമോൾ ജനവാതിൽക്കൽ എത്തി.

ദീപമോൾ : അങ്കിൾ വിളിച്ചോ മമ്മീ..?

അലീന : മോള് പോയി കളിച്ചോ. ഇതങ്കിളൊന്നും അല്ല.

ദീപമോൾ കളിക്കാനായി ഓടി.

നിർത്താതെ ശബ്ദിച്ചുകൊണ്ടിരിക്കുന്ന റിസീവറിൽ നിന്നും ശബ്ദം കേൾക്കാതിരിക്കാൻ കയ്യിൽ കിട്ടിയ ഒരു തുണിയെടുത്ത് അതിന്മേൽ ഇട്ട് അലീന റിസീവർ മൂടി. തുണി വീഴുന്നതും പുറത്ത് നിന്നും ടെല ഫോണിലേക്ക് പടക്കം പൊട്ടുന്ന ശബ്ദം ഉയർന്നു.

23

പുറത്ത് ധാരാളം പടക്കങ്ങൾ പൊട്ടുന്നു. ഇപ്പോൾ രാത്രിയാണ്. അലീനയുടെ വീടിന്നു മുന്നിൽ ഒരു ക്രിസ്മസ് കരോൾ ബഹള ത്തിന്റെ ആരംഭം. ചെറിയൊരു ആൾക്കൂട്ടവും ബാന്റുമേളവും കുതിര വണ്ടിയും പൂത്തിരിയും എല്ലാം. കാഴ്ച്ചകളും നോക്കി വാതിൽക്കൽ നിൽക്കുന്ന ദീപമോൾ നൃത്തം വെക്കുന്ന ആൾക്കൂട്ടത്തിനു നടുവിൽ നിന്നും ഒരു സാന്റാക്ലോസ് പ്രത്യക്ഷപ്പെടുന്നത് കണ്ടു. വാതിൽക്കൽ ദീപമോൾ തനിച്ചാണ്.

അലീന അകത്ത് അവൾക്കുള്ള ക്രിസ്മസ്സ് ഉടുപ്പ് തുന്നുകയാണ്. വാതിലിന്നരികിൽ നിന്നും ദീപമോൾ അമ്മയ്ക്കരികിൽ എത്തി.

അലീന : മോള് ഉറങ്ങരുത് കേട്ടോ. നമുക്ക് കരോൾ കാണണ്ടേ..? മോള് അവിടെ തന്നെ നിന്ന് അതൊക്കെ കണ്ടോ. അപ്പഴേക്കും മമ്മി മോൾക്ക് നാളെ ഇടണ്ട ഉടുപ്പ് തയ്ച്ച് തീർക്കാം...

ദീപമോൾ ചോദിക്കുന്നത് മറ്റൊന്നാണ്.

ദീപമോൾ : അങ്കിളും ഇതൊക്കെ കാണുന്നുണ്ടാവ്വോ..?

അലീന വല്ലാതായി. ദീപമോളുടെ മനസ്സിൽ അയാളാണ്. തന്റെ മനസ്സിൽ അയാളെക്കുറിച്ചുള്ള ഭീതിയും. അലീന തുന്നുന്നത് മറന്നു.

ഇപ്പോൾ വീടിന്നകത്തു നിന്നും പുറത്തെ കാഴ്ച്ചകൾ കൗതുക ത്തോടെ കണ്ടു നിൽക്കുന്ന ദീപയ്ക്കു മുന്നിലൂടെ സാന്റാക്ലോസി നെയും കൊണ്ട് മേളംകൊട്ടി നൃത്തം ചെയ്ത് ആൾക്കൂട്ടം കടന്നു മാറി. അവർ മാറിയിടത്ത് ഒരു കുതിരവണ്ടി നിശ്ചലം നിൽക്കുന്നത് ദീപമോൾക്ക് കാണാം. ആളുകൾ മാറിയതും കുതിരവണ്ടിക്കു പിറ കിൽ നിന്നും ഒരാൾ കള്ളനെ പോലെ കടന്നു വന്ന് കൃത്രിമ താടി എടുത്തു വെച്ച് മറ്റൊരു സാന്റാക്ലോസായി മാറുന്നത് ദീപമോൾ കണ്ടു. അവൾ ചെറുതായി ഭയന്നു.

അപ്പോൾ ദീപമോൾക്കു പിറകിൽ അലീന വന്ന് അവളുടെ ചുമലിൽ കൈ വെച്ചു നിന്നു. അലീനയെ കണ്ടതും പുതിയ സാന്റാക്ലോസ് പെട്ടെന്ന് കുതിരവണ്ടിക്ക് പിറകിലേക്ക് മാറി. അതറിയാതെ ദീപ മോളെ പുറത്തെ കാഴ്ച്ചകൾ കാണാൻ വിട്ട് അലീന വീണ്ടും അക ത്തേക്ക് തന്നെ പോയി. ദീപമോൾ തനിച്ചാണെന്ന് കണ്ടതും പുതിയ സാന്റാക്ലോസ് വലിയൊരു സഞ്ചിയും തൂക്കി വേലിക്കരികിലൂടെ കുനിഞ്ഞ് ശ്രദ്ധയോടെ ദീപമോളെ തന്നെ നോക്കി വീടിനോടടുത്തു. ദീപമോളും മറ്റെല്ലാം മറന്ന് ഇപ്പോൾ ആ സാന്റാക്ലോസിനെ തന്നെ ശ്രദ്ധിക്കുന്നു. വേലിക്കരികിൽ കുനിഞ്ഞിരുന്ന് സാന്റാക്ലോസ് ദീപ മോളെ അരികിലേക്ക് വരാനായി കൈ കാട്ടി വിളിച്ചു. ദീപമോളും അയാളെ ഉറ്റു നോക്കുകയാണ്. ദീപമോൾ വരുന്നില്ലെന്നു കാണുന്ന സാന്റാക്ലോസ് ഒരു കൊച്ചു പാവ വിസിൽ എടുത്ത് ഊതിക്കാണിച്ചു. അത് ദീപാ.. ദീപാ.. എന്നു ശബ്ദിച്ചു.

കൗതുകത്തോടെ ദീപമോളും അത് ഉരുവിട്ടു. അത് തന്റെ പേരാ ണെന്ന് തിരിച്ചറിഞ്ഞതും അവളുടെ മുഖം പ്രസന്നമായി. സാന്റാ ക്ലോസ് പുഞ്ചിരിച്ചു. ജാലകത്തിന്നരികിൽ നിന്നും പിന്മാറി ദീപ മോൾ ഓടിച്ചെന്ന് കസേരയിട്ട് മുൻവശത്തെ വാതിൽ തുറക്കുമ്പോ ഴേക്കും സാന്റാക്ലോസ് വാതിൽക്കൽ എത്തിയിരുന്നു. വാതിൽ തുറന്ന് അകത്തെത്തിയ സാന്റാക്ലോസ് ദീപമോളോട് കളിമട്ടിൽ ശബ്ദിക്കരുതെന്ന് ആംഗ്യം കാണിച്ചു. ദീപയും അതാവർത്തിച്ചു. വീടിന്നു പുറത്ത് ആദ്യം കണ്ട സാന്റാക്ലോസും കൂട്ടരും ഇപ്പോൾ മറ്റൊരു വഴിക്ക് നീങ്ങുകയാണ്. അകത്ത് കയറിയ സാന്റാക്ലോസ് ശബ്ദം താഴ്ത്തി ദീപമോളോട് ചോദിച്ചു.

സാന്റാക്ലോസ് : മമ്മിയെവിടെ?

ദീപമോൾ : മമ്മി തയ്ച്ചുവാ.

സാന്റാക്ലോസ് : മോൾക്ക് എന്നെ മനസ്സിലായോ..?

ചെറിയ പരിഭ്രമം ഉണ്ടെങ്കിലും മനസ്സിലായെന്ന് ദീപമോൾ. സാന്റാ ക്ലോസിന്റെ നോട്ടം അകത്തു നിന്നും വരുന്ന തുന്നൽ മെഷീനിന്റെ ശബ്ദത്തിലേക്ക്. അകത്ത് അലീന തുന്നിക്കൊണ്ടിരിക്കുകയാണ്. ഇനി അധികം സമയമില്ല. എല്ലാം പെട്ടെന്നു വേണം.

സാന്റാക്ലോസ് ദീപമോളെ പൊക്കിയെടുത്തു പുറത്തു കടന്നു. മുറ്റത്തൊരിടത്ത് നിർത്തി കയ്യിലെ സഞ്ചി തുറന്നു. സഞ്ചിയിൽ ദീപമോൾക്ക് എന്നെഴുതിയത് കാണാം. അതിൽ നിന്നും സാന്റാ ക്ലോസ് ഒരു സമ്മാനപ്പൊതി എടുത്തു ദീപമോൾക്ക് കൊടുത്തു.

സാന്റാക്ലോസ് : ആരും കാണണ്ട. ഇന്നാ പിടിച്ചോ..

ദീപമോൾ അത് വാങ്ങി.

സാന്റാക്ലോസ് സഞ്ചിയിൽ നിന്നും ക്യാമറ പുറത്തെടുത്തു.

സാന്റാക്ലോസ് : ഇനി അങ്കിളിന് മോൾടെ ഒരു ഫോട്ടോ വേണം. ചിരിച്ചേ...

ദീപമോൾ ചിരിച്ചു. മുഖത്ത് ഫ്ളാഷ് മിന്നി. അകത്ത് തുന്നൽ മെഷീൻ നിശ്ചലമായി. അലീനയിൽ ദീപമോൾ എവിടെയാണെന്ന ചിന്ത പെട്ടെന്നു വന്നതുപോല. അലീന ദീപമോളെ വിളിച്ചു.

ദീപാ..

ആദ്യം കണ്ട സാന്റാക്ലോസും കൂട്ടരും നൃത്തമാടുന്ന മുറ്റത്തേക്ക് തുറക്കുന്ന വലിയ ജാലകവാതിൽ ഇപ്പോൾ ദീപമോളില്ലാതെ ഒഴിഞ്ഞു കിടക്കുന്നു. അവിടേക്ക് ഓടി വന്ന അലീന ദീപമോളെ വിളിച്ചു. അവിടെങ്ങും അവൾ ഇല്ലെന്ന് കണ്ടതും ഭയത്തോടെ മുറികളിൽ തിരഞ്ഞ് അലീന എത്തുന്നത് പപ്പയുടെ പിയാനോയ്ക്കരികിൽ. തനിച്ചാക്കിയതിനാൽ ദീപമോൾ പിണങ്ങി അതിന്നു താഴെ ഒളിച്ചിരിക്കുന്നുണ്ടാവുമെന്ന് അലീനയ്ക്കറിയാം. ഒളിച്ചിരിക്കുന്ന ദീപമോളോടായി കളിക്കും വിധം അലീന പറഞ്ഞു.

അലീന : ദീപാ.. മോള് പുറത്തു വാ, എന്തിനാ ഇവിടെ ഒളിച്ചിരിക്കുന്നേ. മമ്മിയെ കളിപ്പിക്ക്യൊന്നും വേണ്ട. മമ്മി പേടിച്ചിട്ടൊന്നും ഇല്ല. ഇവിടെ എവിടെ ഇരുന്നാലും മമ്മി മോളെ കണ്ടു പിടിക്കും.

അവിടെയും ദീപമോൾ ഇല്ലെന്നറിഞ്ഞു.

അലീന ഞെട്ടുന്നതും പുറത്ത് നേരത്തെ കണ്ട കുതിരവണ്ടി അതിവേഗം ഇരുട്ടിലൂടെ അകലേക്ക് ഓടി അകന്ന് ഇരുട്ടിൽ മാഞ്ഞു.

24

വെപ്രാളത്തോടെ അലീന വാതിൽ തുറന്നു. പുറത്തെ വഴിയിൽ ആർത്തു തിമർത്തു മേളം കൊട്ടി നൃത്തമാടുന്ന ആൾക്കൂട്ടത്തിന്നു നടുവിൽ ടെലഫോൺഅങ്കിൾ സമ്മാനിച്ച സമ്മാനവും കെട്ടിപ്പിടിച്ച് വിരണ്ടു നിൽക്കുകയാണ് ദീപമോൾ. അലീന ഓടി വന്ന് അവളെ

എടുത്തു. അവളുടെ പെട്ടെന്നുള്ള വരവും ദീപാ.. എന്ന വിളിയും അവൾക്കു ചുറ്റും നൃത്തം ചെയ്യുന്നവരെയും നിശ്ചലരാക്കി. ദീപ മോളെയും എടുത്ത് അലീന ധൃതിയിൽ വീടിന്നകത്തേക്ക്. അക ത്തേക്ക് വന്ന് ദീപമോളെ കട്ടിലിൽ ഇരുത്തി അലീന വെന്തു നിന്നു. ഇതിനു മുമ്പ് ഇത്രയും ഭയന്നിരുന്നില്ല. ദേഷ്യവും സങ്കടവും അവളെ തളർത്തി. ദീപമോളും നല്ലതുപോലെ ഭയന്നിരുന്നു. അവളുടെ ശബ്ദം ഉള്ളിലേക്ക് വലിഞ്ഞിരുന്നു.

അലീന : എന്റെ പ്രാണൻ പകുതി പോയി. നിന്നോ ടാരാ പുറത്തു പോവാൻ പറഞ്ഞത്..?

ദീപമോളുടെ കയ്യിലെ പൊതി അപ്പോഴാണ് അലീന കാണുന്നത്.

എന്താ ഇത്..?

ദീപമോൾ നടന്ന കാര്യം പറഞ്ഞു.

ദീപമോൾ : അങ്കിളിന്റെ ഒരാൾ വന്നല്ലോ. ഇപ്പളാ പോയത്.

അലീന ഞെട്ടി.

അലീന : ആരു വന്നു..???

ദീപമോൾ : അങ്കിൾ അയച്ച സാന്റാക്ലോസിനെ. എന്റെ ഫോട്ടോ എടുത്തു. ഇതും തന്നു.

അലീനയുടെ നെഞ്ചിൽ ഭയം കൊത്തി.

അലീന : അതെന്തിനാ നിന്റെ ഫോട്ടോ എടുത്തത്..? ദൈവമേ.. ഇനി ഞാൻ എന്തൊക്കെ കാണേണ്ടി വരും. ആരു വിളിച്ചാലും പോക രുതെന്ന് നിന്നോട് പറഞ്ഞിട്ടില്ലേ. നീ എന്തിനാ ഇത് മേടിച്ചത്..?

ഭ്രാന്തു പിടിച്ചതുപോലെ അവളാ പൊതി വാരിയെടുത്ത് വലിച്ചെ റിഞ്ഞു.

ഇവിടെ ഒന്നും വേണ്ട.. ഒരങ്കിളും വിളിക്കേം വേണ്ട.. വരുന്നതൊക്കെ സഹിക്കാൻ എനിക്ക് വയ്യ. എനിക്കാകെ നീയ്യേ ഉള്ളൂ..

ഓടിച്ചെന്ന് പ്ലഗ്ഗ് വലിച്ചെടുത്ത് റിസീവർ ഒന്നടങ്കം വലിച്ചു വാരി അവൾ നിലത്തെറിഞ്ഞു.

നീ ഇതിനി തൊട്ടുപോകരുത്. ഇവിടെ ഫോണും വേണ്ട, ഒരങ്കിളും വിളിക്കേം വേണ്ട.

നിലത്ത് വീണ് തെറിക്കുന്ന ടെലഫോണിന്റെ ശബ്ദം ദീപമോളെ ഞെട്ടിച്ചു. അമ്മയിൽ നിന്നും രക്ഷതേടി അവൾ ഓടിച്ചെന്ന് പിയാനോക്കടിയിൽ കയറി. പിയാനോയ്ക്കരികിലായി വീണു കിടന്ന സമ്മാനപ്പൊതി എടുത്ത് വീണ്ടും നെഞ്ചോട് ചേർത്തു പെട്ടെന്നു വന്ന ക്ഷോഭത്തിൽ അലീനയും തളർന്ന് കട്ടിലിൽ ഇരുന്നു. നിശ്ശബ്ദം പിയാനോയ്ക്കടിയിൽ ഭയന്ന് ഇരിക്കുമ്പോഴും ദീപമോളുടെ നോട്ടം നിലത്ത് മുറിഞ്ഞുപോയൊരു പാവയ്ക്കരികിലായി കമഴ്ന്നു കിടക്കുന്ന ടെലഫോണിലാണ്.

ചെറിയൊരു സമയം ദീപമോൾ പിയാനോയ്ക്കടിയിൽ ഒറ്റപ്പെട്ടിരിക്കുന്നു എന്ന വിഷമത്തോടെ അലീനയും വന്ന് അടുത്തിരുന്നു. ഭയം മൂടിയ കോപം കാരണം അലീനയ്ക്ക് ഒന്നും സംസാരിക്കാൻ കഴിയുന്നില്ല. അമ്മയുടെ കോപം ശമിപ്പിക്കാനായി ദീപമോൾ പതിയെ പറഞ്ഞു.

ദീപമോൾ : അങ്കിള് പാവാ...

ആരും അറിയാതെ ആരോ വന്ന് ദീപമോളുടെ കയ്യിൽ ഒരു പൊതിയും വെച്ചു കൊടുത്ത് ഫോട്ടോ എടുത്തു പോയതിലുള്ള ഭയം അലീനയിൽ പൊട്ടിത്തെറിക്കാനായി വീണ്ടും ഉരുണ്ടുകൂടി. അവളുടെ നോട്ടം വീണ്ടും ദീപമോളുടെ കയ്യിലെ പൊതിയിലായി.

അലീന : എന്താ ഈ പൊതീല്..?

ദീപമോൾ : കെയ്ക്കാ..

അലീന പിറുപിറുത്തു.

അലീന : കെയ്ക്ക്...

പൊതി വലിച്ചെടുത്ത് അലീന തുറന്നു.

അതിൽ ഒരു കുഞ്ഞു പിയാനോ. അതൊരു ഹൃദയത്തിൽ തട്ടിയുള്ള സമ്മാനമാണെന്ന തോന്നലിൽ അവൾ പെട്ടെന്ന് വല്ലാതായി. മാത്ര നേരം അവൾക്കത് ജോസുകുട്ടിയിൽ നിന്നും വന്നതാണെന്നു തോന്നി. സംഗീതജ്ഞനായ ജോസുകുട്ടിയുടെ പ്രിയപ്പെട്ട സംഗീതോപകരണം പിയാനോ ആണ്. അതാണ് വീട്ടിൽ ഒരു കെടാവിളക്കുപോലെ സൂക്ഷിച്ചിരിക്കുന്നത്. അതിനടിയിലാണ് പപ്പയുടെ സാമീപ്യം തേടി ദീപമോൾ അമ്മയിൽ നിന്നും ഭയന്നും പിണങ്ങിയും ഒറ്റപ്പെടുമ്പോഴെല്ലാം ഒളിച്ചിരിക്കാറ്. അലീന ആ കുഞ്ഞുപിയാനോ വിസ്മയത്തോടെ കണ്ടു. ദീപമോൾക്ക് തണലായി നിൽക്കുന്ന ഗ്രാന്റ് പിയാനോട് ചേർത്തുവെക്കാനായി ഒരച്ഛന്റെ ആലിംഗനംപോലൊരു കുഞ്ഞു പിയാനോ. പിയാനോ കാണുന്ന ദീപമോളും പ്രകാശിച്ചു.

ദീപമോൾ : ഹായ്.. ഇത് കേക്കല്ലല്ലൊ. ഇതിനാണോ മമ്മി ഇതൊക്കെ എടുത്തെറിഞ്ഞത്..?!

അവളത് അലീനയുടെ കയ്യിൽ നിന്നും വാങ്ങി പുഞ്ചിരിയോടെ പിന്നാക്കം നടന്ന് ഓടി കട്ടിലിൽ കയറി ഇരുന്നു. ഇരുന്നതും സന്തോഷത്തോടെ വായനയും തുടങ്ങി. കുഞ്ഞു പിയാനോയുടെ ശബ്ദം മുറിയിൽ വീഴുന്നതോടെ അലീനയുടെ ഭയവും ഇറങ്ങി യോടി. അലീന തളർന്നു.

25

(compress time between frame to frame.)

ദീപമോൾക്കായി തുന്നിക്കൊണ്ടിരിക്കുന്ന പൂർത്തിയാകാത്ത ക്രിസ്മസ്സ് ഉടുപ്പിൽ തെരുപ്പിടിച്ച് അലീന തുന്നൽ മെഷീനിന്നരികിൽ ഉള്ളിൽ കരഞ്ഞ് ഇപ്പോഴും നിശ്ശബ്ദം ഇരിക്കുകയാണ്. ആ നിശ്ശബ്ദത യിൽ നിന്നും അലീന ഉണരുന്നതിനിടയിൽ കുറെ നേരം ദീപമോൾ ആ കുഞ്ഞു പിയാനോയിൽ കളിച്ചിരുന്നു. ആടിത്തളർന്ന് സാന്റാ ക്ലോസും സംഘവും വീട്ടുമുറ്റങ്ങളിൽ നിന്നും യാത്രയായിരുന്നു. ദീപമോൾ കട്ടിലിന്റെ മൂലയിൽ ഉറങ്ങിയിരുന്നു. സമ്മാനമായി കിട്ടിയ പിയാനോ പപ്പയുടെ പിയാനോയ്ക്കു മുകളിൽ അവൾ വാത്സല്യത്തോടെ വെച്ചിരുന്നു. ഞെട്ടി ഉണർന്ന അലീന ടെല ഫോൺഅങ്കിൾ സമ്മാനിച്ച ആ കുഞ്ഞു പിയാനോയ്ക്കരികിലേക്ക് വന്നു. അതെടുക്കാതെ നിശ്ശബ്ദം നോക്കി നിൽക്കുന്നതിനിടയിൽ നിലത്ത് വീണു കിടക്കുന്ന അഴിച്ചു മാറ്റിയ അതിന്റെ ഒഴിഞ്ഞ സമ്മാനപ്പെട്ടിയിൽ ഒരു കടലാസ് കണ്ടു. അലീന അതെടുത്തു. അതൊരു എഴുത്താണ്. എഴുതിയത് ടെലഫോൺ അങ്കിളാണ്. എഴുത്ത് ദീപമോൾക്കുള്ളതാണ്. അലീന ആ കത്ത് മനസ്സിൽ വായിച്ചു. അതെഴുതിയ ആളുടെ ശബ്ദം മനസ്സിൽ നിറഞ്ഞു.

> “പ്രിയപ്പെട്ട ദീപമോൾക്ക്.. ഈ സമ്മാനം അവിടെ എത്തിക്കാൻ അങ്കിൾ പെട്ട പാട് വല്ലതും എന്റെ ദീപമോൾക്കറിയോ..? സമ്മാനം കിട്ടിയല്ലോ. അങ്കിളിന് അതുമതി. ഇതിലെ വരികൾ ദീപ മോൾക്ക് വായിക്കാൻ കഴിയോ എന്നെനിക്കറി യില്ല. സാധിച്ചില്ലെങ്കിൽ പറഞ്ഞാൽ മതി. അങ്കി ളിത് ടെലഫോണിലൂടെ വായിച്ചു തരാം. ഈ

കത്ത് അങ്കിളിന് മനഃപ്പാഠമാണ്. അങ്കിളിന് വല്ല്യൊരു മോഹം ഉണ്ട്. ദീപമോള് വളർന്നു വളർന്നു വല്ല്യ ഒരു ദീപമോളാകുമ്പോ അങ്കിളിനു തന്നെ ഒരു സാന്റാക്ലോസായി സമ്മാനവുംകൊണ്ട് വരാൻ കഴിയണം. അന്നങ്കിളിനെ ദീപമോൾക്ക് തിരിച്ചറി യാൻ കഴിയോ..? ഏയ്.. എവിടെ തിരിച്ചറിയാൻ..?

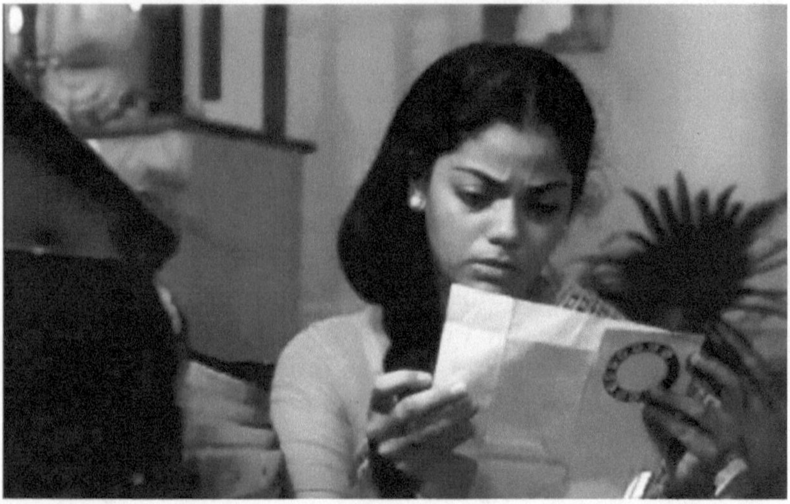

വായിച്ചു കഴിഞ്ഞതും അലീനയിൽ നിന്നും ആ എഴുത്ത് നിലത്ത് വീണു. ദീപമോളോടുള്ള അയാളുടെ വാത്സല്യം ഗംഗാപ്രവാഹമായി അലീനയ്ക്ക് അനുഭവപ്പെടുകയായിരുന്നു. അതൊരു ഗാനത്തിന് വഴിയൊരുക്കുന്നു.

26

ഗാനം ആരംഭിക്കേ ദീപമോൾക്കു മുന്നിൽ ഭയപ്പെട്ട് ഭ്രാന്തിയായ തിൽ അലീനയ്ക്ക് കുറ്റബോധം തോന്നി. തനിക്കൊരിക്കലും അവൾക്കൊരു അച്ഛനാകാൻ കഴിയുന്നില്ലല്ലോ എന്ന വേദന തോന്നി. ദീപമോൾക്കു കിട്ടിയ ടെലഫോൺഅങ്കിളിനെ അശേഷം ഭയക്കാതെ പൂർണ്ണമായും അവൾക്കു തന്നെ സമർപ്പിക്കണമെന്നു തോന്നി. അവളാ കുഞ്ഞു പിയാനോ എടുത്ത് ഉറങ്ങുന്ന ദീപ മോളോട് ചേർത്തുവെച്ചു.

(ഗാനം.)

“രാരീ.. രാരീരം രാരോ..
പൊന്നും തിങ്കൾ പോറ്റും മാനേ..
മാനേ കുഞ്ഞിക്കലമാനേ..
പൂമിഴികൾ പൂട്ടി മെല്ലേ..
നീയുറങ്ങീ ചായുറങ്ങി..
സ്വപ്നങ്ങൾ പൂവിടും പോലേ.. നീളേ..
വിണ്ണിൽ വിൺതാരങ്ങൾ..
മണ്ണിൽ മന്ദാരങ്ങൾ..
പൂത്തൂ വിൺതാരങ്ങൾ..
പൂത്തൂ മന്ദാരങ്ങൾ..
പൊന്നും തിങ്കൾ പോറ്റും മാനേ..
മാനേ.. കുഞ്ഞിക്കലമാനേ..
ഈ മലർക്കയ്യിൽ സമ്മാനങ്ങൾ
എന്നോമൽക്കുഞ്ഞിന്നാരേ തന്നൂ..
നിന്നിളം ചുണ്ടിൻ പുന്നാരങ്ങൾ..
കാതോർത്തു കേൾക്കാനാരേ വന്നൂ..
താലോലം തപ്പുകൊട്ടി പാടും.
താരാട്ടിന്നീണവുമായി വന്നൂ..
കാണാതെ നിൻ പിന്നാലെയായ്
കണ്ണാരം പൊത്തും
കുളിർ പൂന്തെന്നലായ്...
നീയറിയാതെ നിന്നേക്കാണാൻ
മാലാഖയായിന്നാരേ വന്നൂ..
നീയുറങ്ങുമ്പോ നിൻ കൈ മുത്തി
മാണിക്യച്ചെമ്പഴുക്ക തന്നൂ...
സ്നേഹത്തിൻ മുന്തിരിത്തേൻ കിണ്ണം..
കാണിക്കയായി വെച്ചതാരോ..
ഈ മണ്ണിലും ആ വിണ്ണിലും
എന്നോമൽക്കുഞ്ഞിന്നാരേ
കൂട്ടായ് വന്നൂ..”

ഗാനം അവസാനിക്കുന്നതോടെ വലിച്ചെറിഞ്ഞ ടെലഫോണെടുത്ത് അലീന വീണ്ടും പഴയ സ്ഥാനത്ത് വെച്ചു. അതിന്റെ കേബിൾ ഘടിപ്പിച്ചതും പെട്ടെന്നത് ശബ്ദിച്ചു. അലിന റിസീവറെടുത്തു. അത് ടെലഫോൺഅങ്കിളാണ്. അലീനയുടെ ശബ്ദം പതറി.

അലീന : ഹലോ..

എടുത്തത് അലീനയാണെന്നു മനസ്സിലായതും അയാളുടെ സ്വരവും വിനീതമായി.

ടെലഫോൺഅങ്കിൾ : എനിക്ക് ദീപമോളോട് ഒന്നു സംസാരിക്കണം..

അലീന : മോളിന്നു നേരത്തെ ഉറങ്ങി. അവളിതു വരെ ആ പിയാനോ എടുത്ത് കളിക്ക്യായിരുന്നു.

ടെലഫോൺഅങ്കിൾ : ഞാൻ പലതവണ വിളിച്ചു. അവിടെ ഫോൺ കേടായിരുന്നോ..?

കാട്ടിക്കൂട്ടിയ ബഹളങ്ങൾ ഓർത്ത് അലീന പതറി.

അലീന : അല്ല.. അത്.., മോളതെടുത്ത് കളിക്ക്യായിരുന്നു.

ടെലഫോൺഅങ്കിൾ : നേരത്തെ പിയാനോ എടുത്ത് കളിക്ക്യായിരുന്നൂന്നല്ലേ പറഞ്ഞത്..?

അലീന : അത്.... പിന്നെ.... ആദ്യം കുറെ നേരം കളിച്ചു. പിന്നെ പിണങ്ങി.

വാക്കുകൾ കരച്ചിലായി മാറുംന്ന് തോന്നിയതും അലീന റിസീവർ തിരികെ വെച്ചു നിശ്ശബ്ദം ഇരുന്നു.

ടെലഫോൺ വീണ്ടും ശബ്ദിച്ചു. അലീനയ്ക്ക് അതെടുക്കാതിരിക്കാൻ വയ്യ. റിസീവർ എടുത്തെങ്കിലും അവൾ ഹലോ പറഞ്ഞില്ല. അലീന കേൾക്കുന്നുവെന്ന ഉറപ്പോടെ അയാൾ പറയുന്നതത്രയും ഉറങ്ങുന്ന ദീപമോൾക്കരികിൽ ഇരുന്ന് അലീന നിശ്ശബ്ദം കേട്ടു.

ടെലഫോൺഅങ്കിൾ : ഇത് ഞാനാണ്. ഒരു കാര്യം പറഞ്ഞോട്ടെ. മമ്മിയെപ്പോലെ ഈ അങ്കിളിനോട് ഒരിക്കലും കളവു പറയരുതെന്ന് എന്റെ ദീപമോളോട് പറയണം. അവൾക്കത് പറഞ്ഞാൽ മനസ്സിലാകുമോ എന്നെനിക്കറിയില്ല. എന്നാലും എന്നോട് കളവു പറയുന്ന അവളുടെ മമ്മിക്ക് ചിലപ്പോൾ അത് മനസ്സിലാവും.

വിതുമ്പിപ്പോകുന്ന അലീന അയാളോട് സത്യം പറഞ്ഞു.

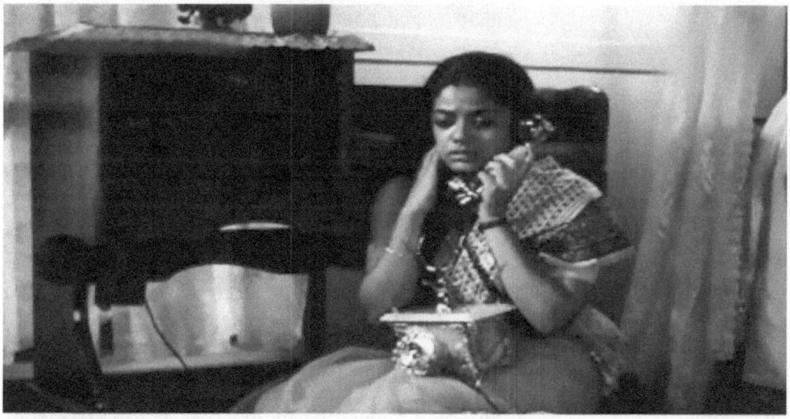

അലീന : സത്യം.., ഞാൻ കളവാണ് പറഞ്ഞത്.

അപ്പുറം അയാൾ ടെലഫോൺ വെക്കുന്ന ശബ്ദം നാം കേൾക്കുന്നില്ല. പകരം ഉയരുന്നത് ഒരു നഴ്സറിപ്പാട്ട്. അത് പാടുന്നത് ദൃശ്യത്തിൽ ഇല്ലാത്ത കുട്ടികളാണ്.

27

സ്കൂളിലെ കളിസ്ഥലത്ത് ധാരാളം കൊച്ചുകുട്ടികൾ കളിക്കുന്നു. അവരുടെ പാട്ടും കേട്ട് വരാന്തയിൽ മദറിന്നരികിൽ മുഖം കുനിച്ച് പാതി മദറിനോടും പാതി തന്നോടുമായി അലീന മനസ്സു തുറന്നു.

അലീന : അദ്ദേഹം എല്ലാ ദിവസവും മോളെ വിളിക്കും. അവർ കുറെ നേരം സംസാരിക്കും. മോള് ഒരുപാട് ചിരിക്കും. അദ്ദേഹം കഥകൾ പറയും. ആദ്യം ഞാൻ വല്ലാതെ ഭയന്നിട്ടുണ്ട്. ഇപ്പോൾ അദ്ദേഹം മോളോട് സംസാരിക്കുന്നതിൽ എനിക്ക് തീരെ പേടിയില്ല മദർ. സത്യം പറഞ്ഞാൽ ഇപ്പോൾ ഞങ്ങൾ തനിച്ചല്ലെന്നും ആ വീട്ടിൽ ഞങ്ങൾക്കൊപ്പം ആരോ ഉണ്ടെന്നും എനിക്കും തോന്നുന്നു.

നിശ്ശബ്ദം കേൾക്കുന്ന മദറുടെ മുഖം സ്നേഹം തട്ടി തുടുത്തു. അവരുടെ മുഖപ്രസാദം തന്നെ അനുഗ്രഹിക്കുന്നതുപോലെ അലീനയ്ക്ക് തോന്നി. പെട്ടെന്ന് മോളെ തിരഞ്ഞു കൊണ്ട് അലീന ധൃതി വെച്ചു.

അയ്യോ..മോളെവിടെ..? സമയം വൈകി. അദ്ദേഹം വിളിച്ചാലോ..?''

പുഞ്ചിരിച്ചതല്ലാതെ മദർ അപ്പോഴും ഒന്നും പറഞ്ഞില്ല.

28

ടെലഫോൺ ശബ്ദിക്കുന്നതും കാത്തു കാത്തിരുന്ന ദീപമോൾ ടെലഫോണിന്നരികിൽ തന്നെ ഇരുന്ന് ഉറങ്ങിപ്പോയത് അലീന കണ്ടു. അവൾക്കാ കാഴ്ച്ച ഒരു കൗതുകമായി. അലീന അവളെ എടുത്ത് കട്ടിലിൽ കിടത്തി.

അലീന : എത്ര പറഞ്ഞാലും കട്ടിലിൽ ചെന്നു കിടക്കരുത്. ഇവിടെ തന്നെ ഇരിക്കണം.

ദീപമോളെ കട്ടിലിൽ കിടത്തി

വാത്സല്യത്തോടെ നെറ്റിയിലും മുടിയിലും തടവി എഴുന്നേൽക്കാൻ ഭാവിക്കേ ടെലഫോൺ മുഴങ്ങി. എടുക്കണോ വേണ്ടയോ എന്ന ചിന്തയോടെ അലീന റിസീവർ എടുത്തു. റിസീവറിൽ നിന്നും ടെലഫോൺ അങ്കിളിന്റെ ശബ്ദം വീണു.

ടെലഫോൺ അങ്കിൾ : ഹലോ.. ഹലോ..

സംശയിച്ചുകൊണ്ടുതന്നെ അലീന ഹലോ പറഞ്ഞു. ദീപമോൾക്കു പകരം അലീനയുടെ ശബ്ദം കേട്ടതാവാം അപ്പുറത്തു നിന്നും ഉത്തരമില്ല. അലീന ശബ്ദം ഉയർത്തി.

അലീന : ഹലോ..

മൃദുവായ സ്വരത്തിൽ മറുപടി വന്നു.

ടെലഫോൺ അങ്കിൾ : ദീപമോളില്ലേ..?

അലീന : മോള് ഉറങ്ങാണ്.

അയാൾക്കത് വിശ്വാസമായി.

ഉത്തരം പെട്ടെന്നു വന്നു.

ടെലഫോൺ അങ്കിൾ : ശരി. ഞാൻ പിന്നെ വിളിക്കാം.

അയാൾ പോവുകയാണെന്നും സംസാരം നിലയ്ക്കുകയാണെന്നും ഇത്രയും നേരം ഇതിനായി കാത്തുനിന്നത് ദീപമോൾ മാത്രമല്ലെന്നും

ആരോ ഉള്ളിൽ നിന്നും തോന്നിപ്പിച്ചപോലെ അലീന പെട്ടെന്ന് തടഞ്ഞു.

അലീന : അല്ല. അത് സാരല്ല്യ. ഞാൻ മോളെ ഉണർത്താം.

അയാൾക്കത് ഇഷ്ടപ്പെട്ടില്ല.

ടെലഫോൺ അങ്കിൾ : വേണ്ടാ. ഉറങ്ങിക്കോട്ടെ..

അലീന ഒരു പരിഹാരം കണ്ടു.

അലീന : മോളുണർന്നാൽ ഞാൻ അങ്ങോട്ട് വിളിപ്പിക്കാം.

ടെലഫോൺ അങ്കിൾ : അതിന് നമ്പർ അറിയോ.

ആ ചോദ്യം അലീനയ്ക്ക് ചെറിയൊരു പ്രതീക്ഷ നൽകി.

അലീന : ഇല്ല.

ടെലഫോൺ അങ്കിൾ : പിന്നെങ്ങിനെ വിളിക്കും?

മനസ്സിന്റെ ജാലകം തുറക്കുംപോലെ അലീന ചോദിച്ചു.

അലീന : പറഞ്ഞു തന്നൂടെ..?

ആ ചോദ്യം ടെലഫോൺഅങ്കിളിനെ ചിരിപ്പിച്ചു. അയാളുടെ മുറിയിലെ മത്സ്യങ്ങൾ നീന്തുന്ന കണ്ണാടിക്കൂട്ടിൽ ആ ചിരി വീണു. അയാളെ പൂർണ്ണമായും ഇപ്പോഴും കാണുന്നില്ല. സാന്നിദ്ധ്യം മാത്രം ശബ്ദത്തിലൂടെ അറിയുന്നു. തമാശയോടെ അയാൾ ചോദിച്ചു.

ടെലഫോൺ അങ്കിൾ : നമ്പർ അറിയാത്തത് ഒരു തരത്തിൽ നല്ല തല്ലേ..?

അലീന : അതുകൊണ്ടല്ല. മോളുണർന്നാൽ ഞങ്ങൾ രണ്ടുപേരും ഒരു സിനിമക്ക് പോകും. അതുകൊണ്ടാ പറഞ്ഞത് അങ്ങോട്ട് വിളിക്കാംന്ന്.

അലീന അത് പറഞ്ഞിട്ടും ഉത്തരം പറയാതെ, റിസീവർ ചെവിയിൽ നിന്നെടുക്കാതെ, മേശപ്പുറത്ത് ഫ്രെയിം ചെയ്തുവെച്ച ദീപമോളുടെ ഫോട്ടോ അയാൾ മുഖത്തിനു നേരെ എടുത്തുയർത്തി. നേരത്തെ സാന്റാക്ലോസായി വന്ന ആൾ എടുത്ത, ദീപമോളുടെ സമ്മാനം പിടിച്ചു നിൽക്കുന്ന ഫോട്ടോ ആണത്. ഒരു മകളെ പൂർണ്ണമായും

അറിയുന്ന പിതൃവാത്സല്യത്തോടെ ദീപമോളെയും നോക്കി അയാൾ നിശ്ശബ്ദം നിൽക്കുകയാണ്. റിസീവറും പിടിച്ചു നിൽക്കുന്ന അലീന യ്ക്ക് അയാളുടെ മൗനം എന്തുകൊണ്ടാണെന്ന് മനസ്സിലാകുന്നില്ല.

അലീന : നമ്പർ പറഞ്ഞു തരുന്നത് ഇഷ്ടമല്ലെങ്കിൽ വേണ്ട. ഞാൻ മോളുണർന്നാൽ പറയാം.

അയാൾ തുറന്നു ചോദിച്ചു.

ടെലഫോൺ അങ്കിൾ : നിങ്ങൾ എന്തിനാണ് കളവു പറയുന്നത്..? മോള് സിനിമയ്ക്ക് വരാറില്ലല്ലോ. അവൾ കരഞ്ഞു ബഹളം ഉണ്ടാക്കും. സത്യത്തിൽ നമ്പർ തരാത്തതിൽ എന്നോട് ചെറിയൊരു ദേഷ്യം തോന്നിയതുകൊണ്ടല്ലേ പെട്ടെന്ന് ഈ സിനിമാ പരിപാടി ഇട്ടത്..?

അലീന അത്രയും പ്രതീക്ഷിച്ചിരുന്നില്ല.

അലീന : നമ്പർ കിട്ടാനാണെങ്കിൽ എനിക്ക് എക്സ് ചേഞ്ചിൽ ഈ കാര്യം അറിയിച്ചാൽ പോരെ?

അയാൾ പെട്ടെന്ന് തടഞ്ഞു.

ടെലഫോൺ അങ്കിൾ : വെറുതെ മണ്ടത്തരം കാണിക്കണ്ട. ഈ ഫോൺ എന്റേതല്ല. ഈ വീടും എന്റേതല്ല. മനസ്സിലായോ..?''

സംസാരം മറ്റൊരു പ്രതലത്തിലേക്ക് കടക്കുന്ന ഭീതിയോടെ ആ സംസാരം മുറിഞ്ഞു. അയാളുടെ ശബ്ദത്തിനു പകരം റിസീവർ തിരികെ വെച്ച ഡയൽ ടോൺ വന്നു. ശബ്ദവും ശ്രദ്ധിച്ച് പെട്ടെന്ന് തനിച്ചായ പോലെ അലീന അതേ നിൽപ്പ് നിന്നു.

29

ദീപമോൾക്കു വേണ്ടി അലീന ടെലഫോൺ അങ്കിളിനെ വര യ്ക്കുന്നു. വരയോടൊപ്പം വരയ്ക്കുന്നതെന്താണെന്ന് അലീന തമാശയോടെ പറയുന്നുമുണ്ട്.

അലീന : വട്ട മുഖം. ഉണ്ട കണ്ണ്. മത്തങ്ങ മൂക്ക്. കുറ്റിമീശ. മൊട്ടത്തല.

ദീപമോൾക്കത് തീരെ ഇഷ്ടപ്പെട്ടിട്ടില്ല.

ദീപമോൾ : അങ്കിൾ ഇങ്ങിനൊന്നും അല്ല. ഇത് വേറെ

ആരോ ആണ്.

അലീന : എങ്കിൽ വേറെ ഒന്നു നോക്കാം. ഉണ്ടക്കണ്ണ്. ഇങ്ങനൊരു മൂക്ക്. ഇങ്ങനൊരു ചെവി. ഇത് കാല്. ഇങ്ങനൊരു വാല്.

ദീപമോൾ : മമ്മിക്കാ.. വാല്. അങ്കിളിന് ഇങ്ങനൊന്നും ഇല്ല.

അലീനക്ക് ചിരി വന്നു.

അലീന : പിന്നെങ്ങനാ..?

ടെലഫോണിലൂടെ പറഞ്ഞു കേട്ടത് ഓർക്കുംപോലെ ദീപമോൾ അങ്കിളിനെ മനസ്സിലൊന്നു വരച്ചുനോക്കി.

ദീപമോൾ : വെളുത്തിട്ടാ. കുഞ്ഞിക്കണ്ണാ. അങ്കിളിന് മുടി മുറിച്ചിട്ടില്ലാ. ആ.. മീശയുണ്ട്.

തുടർന്ന് ഒന്നും ഓർമ്മയിൽ കിട്ടാതെ ദീപമോൾ വിഷമിച്ചു.

ഇനി എനിക്കറിയില്ല.

അലീന : കള്ളത്തരം പറയണ്ട. മോളോട് ശരിക്കും പറഞ്ഞുതന്നിട്ടുണ്ടെന്ന് മമ്മിക്കറിയാം.

ദീപമോളുടെ ഉത്തരം പെട്ടെന്നായിരുന്നു.

ദീപമോൾ : എന്നാ മമ്മിക്കു തന്നെ ചോദിച്ചൂടെ..?

ആ ചോദ്യം ഒരു മധുരംപോലെ അലീന മനസ്സിൽ രുചിച്ചു.

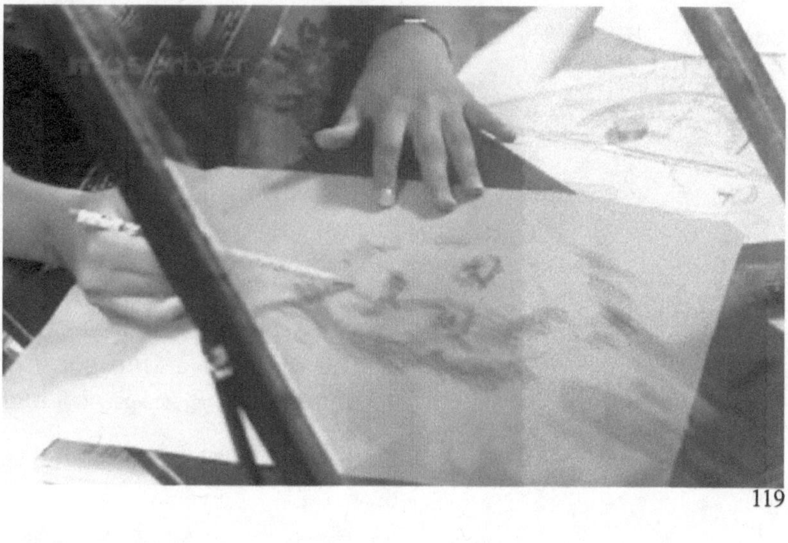

30

ഓഫീസിൽ ഇരുന്ന് അലീന ടെലഫോൺ അങ്കിളിനെ വരച്ചു നോക്കുന്നു. കാർട്ടൂണിൽ നിന്നും മനസ്സിൽ വിരിയുന്ന ഒരു പോട്രെയ്റ്റ് അവസ്ഥയിലേക്ക് ആ വര ഇപ്പോൾ മാറിയിട്ടുണ്ട്. എലിസബത്ത് അത് കണ്ടു

എലിസബത്ത് : നീ ഇതാരെയാ വരയ്ക്കുന്നത്..?

അലീന ചിത്രം മാറ്റിവെച്ചു

എലിസബത്ത് തുടർന്നു.

നിനക്ക് തീരെ ഇഷ്ടമില്ലാത്തൊരു കാര്യം ഞാൻ നിന്നോട് പറയാൻ പോണു. നിനക്കൊന്നും തോന്നരുത്.

അലീന : എന്തു കാര്യം..?!

എലിസബത്ത് : കല്ല്യാണക്കാര്യം.

കേൾക്കാനിഷ്ടപ്പെടാതെ അലീന എഴുന്നേറ്റു മാറുന്നതും എലിസബത്ത് തടഞ്ഞു.

നിന്റെ അല്ല. എന്റെ. നീ നിനക്കിഷ്ടമുള്ളപ്പോ കെട്ട്. പക്ഷേ ഞാനൊന്ന് നടന്നു കിട്ടാൻ പ്രാർത്ഥിക്ക്യാ.

അലീനയ്ക്ക് സന്തോഷമായി.

അലീന : തീരുമാനിച്ചോടീ..?

എലിസബത്ത് : ഇല്ല പൊന്നേ. ഇന്നതിന്റെ ഫസ്റ്റ് ഇന്റർവ്യൂവാ. ദാ.. ചേട്ടന്റെ കത്ത് വന്നിരിക്കുന്നു. നാളെ അമ്പലത്തിനടുത്തുള്ള ഐസ്ക്രീം പാർലറിൽ ചെന്ന് ഐസ്ക്രീം കഴിക്കണംന്ന്. കാണേണ്ട ആൾ അവിടെ വന്ന് കണ്ടോളും അത്രേ.

അലീനയ്ക്ക് തമാശ.

അലീന : ഐസ്ക്രീം പാർലറിൽ ചെന്നിട്ടാണോ പെണ്ണു കാണുന്നത്..!! ആളാരാണെന്ന് വല്ല പിടിയും ഉണ്ടോ..?

എലിസബത്ത് : ഒരു പിടിം ഇല്ല. ഏത് നരകത്തിൽ ചെന്ന് കാണേണ്ടി വന്നാലും സാരമില്ല. ഞാൻ റെഡി. ഇത് നടന്നു കിട്ടിയാ മാതാവിന് ഞാനൊരു വെള്ളിക്കുരിശ് കൊടുക്കും. ഒറ്റയ്ക്ക് കഴിഞ്ഞ് മടുത്തു. നീ വര്വോ..? എന്നാ എനിക്കൊരു ധൈര്യായി.

വരാംന്ന് അലീന.

പക്ഷേ, അവിടെ വന്ന് നീ ഷൈൻ ചെയ്യരുത്. എനിക്ക് പകരം നിന്നെ അയാൾക്ക് പിടിച്ചാ പിന്നെ ഞാൻ തെണ്ടേണ്ടി വരും.

അതും പറഞ്ഞുള്ള അവരുടെ ചിരിയിൽ ഒളിഞ്ഞു കിടന്നൊരു വേദന കലർന്നിരുന്നു.

31

ഓഫീസിൽ പലരും തങ്ങളെയാണ് നോക്കുന്നതെന്ന് തോന്നാവുന്ന ഒരു ഐസ്ക്രീം പാർലർ അന്തരീക്ഷത്തിലേക്ക് കടന്നു വന്ന് അലീനയും എലിസബത്തും ഒരിടത്ത് ഇരുന്നു. പെണ്ണു കാണാൻ വരുന്നവൻ ഏത് നിമിഷവും കടന്നു വരാം. അതിന്റെ ടെൻഷൻ എലിസബത്തിൽ പ്രകടമാണ്. അവൾ അലീനയുടെ കൈ പിടിച്ചു.

എലിസബത്ത് : എടീ.. നമുക്കൊന്ന് പ്രാർത്ഥിക്കാം...?

അലീനയും സമ്മതിച്ചു.

എലിസബത്ത് മൗനമായി പ്രാർത്ഥിച്ചു. അലീനയ്ക്ക് ചിരി വന്നു. പ്രാർത്ഥിച്ചതും എലിസബത്തിന് മനസ്സൊന്നയഞ്ഞു.

അങ്ങനെ എന്റെ പെണ്ണുകാണൽ ആരംഭിക്കയായി. എടീ.. നീ ഒന്നു ചുറ്റും നോക്കണേ. കക്ഷി ഇവിടെ അടുത്തെങ്ങാനും ആണോന്ന് ആർക്കറിയാം.

അലീന : ആരെങ്കിലും കേൾക്കാനായിട്ട് ഞാൻ നിന്റെ പേര് ഉച്ചത്തിൽ വിളിക്കണോ..?

എലിസബത്ത് : വേണ്ട.. വേണ്ടാ..

അലീനയുടെ ശ്രദ്ധ അവരെ കാര്യമായി ശ്രദ്ധിക്കുന്ന ഒരു വെയിറ്ററിലേക്ക് മാറി. അവർക്കരികിലേക്ക് വന്ന് സ്വൽപ്പം സ്വാതന്ത്ര്യം എടുത്ത് തന്നെ അയാൾ ചോദിച്ചു.

വെയ്റ്റർ : ഹലോ.. എന്താ വേണ്ടത്..?

എലിസബത്തിന് അത് രസിച്ചില്ല.

എലിസബത്ത് : തണുത്തതെന്തെങ്കിലും ഉണ്ടോ..?

വെയ്റ്റർ : ഇവിടെ തണുത്തതേ ഉള്ളൂ.

എലിസബത്ത് : അപ്പോ ഇവിടെ ഐസ്ക്രീം ചൂടാക്കി കൊടുക്കാറേ ഇല്ല..?

വെയ്റ്റർ : ഇല്ല. ചൂടാക്കിയാ അത് ഉരുകിപ്പോകും..

തന്നെ നോക്കി അർത്ഥംവെച്ച് മൂളിക്കൊണ്ടുപോയ വെയ്റ്ററെ തിരിച്ചു വിളിച്ച് എലിസബത്ത് മേശമേൽ കാലിയായി കണ്ട ഐസ്ക്രീം കപ്പുകൾ പെറുക്കി എടുത്ത് കയ്യിൽ കൊടുത്തു. അയാൾ പോയതും അലീനയോട് വിജയഭാവത്തിൽ ചിരിച്ചു.

അലീന : എടീ.. സംസാരം കേട്ടിട്ട് കക്ഷി ഇവനാണെന്നാ തോന്നുന്നത്..? വേഷം മാറി വന്നതാണെങ്കിലോ..?

എലിസബത്ത് : ഇയാളാണെങ്കിൽ ഞാനയാൾക്ക് അഞ്ചു രൂപ ടിപ്പ് കൊടുക്കും.

പറഞ്ഞു കഴിഞ്ഞില്ല കപ്പും സ്പൂണും കൊണ്ടുവെച്ച് അർത്ഥമുള്ള ചിരിയോടെ അയാൾ മാറി. അലീനയ്ക്ക് അയാൾതന്നെയാണ് ആളെന്ന് ഏതാണ്ട് ഉറപ്പായി.

അലീന : എടീ.. ആളിത് തന്ന്യാ..

എലിസബത്ത് ശരിക്കും ഭയന്നു.

എന്ത് ചെയ്യണമെന്നറിയാതെ ചെറുപ്പത്തിൽ സ്വീകരിക്കാറുള്ള ഒരു ഒറ്റമൂലി പ്രയോഗംപോലെ പേഴ്സിൽ നിന്നും ഒരു നാണയം എടുത്തു വലംകൈ വിരലിൽ വെച്ച് ഉയർത്തി തെറിപ്പിച്ച് പിടിച്ച് ഇടം കൈവള്ളയിൽ പൊത്തി.

എലിസബത്ത് : നോക്കാം. ടെയിലാണേൽ ഇയാളാ കക്ഷി.

കൈ തുറന്നു നോക്കിക്കൊണ്ട്.

ഹാവൂ.. ഹെഡ്സ്..! ഇയാളല്ല.

അലീന ചിരിച്ചു. നോട്ടം ഒരു കാറിന്നരികിൽ ഐസ്ക്രീം കഴിച്ച് തനിച്ച് നിൽക്കുന്ന ഒരു സുമുഖനിലായി.

അലീന : മിക്കവാറും ആ മാരുതി കാറിന്നടുത്ത് നിൽക്കുന്ന ആളായിരിക്കും. ഒരറുപത് മാർക്ക് കൊടുക്കാം.

എലിസബത്ത് : കാറ് തരക്കേടില്ല. എന്നാലും നോക്കാം. ടെയിലാണേ അയാളാ..

ഇത്തവണയും ഹെഡ്സ്.

ഹാവൂ.. അയാളും അല്ല...

ചുറ്റും നോക്കിക്കൊണ്ട്..

കാണുന്നവരൊക്കെ നമ്മളെയാ നോക്കുന്നത്. എന്തൊരു ബോറന്മാരാ അല്ലേ. ഇവരൊന്നും പെണ്ണുങ്ങളെ കണ്ടിട്ടേ ഇല്ലേ..? ആണുങ്ങളുടെ സ്ഥിതി ഇതാണെങ്കിൽ നീ അന്നു പറഞ്ഞ ടെലഫോൺ അങ്കിൾ വരെ ചിലപ്പോ ഈ കൂട്ടത്തിൽ വായും നോക്കി ഇരിക്കുന്നുണ്ടാവും. ഇല്ലെന്ന് പറയാൻ പറ്റ്വോ..?

അലീനയ്ക്കത് രസിച്ചില്ല.

അലീന : ഏയ്. അദ്ദേഹം അത്തരക്കാരനൊന്നും അല്ല.

അലീനയുടെ നിഷേധത്തിൽ എലിസബത്തിന് ചെറിയൊരു പ്രണയം വാസനിച്ചു. സത്യം അറിയാനെന്ന വിധം അവൾ നാണയം കാണിച്ചു.

എലിസബത്ത് : എന്നാ ഒന്നു നോക്കാലോ..?

ഭീതിയോടെ അലീന ധൃതിയിൽ നാണയം പിടിച്ചെടുത്തു.

അലീന : ഏയ്.. വേണ്ട.. നോക്കണ്ട. നീ പറയുന്ന പോലെ ഒന്നും അല്ല. അന്ന് നിന്റെ വാക്കു കേട്ട് ഞാൻ വല്ലാതെ ഭയന്നു പോയി. അദ്ദേഹം നല്ല മനുഷ്യനാ. മോളെ വല്ല്യ ഇഷ്ടാ.

എലിസബത്ത് : മോളെ ഇഷ്ടാണല്ലോ..?! അതാ തുടക്കം. അമ്മയെ ഇഷ്ടാണെന്ന് പറഞ്ഞോ..? സത്യം പറ. നിന്നോട് വല്ലതും തുറന്നു പറഞ്ഞോ

അലീന മനസ്സു തുറന്നു.

അലീന : ചിലരൊക്കെ അങ്ങനെ അല്ലേടീ. അവർ നേരിട്ടൊന്നും പറയില്ല.

എലിസബത്ത് : ചില പെണ്ണുങ്ങളും അങ്ങനെയാ. നിന്നെപ്പോലെ. അവർ നേരിട്ടൊന്നും ചോദിക്കേം ഇല്ല.

ആ സത്യം ഉൾക്കൊള്ളും വിധം അലീന തന്നോടു തന്നെ പുഞ്ചിരിച്ചു. ഉള്ളിൽ തോന്നിയ പ്രസരിപ്പിൽ വെറുതെ കയ്യിലെ നാണയം അറിയാതെ തിരിച്ചും മറിച്ചും നോക്കവേ, കൈവള്ളയിൽ വീണത് നാണയത്തിന്റെ ടെയിൽ ഭാഗം. അതോടൊപ്പം പാർലറിലേക്ക് കടക്കാനായി സ്ക്കൂട്ടർ പാർക്ക് ചെയ്ത് കയറി വന്ന് ഇരിക്കുന്ന ആളുകൾക്കിടയിൽ ആരെയോ കാര്യമായി തിരയുന്ന ഒരു സുമുഖനിലായി അലീനയുടെ ശ്രദ്ധ.

അലീന : എടീ.. ദേ.. നിന്റെ ആള് വരുന്നു...!

എലിസബത്ത് വിരണ്ടു.

എലിസബത്ത് : ഞാൻ കുറച്ച് നെർവസ്സാവുന്നുണ്ട്.

ആരെയോ തിരഞ്ഞുകൊണ്ട് അയാൾ വരുന്നത് അവർക്കരികിലേക്കാണെന്ന് മനസ്സിലാവുന്ന അലീനയും ഗൗരവത്തിലായി.

അലീന : അത് തന്ന്യാ. അയാള് നിന്നെ തന്നെയാ നോക്കുന്നത്...!

എലിസബത്ത് നെർവസ്സായി.

എലിസബത്ത് : ആള് കൊള്ളാമോ. എന്റെ ഫോട്ടോ ഒരു പക്ഷേ കയ്യിലുണ്ടാവും. ഇങ്ങോട്ട് നോക്കുമ്പോ ഞാനൊന്ന് ചിരിച്ചാലോ..?

അയാൾ അവരെ കണ്ടു. മുഖം വിടർന്നു.

അലീന : ദേ.. ഇങ്ങോട്ടാണ് വരുന്നത്. ഞാൻ മാറി തരട്ടേ..?

എലിസബത്ത് : വേണ്ട.. പോവല്ലേ...

അലീന : നീ തനിച്ചാണെങ്കിൽ അദ്ദേഹം ഇവിടെ വന്ന് ഇരിക്കും.

പറഞ്ഞു കഴിഞ്ഞില്ല അയാൾ അരികിൽ എത്തി. അലീന ഭവ്യത യോടെ എഴുന്നേറ്റു. അതു കണ്ടതും അയാളിൽ പരിഭ്രമം കൂടി.

സുമുഖൻ : ഞാൻ.... കുറച്ച് നേരത്തെ.. ഇവിടെ....

ക്ഷമ പറയുംപോലെ അലീന ഇടയിൽ കയറി.

അലീന : ഞങ്ങൾ അഞ്ചു മിനിറ്റായിട്ടേ ഉള്ളൂ വന്നിട്ട്.

സുമുഖൻ : അല്ലാ.. ഞാൻ ഇവിടെ വന്നിട്ട് പോയതായി രുന്നു.

അലീന എലിസബത്തിനെ അയാൾക്ക് പരിചയപ്പെടുത്തി.

അലീന : ഇതാ, ഇതാണ് എലിസബത്ത്.

എന്തെലിസബെത്തെന്ന വിധം അയാൾ എലിസബത്തിനെ നോക്കി. ആ നോട്ടം കണ്ടതും എലിസബത്ത് നാണിച്ചു. നാണം കണ്ട് അയാളും ചൂളി. അലീന ഇരിക്കാൻ ക്ഷണിച്ചു.

ഇരിക്കാലോ..

സുമുഖൻ: : വേണ്ട... ഞാൻ ഇവിടെ ഇരിക്ക്യായിരുന്നു.

ക്ഷമ ചോദിക്കും വിധം എലിസബത്തിനോടായി അയാൾ പറഞ്ഞു.

: എക്സ്ക്യൂസ് മീ.. ഒന്നെഴുന്നേൽക്കാമോ..?

കാര്യം അറിയാതെ എലിസബത്ത് എഴുന്നേറ്റു. അലീന വീണ്ടും നിർബന്ധിച്ചു.

അലീന : ഇവിടിരിക്കാം.

സുമുഖൻ : അതല്ല..

വന്നത് അതിനല്ലെന്നും മറ്റെന്തോ ആവശ്യത്തിനാണെന്നും സൂചി പ്പിക്കും വിധം അയാൾ എലിസബത്ത് ഇരുന്ന കസേരയിൽ നിന്നും അയാളുടെ സ്കൂട്ടറിന്റെ താക്കോൽ വാരിയെടുത്ത് അവരെ കാണിച്ചു. ആ താക്കോലിന്നു മുകളിൽ ആണ് എലിസബത്ത് അത്രയും നേരം ഇരുന്നിരുന്നതെന്ന് അവരറിഞ്ഞു. സംഭവിച്ച ജാള്യത ഓർത്ത് അവ രുടെ ശബ്ദം നിലച്ചു. അയാൾ താക്കോൽ കാണിച്ചു.

സുമുഖൻ : ഈ താക്കോൽ എന്റെയാണ്. ഞാൻ നേരത്തെ ഇരിക്ക്യായിരുന്നു.

താക്കോൽ കാണിച്ച്.

മറന്നുപോയി. ഇനി ഇപ്പോ ഇരിക്കാൻ സമയമില്ല. വൈഫിനെ പിക്ക് ചെയ്യാൻ സമയമായി. പുള്ളിക്കാരത്തി സ്ട്രിക്റ്റാണ്. മറ്റൊരവസരത്തിൽ നേരത്തെ പറഞ്ഞാൽ... ഇരിക്കാം.

പരിഭ്രമത്തോടെ സുമുഖൻ മാറി. മരവിച്ച നോട്ടത്തോടെ അലീനയും എലിസബത്തും പരസ്പരം നോക്കി അവിടെ തന്നെ ഇരുന്നു. സംഭവിച്ച ജാള്യതയിൽ അലീന പുഞ്ചിരിക്കേ എലിസബത്ത് സ്വയം ചീത്തവിളിച്ചു.

എലിസബത്ത് : നമ്മുടെ വിചാരം ലോകത്ത് നമ്മൾ മാത്രേ പെണ്ണുങ്ങളുള്ളൂന്നാ. ആണുങ്ങൾക്കാണോ പെണ്ണുങ്ങളെ കിട്ടാൻ വിഷമം..?

അവളിലെ തിരിച്ചറിവ് അലീനയിൽ ഭംഗിയുള്ളൊരു ചിരിയായി മാറി.

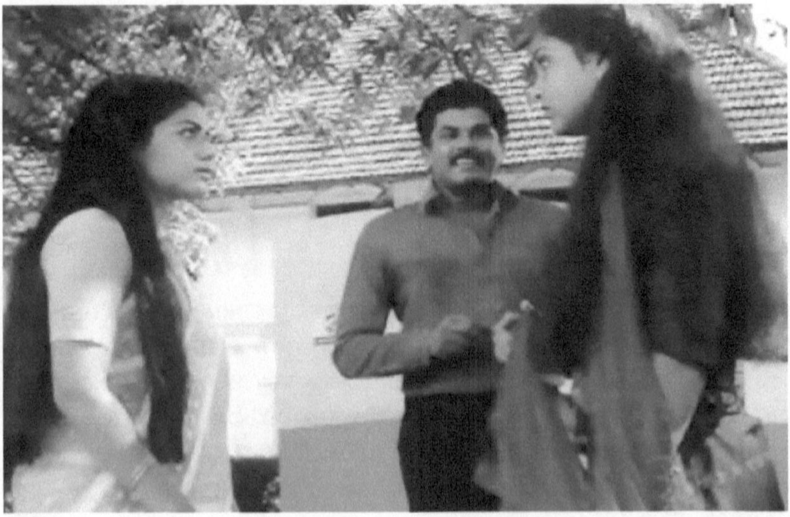

32

ധാരാളം നിലകളുള്ള ഒരു വലിയ ആശുപത്രിയിലേക്ക് കടന്നു വന്ന അലീന കെ.കെ. മേനോനെന്ന ഡോക്ടറെ റിസപ്ഷൻ കൗണ്ടറിൽ തിരക്കി.

അലീന : എക്സ്ക്യൂസ് മീ. ഡോക്ടർ കെ.കെ മേനോനെ ഒന്നു കാണണമല്ലോ.

വഴികാണിച്ചു കൊടുക്കും വിധം റിസപ്ഷനിസ്റ്റിന്റെ ശബ്ദം വന്നു.

"എയ്ത്ത് ഫ്ളോർ.."

ലിഫ്റ്റ് കയറി അലീന എട്ടാം നിലയിലേക്ക്. എട്ടാം നിലയിൽ ഒരു വാതിലിൽ തട്ടി അലീന തുറന്നു. അത് ഡോക്ടറുടെ മുറിയാവാം.

മുറിയിൽ മേശമേൽ മുഖം ചായ്ച്ച് ആരോ ഇരിക്കുന്നു. ഡോക്ടർ അകത്തില്ല. തിരികെ നടന്ന് തൊട്ടടുത്ത നേഴ്സ് ക്യാബിനിലേക്ക് കടന്നു വന്ന നേഴ്സിന് അലീന കാർഡ് കാണിച്ചു.

അലീന : ഗുഡ്മോണിംഗ്. ഞാൻ പ്രിസം അഡ്വർടൈസിങ്ങ് കമ്പനിയിലെ ലേ ഔട്ട് ഡിസൈനറാണ്.

കാർഡ് നോക്കിയ നേഴ്സ്

സൗഹൃദത്തോടെ,

നേഴ്സ് : ഡോക്ടർ കെകെ മേനോനെ കണ്ടാലേ ഈ കാര്യത്തെപ്പറ്റി പറയാൻ കഴിയൂ.

നേഴ്സ് സ്വന്തം ക്യാബിനിലെ ഇരിപ്പിടം ചൂണ്ടി,

കുറച്ചു നേരം ഇരിക്കൂ. ഡോക്ടർ ഇപ്പോ വരും.

അലീന ഇരുന്നു. അപ്പോൾ ഒരുവശത്തൂടെ ഒരു ഡോക്ടർ കടന്നു വന്നു. അത് കെകെ മേനോനാവാം. അലീന ഡോക്ടർ കെകെ മേനോനെ ഇതുവരെ കണ്ടിട്ടില്ല. അലീനയ്ക്ക് മുന്നിലൂടെ നടന്ന് ഡോക്ടർ കയറുന്നത് നേരത്തെ അലീന തുറന്നു നോക്കിയ കാബിനിലേക്കാണ്, അവിടെ ഇരുന്നാൽ അലീനയ്ക്ക് ക്യാബിന്റെ ഒരുവശം കാണാം. ആ വശം താഴെ സ്വൽപ്പം സ്ഥലം തുറസ്സായി വിട്ട് മുകളിലേക്ക് ഷീറ്റ് പാകിയതാണ്. ആ വിടവിലൂടെ കാബിനിന്റെ അകത്ത് നിലം കാണാം. കാബിനിൽ പ്രവേശിച്ച ഡോക്ടർ വളരെ

സൗഹൃദത്തോടെ അകത്ത് താൻ നേരത്തെ കണ്ട ആളോട് സംസാരിക്കുന്നത് അലീന കേട്ടു. സംസാരത്തിനൊപ്പം ചലിക്കുന്ന അവരുടെ പാദങ്ങൾ കണ്ടു.

ഡോക്ടർ : ആഹാ, താനിത്ര നേരത്തെ എത്തിയോ?

അകത്തിരിക്കുന്ന ആൾ : അവിടെ തനിച്ചിരുന്നിട്ട് എന്ത് ചെയ്യാനാ?

ഡോക്ടർ : അവിടെ തനിക്കൊരു ഫോണില്ലേ. പഴയ സ്നേഹിതന്മാരോടൊക്കെ ഫോൺ ചെയ്ത് സംസാരിക്കണം.

അകത്തിരിക്കുന്ന ആൾ : ഏയ്.. അതൊന്നും വേണ്ട. അവരെ ഒന്നും കാണാൻ തോന്നാറില്ല.

ഡോക്ടർ ചിരിച്ചു. അയാൾ വേദനയോടെ,.

ഡോക്ടർക്ക് ചിരിയാണ്. എന്റെ വിഷമം എനിക്കല്ലേ അറിയൂ..

അലീന പെട്ടെന്നത് ശ്രദ്ധിച്ചു.

ആ ശബ്ദം എവിടെയോ കേട്ടതുപോലെ.

കേട്ടതല്ല. അനുഭവിക്കുന്നതാണ്... ദൈവമേ... അത് ടെലഫോൺ അങ്കിളാണ്..! അതേ ശബ്ദം. സ്ഫടികംപോലെ വ്യക്തമാകുന്ന അതേ ശബ്ദം.

തിരിച്ചറിവ് പൂർണ്ണമാകുമ്പോഴേക്കും ഡോക്ടർ അയാളെയും കൂട്ടി പുറത്തു കടക്കാൻ ഒരുങ്ങിയിരുന്നു.

ഡോക്ടർ : ആ.. താൻ വാ..

ആ ശബ്ദവും അലീന കേട്ടു.

തേടി നടക്കുന്ന ശബ്ദം കൈ വിട്ടു പറക്കുന്ന ഭീതിയോടെ അയാളെ കാണാനായി എന്തുകൊണ്ടോ അലീന വാതിൽക്കലേക്കോടി. അതിനകം പുറത്തു കടന്ന അയാൾ തനിക്കെതിരെ വന്ന ചെറിയൊരു ആൾക്കൂട്ടത്തിൽ പെട്ട് ഡോക്ടർക്കൊപ്പം മുന്നോട്ട് പോയതറിയാതെ അലീന ധൃതിയിൽ ചെന്ന് ക്യാബിന്റെ വാതിൽ തുറന്നു. അതിനകത്താരുമില്ല. അയാളെ കാണാനുള്ള വ്യഗ്രതയിൽ, കടന്നുമാറിയ ആൾക്കൂട്ടത്തിന്നു പിറകെ അലീന ഓടിയെത്തുമ്പോഴേക്കും

അയാളും ഡോക്ടറും മറ്റുള്ളവരോടൊപ്പം ലിഫ്റ്റിൽ കയറിയിരുന്നു. അലീന ഓടിയെത്തുന്നതോടെ ലിഫ്റ്റ് താഴേക്ക്. താഴുന്ന ലിഫ്റ്റിന്റെ അടഞ്ഞു പോയ വാതിലിൽ അലീന ഇടിച്ചു.

അലീന : ഏയ്.. നിർത്ത്.. നിർത്ത്..

ലിഫ്റ്റ് നിർത്തുന്നില്ല.

പിന്നീട് സംഭവിക്കുന്നത് അലീനയുടെ സ്വയം മറന്നുള്ള ഒരോട്ടമാണ്. കോവണികൾ ഓടിയിറങ്ങി, കയറി വരുന്ന ആളുകളിൽ ചിലരിൽ തടഞ്ഞും തട്ടിയും അലീന താഴെ നിലയിൽ എത്തി. ആളൊഴിഞ്ഞ ലിഫ്റ്റ് അവിടെ പാതി തുറന്നു കിടക്കുന്നു. ആളുകൾ ഇറങ്ങിപ്പോയിട്ട് അധികം സമയമായിട്ടില്ല. അവർ പോയ വഴിയേ വീണ്ടും ഓടി എത്തുന്ന അലീന പുറത്ത് കാറിലേക്ക് കയറാൻ ഒരുങ്ങുന്ന ഡോക്ടറേയും കൂടെ കയറുന്ന മറ്റൊരാളെയും കണ്ടു. ആ കാറിന്നരികിലേക്ക് അലീന ഓടി എത്തുമ്പോഴേക്കും അവരും കാറും അകന്നു. അകലുന്ന കാറും നോക്കി എത്തിയിടം നിന്നു പോകുന്ന അലീന ആശുപത്രി മുറ്റത്ത് എന്തുചെയ്യണമെന്നറിയാതെ ഒറ്റപ്പെട്ടു നിന്നു.

"ചിത്രീകരണം തുടങ്ങിയ
ആദ്യ ദിവസം. ആദ്യത്തെ
ഷോട്ട്. എത്ര സന്തോഷ
ത്തോടെയാണ് ദീപമോൾ
അന്ന് ക്ലാസിലേക്ക് ഓടി
പ്പോയതും, ആ ഓട്ടം
ഞങ്ങൾ നോക്കി നിന്നതും.
ആലുവാ സെമിനാരി
യാണ് ലൊക്കേഷൻ.
വർഷം 1986."

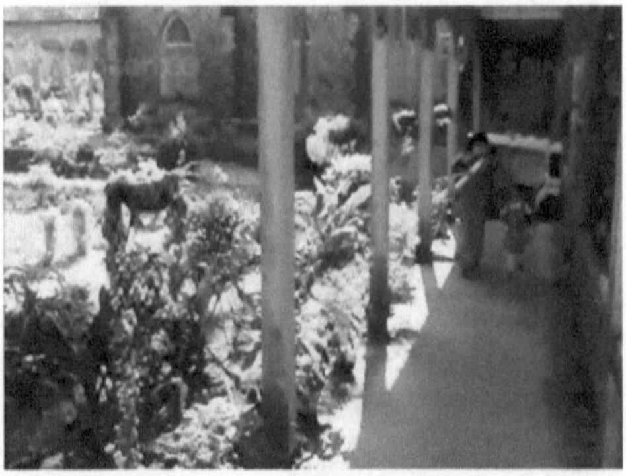

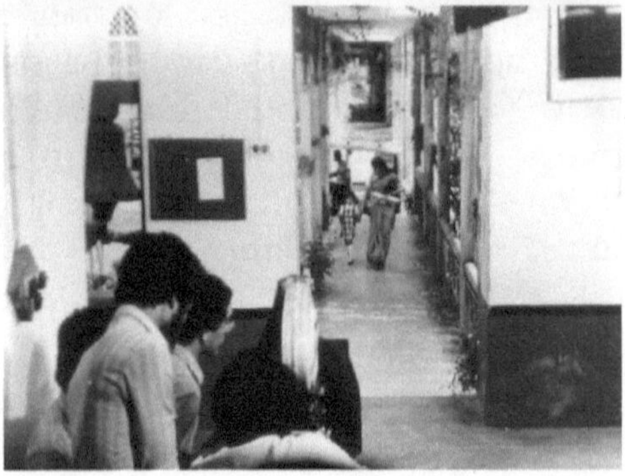

The movie hall where I watched
Onnu Muthal Poojyam vare in 1986
has now disappeard and in its place stands a huge shopping arcade.
It was a beautiful movie that revolved around a young, widowed
mother, her adorable little daughter and their unknown caller
who befriends the child. Slowly they realize that the voice has
become an inseparable part of their life and painted
a faint ray of hope in their horizon .
(Abstract from a review)

33

കടൽതീരം.

തിരകളിൽ നനയാതെ അലീനയുടെയും എലിസബത്തിന്റെയും ഒരു casual walk. ഒപ്പം ഓടിക്കളിച്ചു ദീപമോളും.

ആശുപത്രിയിൽ വെച്ചു കണ്ട ടെലഫോൺഅങ്കിളിനു പിറകെ ഓടിയതിന് എലിസബത്ത് അലീനയെ ശാസിക്കുകയാണ്.

എലിസബത്ത് : ഇപ്പോ നിനക്ക് മനസ്സിലായില്ലേ...? നീ ഉദ്ദേശിക്കുന്ന പോലെ നല്ല മനുഷ്യനൊന്നും അല്ല അയാള്. ഈ കാണിക്കുന്നതൊക്കെ ഒരു തമാശയാ. വെറുതെ സമയം കളയാൻ ഒരു ഫോണും ഒരു ദീപമോളും. നിന്നെ കണ്ടിട്ട് അയാളൊന്നു നിന്നതു പോലും ഇല്ലല്ലോ.

അലീന : അതിന് ഇതിനു മുൻപ് അദ്ദേഹം എന്നെ കണ്ടിട്ടു വേണ്ടേ..?

എലിസബത്ത് : നീ പിറകെ ഓടുന്നത് അയാള് കണ്ടു കാണില്ലേ?

അലീന : അദ്ദേഹം ലിഫ്റ്റിലല്ലേ. പിന്നെങ്ങനാ കാണുന്നത്..?

എലിസബത്ത് : എന്ത് പറഞ്ഞാലും നീ അങ്ങേരുടെ ഭാഗത്താ. പിന്നെ ഞാനെന്തിനാ ഇതൊക്കെ പറയുന്നത്..?

സംസാരിച്ചു വന്ന് ഒരിടത്ത് ഇരിക്കുന്ന അവരെ നിരീക്ഷിച്ചുകൊണ്ട് ഒരു ബൈക്ക് കടന്നു വന്ന് അവരിൽ നിന്നും സ്വൽപ്പം മാറി നിശ്ചലമായി. ഓടി വന്ന ദീപമോളുടെ നോട്ടം ആ ബൈക്കുകാരനിലായി. അലീനയും അയാളെ കണ്ടു. അവൾക്കെന്തോ ഭയം തോന്നി.

അലീന : അതാരാണ് നമ്മളെ തന്നെനോക്കുന്നത്..?

എലിസബത്തും കണ്ടു. ദൂരെ ബൈക്കിന്നരികിൽ അവരെ തന്നെ നോക്കി ഒരാൾ നിൽക്കുന്നു.

എലിസബത്ത് : എന്തോ... ആ നോട്ടം അത്ര ശരിയല്ല. ചെന്നു രണ്ട് കൊടുത്താലോ..?

അലീന ചിരിച്ചു.

അലീന : ഏയ്.. വേണ്ട..''

അയാൾ അതേ നിൽപ്പു തന്നെ.

എലിസബത്ത് : ആരാ അത്..? ഇനി നിന്റെ ടെലഫോൺ അങ്കിളോ മറ്റോ ആണോ?

അലീന : ഏയ്... നിന്നെയാ നോക്കുന്നത്.

എലിസബത്ത് : അതെ.. എന്നെത്തന്നെയാ..? ഒരുപക്ഷേ ഇനി പഴയ ഐസ്ക്രീമോ മറ്റോ ആണോ..? നീ ഇരിക്കുന്ന സ്ഥലം എല്ലാം ഒന്നു തപ്പ്. വല്ല താക്കോലോ ബൈക്കോ മറ്റോ മറന്നു വെച്ചോ എന്തോ...

അലീന : അന്ന് നീ അവിടെ വെച്ച് അയാളെ കണ്ടിരുന്നോ..?

എലിസബത്ത് : ഓർക്കുന്നില്ല. ഞാൻ എവിടെ വെച്ച് കാണാനാ?

കൗതുകത്തോടെ അയാളെ നോക്കി നിൽക്കുന്ന ദീപമോളെ അയാൾ അതിനിടെ കൈ കാട്ടി വിളിച്ചു. അലീന അത് കണ്ടു.

അലീന : ദേ, ഇങ്ങോട്ട് വരുംന്ന് തോന്നുന്നു..,!

അയാളെ സ്വീകരിക്കാൻ തയ്യാറായി എലിസബത്ത് ദീപമോളെ അലീനയ്ക്കരികിൽ തമാശയോടെ നിർത്തി.

എലിസബത്ത് : നീ മോളെ പിടിച്ച് അടുത്ത് നിർത്ത്. ഇനി എന്നെ കാണാനാണെങ്കി ആള് മാറിപ്പോ വണ്ട.

പറഞ്ഞു കഴിഞ്ഞില്ല, ദീപമോൾ അയാൾക്കു നേരെ ഓടി. ഭയന്നു പോയ അവർ അവളെ വിളിച്ചുകൊണ്ട് പിറകെ ഓടി. അവർ അരികിൽ എത്തുന്നതിന്നു മുൻപെ ദീപയെ എടുത്ത് അയാൾ അവർക്കരികിലേക്ക് പുഞ്ചിരിയോടെ വന്നു. ദീപമോളെ തിരികെ വാങ്ങി ആരെന്ന് തിരിച്ചറിയാതെ അലീന നിൽക്കേ അയാൾ സൗഹൃദത്തോടെ പറഞ്ഞു.

ബൈക്കിൽ വന്ന ആൾ: കണ്ടപ്പഴേ എനിക്ക് മനസ്സിലായി. ഞാൻ എലിസബത്തിന്റെ ചേട്ടനെ അറിയും.

ആളെ പിടികിട്ടിയ നാണം എലിസബത്തിലും ഞാനൂഹിച്ചു, എന്ന സന്തോഷം അലീനയിലും പുഞ്ചിരിയായി. അയാൾ എലിസബത്തോടായി തുടർന്നു.

ഞാനാരാണെന്ന് പറഞ്ഞാ മനസ്സിലാവും. കുറച്ചു ദിവസം മുൻപ് ഐസ്ക്രീം കഴിക്കാൻ ചേട്ടൻ ഒരു മണിയോർഡർ അയച്ചിരുന്നില്ലേ. അത് ഞാനാ പോസ്റ്റ് ചെയ്തത്. അന്നെനിക്ക് വരാൻ സാധിച്ചില്ല. വേറെ എവിടെവെച്ച് കാണാൻ പറ്റുംന്ന് ചിന്തിച്ചിരിക്കുമ്പോഴാണ് പ്രതീക്ഷിക്കാതെ ഇവിടെ കണ്ടത്. സംഗതി പറയാതെ പോയാൽ ഞാൻ ഏതോ റോമിയോ മറ്റോ ആണെന്ന് തെറ്റിദ്ധരിച്ചാലോ എന്നു കരുതി. അതുകൊണ്ടാ ഇങ്ങോട്ട് പോന്നത്.

അത്രയും നേരം അയാൾക്ക് മുഖം നൽകാതെ അലീനയോട് ചേർന്നു നിൽക്കുന്ന എലിസബത്തിനോട് അയാൾ സംശയത്തോട ചോദിച്ചു.

എന്താ തിരിഞ്ഞു നിൽക്കുന്നത്..?

ആ ചോദ്യത്തിൽ രസിച്ച് എലിസബത്ത് മുഖം തിരിച്ചു.

അയാൾ കാര്യമായി ചോദിച്ചു.

ഇന്ന് ലീവാണല്ലേ..?

അതേയെന്ന് സന്തോഷത്തോടെ എലിസബത്തും. അലീനയ്ക്ക് ആ ചോദ്യവും ഉത്തരവും അറിയാം. രണ്ടുപേർക്കും തനിച്ച് ഇത്തിരി സമയം വേണം. അലീന ആ സമയം അവർക്ക് സ്നേഹത്തോടെ അനുവദിച്ചു കൊടുത്തു.

അലീന : നിങ്ങൾക്ക് രണ്ടാൾക്കും തിരയെണ്ണാൻ ഇഷ്ടാണെങ്കിൽ അതിലേ കുറച്ച് നടന്നൂടെ?

അയാൾ ചിരിച്ചു.

ബൈക്കിൽവന്ന ആൾ: അതൊരു നല്ല സജഷനാ..(എലിസബത്തോടായി) എന്താ. അനുസരിക്കുന്നോ.

സമ്മതത്തോടെ എലിസബത്ത്

അലീനയിൽ നിന്നും ഉല്ലസിക്കുന്ന തിരകൾക്കു നേരെ പിരിയുന്നു. ഒറ്റപ്പെട്ടു പോകുന്ന അലീന മറുവശം തിരിഞ്ഞ് ദിപമോൾ കളിക്കുന്നതും നോക്കി ഒരിടത്ത് ചെന്ന് നിശ്ശബ്ദം ഇരുന്നു.

34

കളിക്കുന്നതിനിടെ ദീപമോൾ അലീനയ്ക്കരികിലേക്ക് ഓടിവന്നു. അകലെ തിരകൾക്കിടയിൽ ചിരിച്ചുല്ലസിക്കുന്ന അയാളെയും എലിസബത്തിനെയും ചൂണ്ടി.

ദീപമോൾ : അത് ആന്റീന്റെ ടെലഫോൺ അങ്കിളാ?

അലീന : ഏയ്.. അതാന്റീടെ ടെലഫോൺഅങ്കിളൊന്നും അല്ല. അതേയ്... ആന്റിയെ കല്യാണം കഴിക്കാൻ പോകുന്ന അങ്കിളാ....

അവൾക്കാ സംഭവം പിടികിട്ടിയില്ല.

ദീപമോൾ : അതെന്തിനാ..?

അലീന പുഞ്ചിരിച്ചു.

തെല്ലിട നേരം തിരകൾക്കു മുകളിൽ കൈ കോർത്ത് പ്രണയം വിതറി കാണാൻ വന്നവനെ യാത്രയാക്കി എലിസബത്ത് സന്തോഷത്തോടെ അലീനക്ക് നേരെ ഓടി വന്നു.

അലീന : പോയോ..?

എലിസബത്ത് : ഉം!

അലീന : നിങ്ങൾ തമ്മിൽ നല്ല ചേർച്ചയുണ്ട്.

എലിസബത്ത് : ആ ബൈക്ക് ഒരു സ്നേഹിതന്റേതാണെന്ന് എന്നോട് പറഞ്ഞല്ലോ. നല്ല മനുഷ്യൻ.

അയാളെ മനസ്സുകൊണ്ട് സ്വീകരിച്ചു കഴിഞ്ഞ ആഹ്ലാദത്തോടെ അവൾ ദീപമോളെ വാരിയെടുത്ത് വട്ടം കറങ്ങി. ചുറ്റും അവളുടെ ചിരി വീഴവേ അലിനയുടെ മനസ്സും അതുവരെ കാണാത്ത ആരെയോ തേടി.

35

വീടിന്നു പിറകിലെ കായലിലേക്ക് ഇറക്കി കെട്ടിയ കൊച്ചു പാലത്തിന്റെ കൈവരിയിൽ ഇരുന്ന് ദീപമോൾക്കായി ഉണ്ടാക്കിയ കടലാസു തോണികൾ വെള്ളത്തിൽ ഒഴുക്കി അലീന എന്തോ ചിന്തയിൽ ഇരുന്നു.

അവളെ ഉണർത്തുന്നത് വെള്ളത്തിൽ വന്നു വീണ ഒരു കല്ല്. അലീന മുഖം ഉയർത്തി. അവളെ കൗതുകത്തോടെ നോക്കി പ്രസരിപ്പോടെ ദീപമോൾ പറഞ്ഞു.

ദീപമോൾ : അങ്കിള് പിന്നേം വിളിച്ചല്ലോ...

ആ വിളി കാത്തിരുന്നതുപോലെ അലീനയും പ്രകാശിച്ചു.

അലീന : അങ്കിളെന്തൊക്കെ പറഞ്ഞു..?

ദീപമോൾ : കുറെ പറഞ്ഞു.

അലീന : മോളോട് മമ്മി എവിടേന്ന് ചോദിച്ചോ..?

ദീപമോൾ : ഇല്ലാ...

മനസ്സു തുറന്ന തമാശയോടെ അലീന അവൾക്കു നേരെ വെള്ളം തെറിപ്പിച്ചു. അതിൽ നനഞ്ഞ് ചിരിച്ച് ദീപമോൾ അവളൊടൊരു രഹസ്യം പറഞ്ഞു.

അങ്കിളെനിക്ക് നമ്പർ പറഞ്ഞു തന്നല്ലോ.

പറഞ്ഞതും ദീപമോൾ ചിരിയോടെ വീട്ടിലേക്കോടി. നമ്പർ അറിയാനായി അലീനയും അവൾക്കു പിറകെ.

അലീന : ദീപാ.. നിൽക്ക്..

നിൽക്കാതെ ചിരിച്ചുകൊണ്ട് ഓടുന്ന ദീപമോളെ പാതിവഴിയിൽ പിടിച്ചു നിർത്തി അതീവസന്തോഷത്തോടെ അലീന അവൾക്കു മുന്നിൽ ഇരുന്നു.

പറഞ്ഞോ മോളേ... ഏതാ മോളേ നമ്പറ്..?

ദീപമോൾ അത് ഓർത്തെടുക്കാനുള്ള ശ്രമമാണ്.

ദീപമോൾ : അത്.. ..ഒന്ന്.. രണ്ട്.. മൂന്ന്..

വിരലുകളിൽ എണ്ണിക്കൊണ്ട് കുതറിമാറി അവൾ വീണ്ടും ഓടി. പിറകെ ഓടി അവളെ പിടിച്ചു നിർത്തി അലീന കെഞ്ചി.

അലീന : പറ മോളേ.. ഏതാ നമ്പറ്..?

ദീപമോൾ എണ്ണി.

ദീപമോൾ : പതിനൊന്ന്. പന്ത്രണ്ട്..

ആ നമ്പർ അവളിൽ നിന്നും ഒരിക്കലും കിട്ടില്ലെന്ന് അലീനയ്ക്ക് ബോധ്യമായി.

അലീന : നല്ല ആളോടാ പറഞ്ഞു തന്നത്. ഇതങ്കിൾ മനഃപൂർവ്വം ചെയ്തതാ..

ദീപമോൾ : അയ്യോ.. എനിക്ക് മറന്നു പോയി.

അവളെ എടുത്ത് അരികിലെ ഊഞ്ഞാലിൽ ഇരുത്തി അലീന പതിയെ ആട്ടി.

അലീന : ഇനി വിളിച്ചാ മറക്കാതെ ഒന്നൂടി ചോദിക്കണം.

ദീപമോൾ സമ്മതിച്ചു. മുൻപു പറഞ്ഞ കാര്യം ഓർമ്മയിൽ വന്നതു പോലെ.

മോളങ്കിളിനോട് ഫോട്ടോ ചോദിച്ചോ?

ചോദിച്ചെന്ന് ദീപമോൾ.

ജിജ്ഞാസയോടെ അലീന.

എന്നിട്ടോ..?

ദീപമോൾ : മോൾക്കെന്തിനാ ഫോട്ടോ എന്നു ചോദിച്ചു.

അലീന ഭയന്നു.

അലീന : എന്നിട്ട്..?!

ദീപമോൾ : എനിക്കല്ല മമ്മിക്കാണെന്ന് ഞാൻ പറഞ്ഞു.

അലീന : ശ്ശെ.. പറ്റിച്ചല്ലോ മോളേ.. അങ്ങനെ പറയരുതെന്ന് ഞാൻ പറഞ്ഞിട്ടില്ലേ..

ദീപമോളും അപ്പോഴാണ് അതോർക്കുന്നത്.

ദീപമോൾ : അയ്യോ.. എനിക്ക് മറന്നു പോയി.

അലീന : പോട്ടെ. സാരമില്ല. പിന്നെ അങ്കിൾ എന്ത് പറഞ്ഞു..?

ദീപമോൾ : ഫോട്ടോയില് അങ്കിളിനെ കാണാൻ ഒരു രസോം ഇല്ല്യാന്ന് മമ്മിയോട് പറയാൻ പറഞ്ഞു. നിറച്ചു പാണ്ട് വീണ മുഖം.. ചപ്പി നീണ്ട മൂക്ക്, ഒക്കെ കണ്ണാടീല് കാണുമ്പോ അങ്കിളിന് തന്നെ ദേഷ്യം വരുവാ...

തെല്ലിട മൗനിയായ അലീന സാവകാശം സ്വന്തം മകൾക്കു മുന്നിൽ മനസ്സു തുറന്നു.

അലീന : അങ്ങനെ ഒക്കെ ഉള്ള ഒരാളെ കണ്ടാ ദീപമോൾക്ക് ദേഷ്യം വരോ..?

ദീപമോൾ : ഇല്ല്യാ..

അലീന : ദീപമോൾക്ക് അങ്കിളിനെ ഇഷ്ടാണോ.

ദീപമോൾ : മമ്മിക്ക് അങ്കിളിനെ ഇഷ്ടാണോ.

ഇഷ്ടമാണെന്നു അലീന മൂളി. ദീപമോളും അതു തന്നെ പറഞ്ഞു.

ദീപമോൾ : അപ്പോ, ദീപമോൾക്കും അങ്കിളിനെ ഇഷ്ടാണ്.

അലീന അവളുടെ മനസ്സിന്റെ ആഴത്തിലേക്കിറങ്ങി.

അലീന : മമ്മിയെപ്പോലെ ഇഷ്ടാണോ..?

ദീപമോൾ അതും സമ്മതിച്ചു. അലീന പെട്ടെന്നു ചോദിച്ചു.

പപ്പായെപോലെ ഇഷ്ടാണോ..?

ആ ചോദ്യത്തിന് ദീപമോൾ ഉത്തരം പറയുന്നില്ല. അലീനയ്ക്ക് ആധിയായി.

പറ.. പപ്പായെപോലെ ഇഷ്ടാണോ..?

അമ്മയിൽ അതുവരെ കാണാത്തൊരു ഭാവം കാണുന്ന ഭീതിയോടെ ദീപമോളും തുറന്നു ചോദിച്ചു.

ദീപമോൾ : മമ്മി എന്താ ഇങ്ങനൊക്കെ ചോദിക്കുന്നേ...

ഉത്തരമില്ലാതെ അലീന വിങ്ങി.

ഊഞ്ഞാലിൽ ഇരിക്കുന്ന ദീപമോളുടെ മടിയിലേക്ക് സാവകാശം തലചായ്ച്ച് പതിയെ വിതുമ്പി.

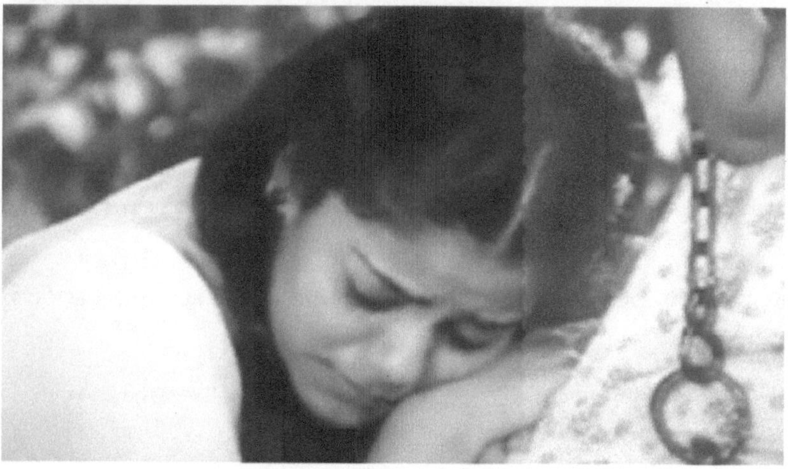

36

പുലർച്ചെ.

തീവ്രമായ എന്തോ വേദന അമർത്തി വെക്കാൻ കഴിയാത്ത മനസ്സോടെ രൂപക്കൂടിൽ തിരി തെളിച്ച് അലീന നിശ്ശബ്ദം പ്രാർത്ഥിക്കുന്നു. മുന്നിൽ നിശ്ശബ്ദനായ യേശുവും അരികിൽ ചുമരിൽ ജോസുകുട്ടിയും. അലീനയുടെ നോട്ടം ജോസുകുട്ടിയിൽ തറച്ചു. കരച്ചിൽ അമർത്തി അവൾ ജോസുകുട്ടിയോട് സങ്കടം പറഞ്ഞു.

അലീന : ജോസൂട്ടി.. നിങ്ങളെന്നേം മോളേം ഉപേക്ഷിച്ചിട്ട് ഇന്ന് മൂന്നു വർഷം തികയുന്നു. മൂന്നു വർഷം..

അപ്പോൾ പിറകിൽ ആരോ വന്നതുപോലെ അലീനയ്ക്കു തോന്നി. കട്ടിലിൽ നിന്നെഴുന്നേറ്റു വന്നപോലെ ഉറക്കച്ചടവോടെ പുതപ്പും പുതച്ച് ദീപമോൾ പിയാനോയ്ക്കരികിൽ അമ്മയെയും നോക്കി നിൽക്കുന്നു.

അലീന : ആഹാ. പൊന്നുമോൾ എണീറ്റോ...?

ഉറക്കം കാരണം അവൾ പിയോനോയിലേക്ക് ദേഹം ചാരി. വാത്സല്യത്തോടെ അവൾക്കരികിലേക്ക് വന്നു. ദേഹം തടവി ഓർമ്മിപ്പിക്കുംപോലെ അലീന ചോദിച്ചു.

ഇന്ന് നമ്മൾക്ക് പള്ളീ പോകണ്ടെ..?

ദീപമോൾ : എന്തിനാ..?

അലീന : അവിടെ പപ്പയ്ക്ക് പൂക്കള് കൊടുക്കണ്ടേ. വേഗം കുളിച്ച് കണ്ണെഴുതി പൊട്ടു തൊട്ട് പപ്പയ്ക്ക് ഏറ്റവും ഇഷ്ടപ്പെട്ട ഉടുപ്പിട്ട് മമ്മിക്കും മോൾക്കും പള്ളീ പോവണ്ടെ. ഇന്നെത്ര നേരാ ഉറങ്ങ്യത്.

എന്തോ നിർവൃതിയിലെന്നവണ്ണം ദീപമോൾ പറയുന്നത് മറ്റൊരു കാര്യമാണ്.

ദീപമോൾ : ഞാനങ്കിളിനെ സ്വപ്നം കണ്ടു.

അലീന നിശ്ശബ്ദം.

37

ജോസുകുട്ടിയുടെ കല്ലറ. കല്ലറയ്ക്കു മേൽ ആരോ സമർപ്പിച്ച ഒരു കൂട കുകന്ന റോസാപ്പൂ.

ദീപമോൾക്കൊപ്പം കല്ലറയ്ക്കരികിലേക്ക് വന്ന അലീന ആ പൂക്കൂടയും നോക്കി നിശ്ശബ്ദം നിന്നു. അത് ടെലഫോൺ അങ്കിൾ സമർപ്പിച്ചതാണെന്ന് അലീനയ്ക്ക് വ്യക്തം. അമ്മയോടൊപ്പം ദീപമോളും ആ പൂക്കൂട നോക്കി നിന്നു.

വെളുത്ത പൂക്കളുടെ ഒരു നീളൻ പൂങ്കുല പപ്പയ്ക്ക് സമർപ്പിക്കാനായി ദീപമോൾ കയ്യിൽ പിടിച്ചിരിക്കുന്നു. കല്ലറയ്ക്കു മുന്നിൽ മുട്ടുകുത്തി അലീന ആ പൂക്കൂട എടുത്തു.

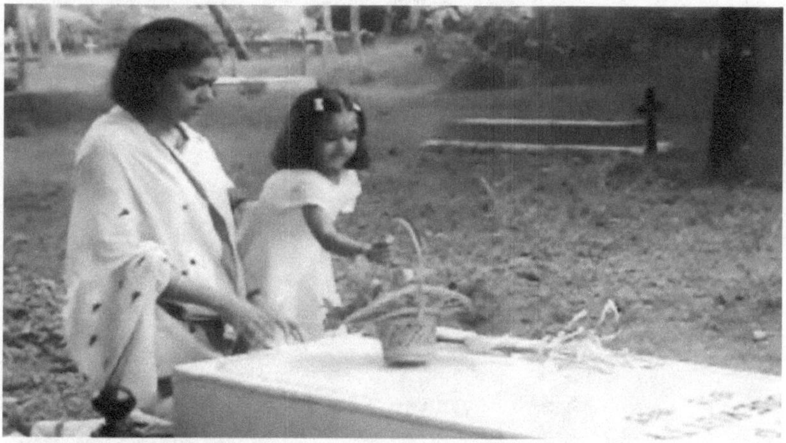

എന്തിനാണ് അതയാൾ ഇവിടെ കൊണ്ടുവെച്ചതെന്ന വേദന മനസ്സു നിറയെ. തങ്ങളുടെതു മാത്രമായ ആ സ്വകാര്യ ലോകത്തിൽ ഇതു വരെ കടന്നുവരാത്ത ആരുടെയോ ദുഃഖ സാന്നിദ്ധ്യം അവളാ പൂക്കൂടയിൽ കാണുന്നപോലെ.

ദീപമോൾ കൊണ്ടുവന്ന പൂക്കൾ പ്രാർത്ഥനാപൂർവ്വം അവർ ജോസുകുട്ടിക്ക് സമർപ്പിച്ചു. എന്തു ചെയ്യണമെന്നറിയാതെ അലീന കയ്യിൽ തന്നെ പിടിച്ചു നിന്ന പൂക്കൂടയും ദിപമോൾ വാങ്ങി പപ്പയ്ക്ക് സമർപ്പിച്ചു.

അവരുടെ ചുറ്റും പക്ഷികളും പള്ളിമണിയും മന്ത്രിച്ചു നിന്നു.

38

വീടിന്നകത്ത് ടെലഫോൺ ശബ്ദിക്കുന്നു. അത് ശബ്ദിക്കുന്നത് കാണുന്നുണ്ടെങ്കിലും ദീപമോൾ എന്തോ എടുക്കുന്നില്ല. നിശ്ശബ്ദ യാണ് അലീനയും. ആ ഫോൺ ആരും എടുക്കേണ്ടെന്ന ഭാവമാണ് അലീനയ്ക്ക്. ഒരിക്കലും കാണാൻ സാധിക്കാത്ത, ഒരു വിധത്തിലും മുന്നിൽ വരാത്ത, അയാളെന്തിനാ ജോസുകുട്ടി ഇല്ലാതായ ഈ ദിവസവും അദൃശ്യനായി വന്ന് ആ കല്ലറയിൽ പൂക്കൾ വെച്ച് സാന്നിദ്ധ്യം അറിയിച്ചത്. എന്തിനാണിങ്ങനെ മറഞ്ഞു നിന്ന് പരീക്ഷിക്കുന്നത്.

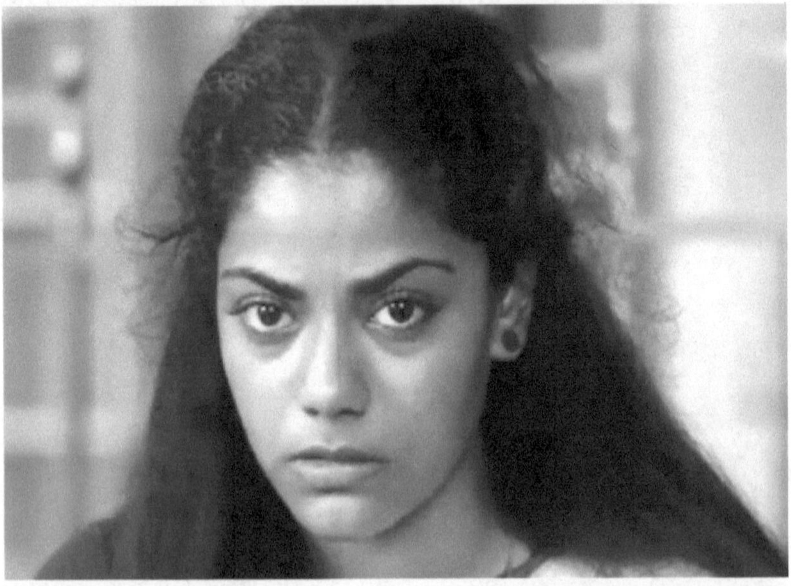

നിശ്ശബ്ദം ഇരിക്കുന്ന അമ്മയിലും ശബ്ദത്തിൽ ശബ്ദിക്കുന്ന ടെലഫോണിലും മനസ്സലിഞ്ഞപോലെ ദീപമോൾ അതെടുക്കാനായി പതിയെ ചെന്നു. അലീന തടഞ്ഞു.

അലീന : ദീപാ.. വാ.. ഇവിടെ..?

അവൾ ഭയത്തോടെ അമ്മയെ നോക്കി. ദുഃഖം കാരണം അമ്മയുടെ കോപം വർദ്ധിച്ചിരിക്കുന്നു. ദീപമോൾ പിന്നാക്കം നീങ്ങി സങ്കടത്തോടെ നിന്നു. ടെലഫോൺ ശബ്ദിച്ചുകൊണ്ടിരിക്കുന്നു.

ദീപമോൾ : അങ്കിൾ ഇപ്പോ പോവുംട്ടോ...?

അലീനയുടെ മനസ്സ് പതറി.

തെല്ലിട നോക്കി ഇരുന്ന് അവൾ റിസീവർ എടുക്കാൻ വന്നു. എടുക്കാതെ അവിടെ തന്നെ നിന്നു.

അലീന : പൊയ്ക്കോട്ടെ. നമ്മള് വിളിക്കാൻ പറഞ്ഞിട്ടില്ലല്ലോ. പൊയ്ക്കോട്ടെ.

ദീപമോൾ : എന്നാ ഞാനെടുത്തോട്ടെ?

അലീന : എടുത്തോ. എടുത്തിട്ട് മമ്മിയെ ചോദിച്ചാ മമ്മി ഇവിടെ ഇല്ലാന്ന് പറഞ്ഞേക്ക്.

അത്രയും പറഞ്ഞ് തിരികെ കട്ടിലിൽ വന്ന് ഇരുന്ന് അതുവരെ തുന്നിക്കൊണ്ടിരുന്ന തുണിയെടുത്ത് അലീന തുന്നാൻ തുടങ്ങി. ദീപമോൾ റിസീവറെടുത്തു.

ദീപമോൾ : ഹലോ...

അപ്പുറം ആഹ്ലാദ സ്വരം ഉയർന്നു.

ടെലഫോൺ അങ്കിൾ : ഇതങ്കിളാണ്..

ദീപമോൾ : ഇതങ്കിളിന്റെ ദീപമോളാണ്.

ടെലഫോൺ അങ്കിൾ : ഇപ്പഴും ദീപമോൾ മാത്രേ ഉള്ളൂ അവിടെ..?

ദീപമോൾ : മമ്മീംണ്ട്. പക്ഷേ മമ്മി ഇല്ലാന്ന് പറയാൻ പറഞ്ഞു.

പരിഭ്രമിച്ചുപോയ അലീനയുടെ വിരലിൽ സൂചികൊണ്ടു. അബദ്ധം പറ്റിയ ദീപമോൾ അമ്മയോട് സങ്കടത്തോടെ...

അയ്യോ.. എനിക്ക് മറന്നു പോയി.

മനസ്സിന്റെ പിടുത്തം മാറ്റിവെച്ച് അലീന വന്ന് റിസീവർ വാങ്ങി അയാളോട് ദേഷ്യത്തോടെ,

അലീന : അവിടെ രാവിലെ പൂക്കൾ കൊണ്ടു വെച്ച കാര്യം പറയാനാണോ എന്നെ അന്വേഷിക്കുന്നത്..? അതെന്നോട് പറയണ്ട. എനിക്കത് കേൾക്കണ്ട.

അലീന കരഞ്ഞു. അയാൾ ആ കരച്ചിൽ കേട്ടു. അലീന വേദനയോടെ ചോദിച്ചു.

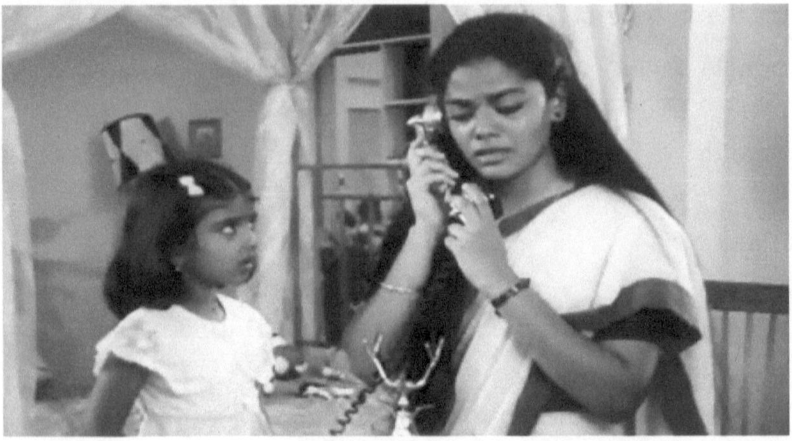

എന്നോട് എന്തിനാണ് ഇങ്ങിനെ ഓരോന്ന് ചെയ്യുന്നത്..? അവിടെ പൂക്കൾ കൊണ്ടു വെക്കാൻ ഞാൻ... ഞാൻ നിങ്ങളുടെ ആരാ..?

ചോദ്യങ്ങൾ ചോദിച്ച് കരയുന്ന അമ്മയെ ദീപമോൾ വേദനയോടെ നോക്കി നിന്നു. അലീനയുടെ ചോദ്യങ്ങൾക്ക് സാവകാശം അയാൾ ഉത്തരം പറഞ്ഞു.

ടെലഫോൺ അങ്കിൾ : പൂക്കളയച്ചത് ഞാനാണ്. എനിക്കങ്ങനെ തോന്നി. ആർക്കും എപ്പഴും കൈമാറാനല്ലേ അവിടെയൊക്കെ നിറയെ പൂക്കളുള്ളത്. എന്നോട് വളരെ കോപം വന്ന സ്ഥിതിക്ക് ഒരു കാര്യം ഞാൻ പറയാം. ആ കല്ലറയ്ക്കരികിൽ എനിക്ക് പ്രിയപ്പെട്ട ചിലർ ഉറങ്ങുന്നുണ്ട്. എന്റെ ഓർമ്മ ശരിയാണെങ്കിൽ നിങ്ങളേം ദീപമോളേം പലപ്പോഴും ഞാനവിടെ കണ്ടിട്ടുമുണ്ട്.

തുടർന്നു കേൾക്കാൻ കഴിയാതെ തളർന്നു പോകുന്ന അമ്മയുടെ കയ്യിൽ നിന്നും ദീപമോൾ റിസീവർ വാങ്ങി. പിടിച്ചു നിൽക്കാൻ ശക്തിതേടി അലീന പിയാനോയ്ക്കരികിലേക്ക് ചെന്നു. പിറകിൽ അങ്കിളിനോട് സംസാരിക്കുന്ന ദീപമോളും വേദനയോടെ ചോദിക്കുന്നത് അലീനയ്ക്ക് കേൾക്കാം.

ദീപമോൾ : അങ്കിൾ എന്തിനാ മമ്മിയെ കരയിപ്പിച്ചത്..?

അയാൾ എന്തോ ഉത്തരം പറഞ്ഞു. ആ സംസാരം നീണ്ടു പോകവേ അലീന ദീപമോളുടെ പ്രസന്നമായ ചിരി കേട്ടു.

ദീപമോൾ : അങ്കിൾന്ന് മമ്മിയോട് ഇഷ്ടംല്ലേ..?

അലീന ശ്രദ്ധിച്ചു. അയാൾ പറഞ്ഞു.

ടെലഫോൺ അങ്കിൾ : ഇഷ്ടാണ്..

അലീന അതിശയിച്ചു.

ദീപമോൾ വീണ്ടും ചോദിച്ചു.

ദീപമോൾ : വേണ്ട... വേണ്ട... സത്യം പറ. മമ്മിയോട് അങ്കിൾന്ന് ശരിക്കും ഇഷ്ടം അല്ലേ..?

അലീന കൂടി കേൾക്കാനാവാം അയാൾ കുറെക്കൂടി ശക്തമായി പറഞ്ഞു.

ടെലഫോൺ അങ്കിൾ : പിന്നേ.. അങ്കിളിന് വളരെ വളരെ ഇഷ്ടാണ്.

ചുറ്റും സ്നേഹത്തിന്റെ കാറ്റു വിശീയ നിർവൃതിയോടെ കണ്ണു തുടയ്ക്കുന്ന അമ്മയെ നോക്കി പുഞ്ചിരിയോടെ ദീപമോൾ റിസീവർ തിരികെ വെച്ചു.

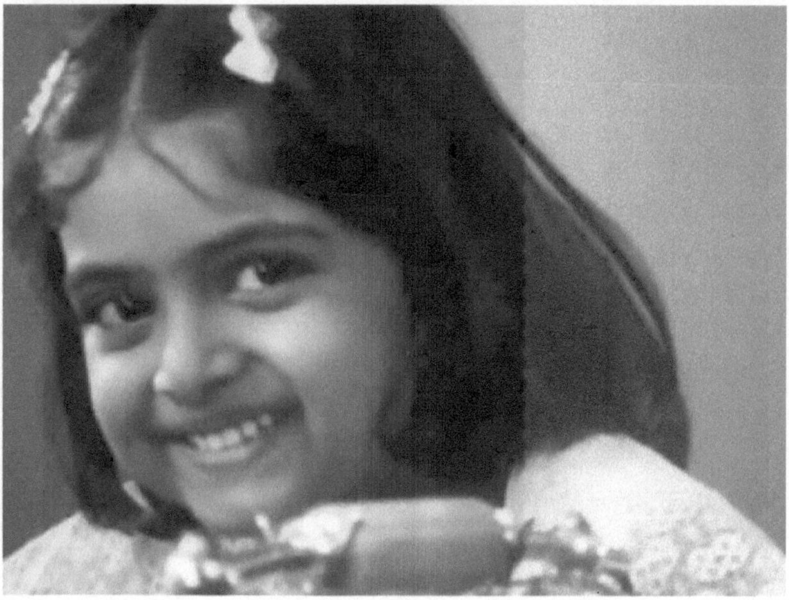

39

കടൽത്തീരം സന്ധ്യ വെളിച്ചത്തിൽ കടൽത്തിരകൾ കയറി ഇറങ്ങുന്ന നനഞ്ഞ പൂഴിയിൽ ദീപമോളുടെ കയ്യക്ഷരത്തിൽ എഴുതിയ മുന്നു പേരുകൾ.

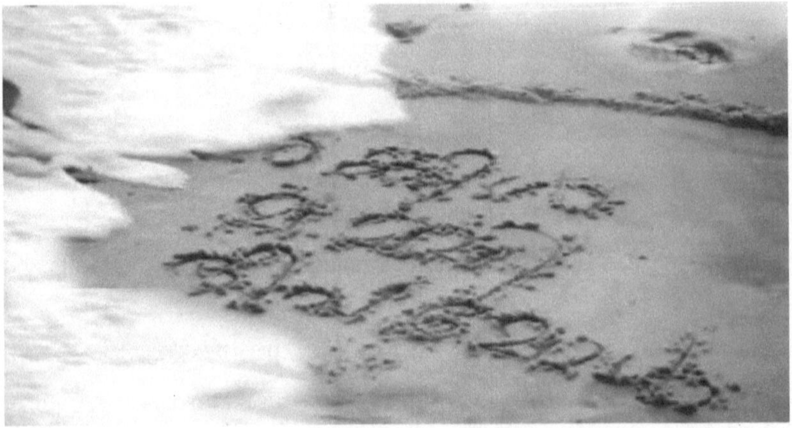

ആ പേരുകൾ മൂന്നും തിര വന്ന് മായ്ച്ചു. പൂഴിയിൽ പേരുകളെഴുതി കളിക്കുന്ന ദീപമോൾ പേരുകൾ മായ്ച്ച തിരയെ ദേഷ്യപ്പെട്ടു

പോടാ..

പിന്നെ സ്വൽപ്പം മാറി പൂഴിയിൽ ചിത്രം വരച്ചുകൊണ്ടിരിക്കുന്ന അലീനയ്ക്കരികിലേക്ക് സങ്കടത്തോടെ ഓടിയെത്തി പരാതി പറഞ്ഞു.

ദീപമോൾ : അതും മായ്ച്ചു. ദേ.. അതും മായ്ച്ചു.

അവൾ ചൂണ്ടിയ ദിക്കിൽ

എഴുതിയിട്ട മറ്റൊരു മണൽ സ്ലേറ്റിലെ പേരുകളും വേറൊരു തിര വന്ന് മായ്ക്കുന്നു. അലീന അവൾക്കായി ടെലഫോൺ അങ്കിളിനെ നനഞ്ഞ മണലിൽ വരയ്ക്കുകയാണ്. സ്വൽപ്പനേരം അമ്മയുടെ മടിയിൽ നോക്കി ഇരുന്ന് ദീപമോൾ ചോദിച്ചു.

ഇങ്ങനെ വരച്ചു വരച്ച് ഇതെപ്പഴാ അങ്കിൾനെ
പ്പോലെ ആവ്വാ..?

അലീന ഒന്നും പറഞ്ഞില്ല.

ഒരു തിര അവർക്കരികിലേക്കെന്നവണ്ണം കരയിലേക്കടിച്ചു കയറി അവിടം കൂടി അവർക്ക് വരയ്ക്കാനായി വൃത്തിയാക്കി.

40

രാത്രി.

ദീപമോൾ കട്ടിലിൽ സുഖമായി ഉറങ്ങുന്നു. ശാന്തമായ അന്തരീക്ഷത്തിൽ വിളക്കുകളുടെയും മെഴുകുതിരികളുടെയും പ്രകാശത്തിൽ ശുഭ്രമായ കാൻവാസിൽ ശ്രദ്ധാപൂർവ്വം അലീന ടെലഫോൺ അങ്കിളിനെ മനസ്സിൽ സങ്കൽപ്പിച്ച് വരക്കുന്നു. നീലയും വെളുപ്പും ഇടകലർന്നുള്ള ഒരു നിറസമന്വയം. ബ്രഷുകളുടെ ചലനത്തേക്കാൾ, രൂപം സൃഷ്ടിക്കാനായി, ബ്രഷ് തുമ്പിൽ നിന്നും അലിഞ്ഞു മാറുന്ന ചായക്കൂട്ടുകളും വെളിച്ചം നൽകാനായി ഉരുകി ഒഴുകുന്ന മെഴുകുതുള്ളികളും വരയ്ക്ക് അനുകൂലമായി അലീനയ്ക്ക് ചുറ്റും നിൽക്കുന്ന അന്തരീക്ഷത്തിനുമാണ് ഇവിടെ പ്രാധാന്യം. പൂർത്തിയായ ആ ചിത്രം നാം കാണുന്നില്ല. ചിത്രം എടുത്ത് നിർവൃതിയോടെ നോക്കി അലീന അയാളോട് സ്നേഹാർദ്രമായി സംസാരിച്ചു.

അലീന : എന്താ നോക്കി പേടിപ്പിക്കുന്നത്. നമ്പർ ചോദിച്ചാ പറഞ്ഞു തന്നൂടാ? പേരു ചോദിച്ചാ അതും പറഞ്ഞുതരില്ല? എനിക്ക് കണ്ടുപിടിക്കാൻ കഴിയില്ലെന്ന് വിചാരിച്ചു അല്ലേ. എന്നാ, ഇതാണ് നിങ്ങൾ. ഇതു തന്നെയാണ് നിങ്ങൾ...

അപ്പോൾ മേശയ്ക്കരികിൽ കത്തിച്ചു വെച്ച മെഴുകുതിരിയിൽ നിന്നും ഒലിച്ചിറങ്ങി കനത്തു വന്ന രണ്ട് മെഴുകുനാരുകൾ പതിയെ പരസ്പരം കൂട്ടിമുട്ടി ഒന്നായി.

ഇപ്പോൾ നേരം പുലർന്നിരിക്കുന്നു. രാത്രി മുഴുവൻ ചിത്രവും നോക്കി ഇരുന്നപോലെ അലീന അപ്പോഴും ചിത്രത്തിന്നു മുന്നിൽ തന്നെ. ഇപ്പോഴും ചിത്രം നാം പൂർണ്ണമായും കാണുന്നില്ല. ഉറക്കം കഴിഞ്ഞ് കട്ടിലിൽ നിന്നും ഇറങ്ങി ദീപയും ആ ചിത്രത്തിന്നരികിലേക്ക് വന്ന് അതിശയത്തോടെ ഉറ്റു നോക്കി. അവളുടെ മുഖം സന്തോഷത്താൽ തുടുത്തു.

ദീപമോൾ : ഇതാരാ..?

അലീനയും കൗതുകത്തോടെ ചോദിച്ചു.

അലീന : ആരാ..?

ദീപമോൾ : ടെലഫോൺ അങ്കിളാ..?

ആ തിരിച്ചറിവ് വളരെ സന്തോഷിപ്പിക്കുന്നുണ്ടെങ്കിലും അലീന അതെയെന്ന് പറയുന്നില്ല. പക്ഷേ ദീപമോൾ അതുറപ്പിച്ചു.

അങ്കിൾ തന്ന്യാ..

കുറെക്കൂടി വിശദമായി നോക്കിക്കൊണ്ട്

അങ്കിൾനെ കണ്ടാ പെണ്ണിനെ പോലിണ്ട്..

ദീപമോൾ അടക്കി ചിരിച്ചു.

41

രാത്രി. വീടിന്നകത്ത് ടെലഫോൺ മുഴങ്ങുന്നു. വിളിക്കുന്നത് ടെലഫോൺ അങ്കിളാണ്. പുറത്ത് മഴ പെയ്യുന്നു. അകത്ത് ദീപമോൾക്ക് പനിക്കുന്നു. അലീന അവൾക്ക് നെറ്റിയിൽ തുണി നനച്ചിട്ട് പനി കുറയാൻ കാത്തിരിക്കുന്നു. ശബ്ദിക്കുന്ന ടെലഫോണിലേക്ക് നോക്കുന്നതല്ലാതെ ദീപമോൾക്കത് എടുക്കാൻ വയ്യ. തെല്ലിട കേട്ടു നിന്ന് അലീന റിസീവറെടുത്ത് ദീപമോളുടെ കാതിൽ വെച്ചു.

ദീപമോൾ : ഹലോ..

ടെലഫോൺഅങ്കിൾ : ദീപമോൾ...

ദീപമോൾ : അങ്കിൾ..

മോളുടെ ശബ്ദത്തിലെ വയ്യായ്ക അയാൾ പിടിച്ചെടുത്തു.

ടെലഫോൺഅങ്കിൾ : എന്തുപറ്റി എന്റെ മോൾക്ക്. ഒച്ചയെന്താ ഇങ്ങനെ?

ദീപമോൾ : വയ്യ അങ്കിൾ... പനിയാ

ടെലഫോൺഅങ്കിൾ : എന്നിട്ടു കളിച്ചു നടക്കാണോ?

ദീപമോൾ : അല്ല. കിടക്കാ.

ടെലഫോൺഅങ്കിൾ : കിടന്നിട്ടാണോ മോള് സംസാരിക്കുന്നത് ?

ദീപമോൾ : ഉം.. മമ്മിയാ ടെലഫോൺ പിടിച്ചു തരുന്നത്.

അയാളുടെ ശബ്ദം പതറി.

ടെലഫോൺഅങ്കിൾ : മോൾക്കു തീരെ വയ്യേ...?

ദീപമോൾ : വയ്യാ...

ടെലഫോൺഅങ്കിൾ : മമ്മിയെവിടെ?

അവൾ അലീനയെ നോക്കി.

ദീപമോൾ : മമ്മിയെ ചോദിക്കണു.

അലീന അത് പ്രതീക്ഷിച്ചിരുന്നില്ല. ഹലോ പറയുന്നതിന്നു മുൻപെ അയാൾ ചോദിച്ചു.

ടെലഫോൺഅങ്കിൾ : എന്തുപറ്റി മോൾക്ക്?

അലീന : ചെറുതായി ഒന്നു പനിച്ചു. നെറ്റിയിൽ തുണി നനച്ചിട്ടിട്ടുണ്ട്. രാവിലെ ഡോക്ടറെ കാണിക്കാം.

ടെലഫോൺഅങ്കിൾ : മരുന്നൊന്നും കൊടുത്തില്ലേ?

അലീന : പനിക്ക് ഇവിടുണ്ടായിരുന്ന മരുന്ന് കൊടുത്തിട്ടുണ്ട്. രാത്രി ആരെയും കിട്ടില്ല.

ടെലഫോൺഅങ്കിൾ : സമയെത്രയായി?

അലീന : പതിനൊന്നു കഴിഞ്ഞു.

ടെലഫോൺഅങ്കിൾ : ഒരു കാര്യം ചെയ്യുമോ. ഒരു പതിനൊന്നരയ്ക്ക് കിടന്നാൽ മതി. അത്രയും സമയം എനിക്കു തരണം. മോളുറങ്ങിക്കോട്ടെ.

പ്രത്യാശയോടെ അലീന പെട്ടെന്ന്,

അലീന : ഇങ്ങോട്ട് വരുമോ..?

അപ്പുറത്തു നിന്നും ഉത്തരം കിട്ടിയില്ല. ചോദിക്കുന്നതിന്നു മുൻപേ ടെലിഫോൺ നിലച്ചു. അലീനയിൽ അത്ഭുതവും സന്തോഷവും നിറഞ്ഞു. അയാൾ വരുന്നു. അല്ലെങ്കിൽ ഉറങ്ങരുതെന്നു പറയില്ലല്ലോ. മോളെ കാണാനാണ് വരുന്നത്. അലീന ദീപമോളോട് പറഞ്ഞു.

മോളേ, മോളെ കാണാൻ അങ്കിൾ വരുന്നു...

ദീപമോൾ : എപ്പോ..?

അലീന : ഇപ്പോ..!

ദീപമോൾ പ്രകാശിച്ചു.

എഴുന്നേൽക്കാൻ ഭാവിച്ചു.

അലീന തടഞ്ഞു.

വേണ്ട. കിടന്നോളൂ. അങ്കിൾ വന്നാ മമ്മി മോളെ വിളിക്കാം.

ദീപമോൾ : ഞാൻ ഉറങ്ങിപ്പോയാലോ..?

അലീന : ഉറങ്ങിപ്പോയാലും വിളിക്കും...?

ദീപമോൾ പുഞ്ചിരിച്ചു.

അലീന അവളെ തഴുകി. ഉമ്മ വെച്ചു. അതുവരെ അനുഭവിച്ചിട്ടില്ലാത്ത ആനന്ദത്തോടെ അലീന ജാലകം തുറന്നു. പുറത്ത് നല്ല മഴ. അലീന മഴയിലേക്ക് കൈ നീട്ടി. കൈവള്ളയിൽ വീഴുന്ന മഴത്തുള്ളികൾ മനസ്സിൽ ആനന്ദത്തിരയായി. പ്രതീക്ഷിക്കാതെ കടന്നു വരുന്ന അതിഥിയെ സ്വീകരിക്കാൻ അലീന പെട്ടെന്നൊരുങ്ങി. വീടിന്നകത്ത് ഓടി നടന്ന് അലങ്കോലപ്പെട്ടു കിടക്കുന്ന സാധനങ്ങൾ ഒതുക്കി. ടെലഫോൺഅങ്കിൾ സമ്മാനിച്ച കുഞ്ഞു പിയാനോ തുടച്ച് ജോസു കുട്ടിയുടെ പിയാനോയ്ക്കു മുകളിൽ ഭംഗിയിൽ വെച്ചു. ഓടിനടക്കു ന്നതിനിടെ താൻ വരച്ച ടെലഫോൺഅങ്കിളിന്റെ ചിത്രം അദ്ദേഹം കാണാതിരിക്കാനായി ഒരു തുണി വിരിച്ച് മറച്ചു. അതിനകം ഉറങ്ങി പ്പോയ ദീപമോൾക്കരികിൽ നിന്നും ടെലഫോണെടുത്ത് യഥാ സ്ഥാനത്ത് വെച്ചു. അദ്ദേഹം കാണാതിരിക്കാനായി ഒരു തുണി വിരിച്ച് മറച്ചു. അയാൾ വന്നാൽ ഇരിക്കാനായി ദീപമോളുടെ കട്ടി ലിന്നരികിലേക്ക് കസേര നീക്കി വെച്ചു. ആ സമയം കണ്ണാടിയിൽ തന്റെ രൂപം കണ്ടു. ആകെ അവിഞ്ഞിരിക്കുന്നു. അവൾ പെട്ടെന്ന് വേഷം മാറി. മുടി കോതി. ആഭരണപ്പെട്ടികൾ തുറന്ന് ചെറിയൊരു കമ്മൽ എടുത്ത് ധരിച്ചു. മോൾക്കരികിൽ വന്ന് മോളെ പുതപ്പിച്ചു. നെറ്റിയിൽ വീണ്ടും തുണി നനച്ചിട്ടു.

ഈ സമയമത്രയും ആ വീട്ടിലേക്ക്, ദൂരെ നഗരത്തിലെ രാത്രിയി ലൂടെ മഴയിൽ നനഞ്ഞ് ഒരു കാർ അതിവേഗം വന്നുകൊണ്ടിരുന്നു.

ഉറങ്ങുന്ന ദീപമോൾക്കരികിൽ നെറ്റിയിൽ തടവിക്കൊടുത്ത് അലീന നിശ്ശബ്ദം ഇരിക്കേ, അതിഥി എത്താറാവുന്നുവെന്ന സൂചനയോടെ മുറിയിലെ ഗ്രാന്റ്ഫാദർ ക്ലോക്ക് മിടിച്ചുകൊണ്ടിരിക്കേ, കോളിംഗ് ബെൽ ശബ്ദിച്ചതും അലീനയുടെ മുഖം പ്രകാശിച്ചു.

മഴയിൽ നനഞ്ഞെത്തുന്ന അതിഥിക്ക് ദേഹത്തിൽ വീണ മഴ തുവർത്താൻ ഒരു തുവർത്തും എടുത്ത് അലീന വാതിൽക്കലേക്ക് ഓടിച്ചെന്നു. വാതിൽ തുറന്നു. തുറന്ന വാതിൽക്കൽ അവളെ

നോക്കി പുഞ്ചിരിച്ചത് തലയും താടിയും നരച്ചു തുടങ്ങിയ പ്രസന്ന തയുള്ള ഒരാൾ. പ്രതീക്ഷ തെറ്റിയ അലീന അയാളെ സൂക്ഷിച്ചു നോക്കി.

എവിടെയോ ഇദ്ദേഹത്തെ താൻ കണ്ടിട്ടുണ്ട്. എവിടെയാണത്..?

42

കഴുത്തറ്റംവരെ പുതച്ച് ഉറങ്ങിപ്പോയ ദീപമോളെ കണ്ടതും വാത്സല്യ ത്തോടെ വന്ന് കട്ടിലിൽ ഇരുന്ന് അയാൾ ദീപമോളെ തൊട്ടു നോക്കി. പിന്നെ എന്തോ ചിന്തിക്കുന്നതുപോലെ കയ്യിൽ കൊണ്ടു വന്ന വിചിത്രമായ ചെറിയ പെട്ടിയിൽ താളം പിടിച്ച് അയാൾ തെല്ലിട ഇരുന്നു.

ഒരു തീരുമാനമായ വിധം പെട്ടി തുറന്ന് ചിലതെല്ലാം വാരിയെടുത്ത് പുറത്തിട്ടു. ആദ്യം കയ്യിൽ തടഞ്ഞത് കുട്ടികളെ കളിപ്പിക്കുന്ന ഒരു കിലുക്കം. അയാൾ അത് അലീനയെ കുലുക്കി കാണിച്ചു ചിരിച്ചു.

ഡോക്ടർ : ചിലപ്പോ കരയുന്ന കുട്ടികളുണ്ടാവ്വേ.

ഒന്നും മനസ്സിലാവാതെ അലീന അമ്പരക്കേ അയാൾ ഒരു കൊച്ചു പീപ്പിയും എടുത്ത് ഊതി. അതിന്റ ശബ്ദത്തിൽ രസിച്ച്, എല്ലാം കുട്ടികൾക്കാണെന്നുള്ള സൂചനയോടെ തിരികെ പെട്ടിയിൽ തന്നെ സമർപ്പിച്ചു. പിന്നെ പെട്ടിയുടെ മറ്റൊരു ഭാഗം വലിച്ചു തുറന്നു. അതിൽ നിന്നും ജാലവിദ്യക്കാരനെപ്പോലെ പുറത്തെടുക്കുന്നത് ഒരു വിസിറ്റിങ്ങ് കാർഡ്. അത് അലീനയ്ക്ക് നീട്ടിക്കൊണ്ട് പേരു പറഞ്ഞു.

കെ.കെ.മേനോൻ.

അലീന അത് വാങ്ങി. സ്റ്റെതസ്ക്കോപ്പെടുത്ത് കാതിൽ വെച്ച് അയാൾ ചിരിച്ചു.

ഡോക്ടറാ..

അലീനയ്ക്കെല്ലാം വ്യക്തമാവുകയായിരുന്നു. ഒരു വിളറിയ പുഞ്ചി രിയിൽ അവൾ എല്ലാം ഒതുക്കി. ഡോക്ടർ ദീപമോളുടെ കൈയ്യിൽ സ്പർശിച്ചു.

ഡോക്ടർ : വീട്ടിലെത്തിയപ്പഴാ ഫോൺ വന്നത്. പത്തി രുപത് മിനുട്ട് വേണ്ടേ ഇവിടെ എത്താൻ..?

അലീന : വല്ലാതെ പേടിച്ചു.

ഡോക്ടർ : എനിക്കത് മനസ്സിലായി. ഉടനെ ചെല്ലു മോന്നാ ഇവളുടെ അച്ഛൻ ഫോണിൽ എന്നോട് ചോദിച്ചത്.

ആ പ്രയോഗത്തിൽ അമ്പരന്നുവെങ്കിലും അലീനയിൽ ഒരു പ്രതീക്ഷ ഉണർന്നു.

അലീന : എവിടുന്നാ വിളിച്ചത്...?

ആ ചോദ്യം അയാളിൽ ഒരവ്യക്തത ഉണ്ടാക്കി. അലീനയിൽ വാക്കുകൾ മുറിഞ്ഞു.

നമ്പർ...

നമ്പർ അറിഞ്ഞിരുന്നെങ്കിൽ...

ഡോക്ടർ : വീട്ടിലേക്കുള്ള വഴി കൃത്യമായി പറഞ്ഞു തന്നതുകൊണ്ട് നമ്പർ ഞാൻ ചോദിച്ചില്ല.

അലീനയുടെ മുഖം വാടി.

അതയാൾ തിരിച്ചറിഞ്ഞു. ശരീരം കാണിക്കുന്നത് മനസ്സിന്റെ ഭാഷയാണെന്ന് ഒരു ഡോക്ടറായ അയാൾക്ക് വളരെ വ്യക്തമാണ്.

ഡോക്ടർ : അല്ലാ.. സാധാരണ കക്ഷി ലെയ്റ്റായിട്ടാണോ വീട്ടിൽ വരാറുള്ളത്..?

അലീന ഉത്തരം കിട്ടാതെ നിന്നു. എന്തു പറയണം. എങ്ങനെ പ്രതികരിക്കണം. ഇതാ, ഇദ്ദേഹത്തിന്റെ വാക്കുകളിൽപോലും ഈ വീട്ടിൽ നേരം ഇത്ര വൈകിയിട്ടും തന്നെയും മോളെയും തനിച്ചാക്കുന്ന, തങ്ങൾക്കേറ്റവും പ്രിയപ്പെട്ട ആരോ ആയി അദ്ദേഹം മാറുന്നു. അലീനയുടെ മൗനം ഡോക്ടറേയും വേദനിപ്പിച്ചു.

ഡോക്ടർ : പാവം മോള്... എവിടെയാ... I mean... where is he working..? വേറൊന്നിനുമല്ല. I want to meet him. എനിക്കയാളോടൊന്നു സംസാരിക്കണം. ഈ പാതിരാത്രിയില് പെരുമഴയത്ത് ഇത്രേം ദൂരം ഞാൻ കാറോടിച്ചു വന്നു. ഇത്രയെങ്കിലും താൽപ്പര്യം ഈ കുട്ടിയോട് എന്തുകൊണ്ടയാൾ കാണിക്കുന്നില്ലാ..? ഭാര്യമാർ ഇങ്ങനെ കൂടുതല്

സോഫ്റ്റായാൽ ആണുങ്ങള് കൂടുതല് സ്വാതന്ത്ര്യം എടുക്കും. ഞാനൊന്നു കാണാം. എവിടെയാ വർക്ക് ചെയ്യുന്നത്..?

എല്ലാം കേൾക്കേ, അതിനകം അവിടെ നിന്നും നടന്നു മാറി വരച്ചു വെച്ച ടെലഫോൺ അങ്കിളിന്റെ ചിത്രത്തിന്നു മുന്നിൽ എത്തി നിന്ന് അലീന വിതുമ്പുന്നത് ഡോക്ടർ കേട്ടു.

അലീന : എന്നോട് ക്ഷമിക്കണം. ഞാൻ... ഞാൻ ഡോക്ടറോട് ഒരു കളവു പറഞ്ഞു.

വേദനിപ്പിക്കുന്നതെന്തിനോ സാക്ഷ്യം വഹിക്കുകയാണെന്ന തോന്ന ലോടെ ഡോക്ടർ മുഖം ഉയർത്തി.

അലീന തുടർന്നു.

അദ്ദേഹം.. എന്റെ മോൾക്ക് മനസ്സുകൊണ്ട് അവളുടെ പപ്പയെപോലെ ആണെങ്കിലും... ഇവിടേക്ക് വരാറേ ഇല്ല.

ഡോക്ടർ അമ്പരന്നു.

ഡോക്ടർ : വരാറേ ഇല്ല..?!!

അലീന : എന്തോ.. വരാറേ ഇല്ല. മോളോടാണ് അടുപ്പം. അതും ടെലഫോണിലൂടെ മാത്രം. ഞാനുമായുള്ള ബന്ധം ഇതാ ഈ ചിത്ര ത്തോടെ തീർന്നു. അതിനപ്പുറം എനിക്ക് വേറെ ഒന്നും അറിയില്ല.

അവിശ്വസനീയമായതെന്തോ കേൾക്കുകയാണ് ഡോക്ടർ. അലീന മുന്നിൽ നിന്നും മാറിയതും അദ്ദേഹം ആ ചിത്രം കണ്ടു. പെട്ടെ ന്നൊരു സൂര്യോദയം ദർശിച്ചതുപോലെ അദ്ദേഹത്തിനു തോന്നി. ഒപ്പം അത്ഭുതവും. അലീന സത്യം പറഞ്ഞു.

സത്യത്തിൽ ഈ സമയത്ത് ഡോക്ടറെ അല്ല. അദ്ദേഹത്തെയാണ് ഞാൻ പ്രതീക്ഷി ച്ചത്. അതുകൊണ്ടാണ് ഞാൻ പുതിയ സാരി ഉടുത്തത്. അദ്ദേഹം കാണാതിരി ക്കാൻ വേണ്ടിയാണ് ഞാനീ ചിത്രം മറച്ചു വെച്ചത്.

അത്ഭുതത്തോടെ ആ ചിത്രത്തിന്നരികിലേക്ക് വന്ന് അതിൽ തന്നെ നോക്കി അദ്ദേഹം തെല്ലിട നിന്നു. ഇപ്പോഴും ആ ചിത്രം

നാം കാണുന്നില്ല. അറിയാതെ എന്തൊക്കെയോ പറഞ്ഞുപോയ കുറ്റബോധം അദ്ദേഹത്തെ തളർത്തി.

ഡോക്ടർ : സോറി. ഞാൻ ഇതൊന്നും മനസ്സിലാക്കാതെ എന്തൊക്കെയോ പറഞ്ഞു. അല്ലെങ്കിൽ തന്നെ ഞാനിതൊക്കെ എങ്ങനെ അറിയാനാണ്. മകൾക്ക് സുഖമില്ല എന്നാണെന്നോട് പറഞ്ഞത്. മകളുമായുള്ള ഒരു ഗാഢബന്ധം ആ സംസാരത്തിൽ ഞാൻ കണ്ടു. അല്ലെങ്കിൽ ഇത്ര ദൂരം കാറ് ഡ്രൈവ് ചെയ്ത് ഞാൻ വരില്ലായിരുന്നു.

മനസ്സിൽ തട്ടി അതത്രയും പറയുമ്പോഴും അദ്ദേഹത്തിന്റെ മനസ്സ് ആ ചിത്രത്തിലായിരുന്നു. ചിത്രം ആസ്വദിക്കേ ആ ചിത്രദർശനത്തിന് അദ്ദേഹം ഒരു അടിവരയിട്ടു.

നന്നായിരിക്കുന്നു. വരയ്ക്കാൻ കഴിയുന്നത് ഒരപൂർവ്വ ഭാഗ്യമാണ്.

അലീനയിൽ അതുവരെ കിട്ടാത്തൊരു ആശ്വാസം തെളിഞ്ഞു.

43

പുറത്ത് മുറ്റത്തെ ചന്ദ്രപ്രകാശത്തിൽ അദ്ദഹത്തെ യാത്രയാക്കേ, കയറാനായി തുറന്ന കാറിന്റെ വാതിൽ അടച്ച് അദ്ദേഹം നിശ്ശബ്ദം

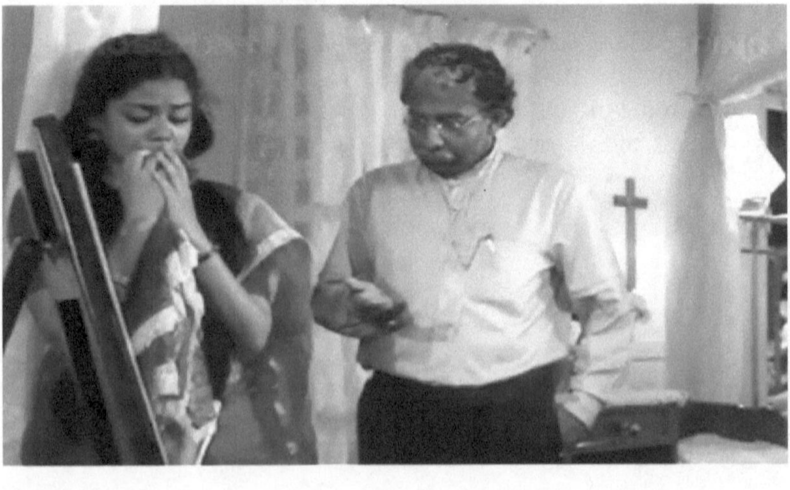

നിൽക്കുന്ന അലീനയ്ക്കരികിലേക്ക് വീണ്ടും വന്നു. എന്തോ ചിന്തിച്ച് ആശ്വസിപ്പിക്കാനായി മനസ്സുറപ്പോടെ പറഞ്ഞു.

ഡോക്ടർ : അയാള് വരും.. വരണം...

അലീനയിൽ പ്രതീക്ഷ നാമ്പിട്ടു. മുഖം തിളങ്ങി.

അലീന : വരുമെന്ന് ഉറപ്പുണ്ടോ ഡോക്ടർ?

വാക്കുകളിലുള്ള വേദനയെ പുഞ്ചിരിയിൽ തുടച്ച് അദ്ദേഹം അലീനയിൽ പ്രത്യാശ തെളിച്ചു.

ഡോക്ടർ : അത്തരം ചില ഉറപ്പുകളില്ലെങ്കിൽ പിന്നെങ്ങനാ കുട്ടീ നമുക്കൊക്കെ ജീവിക്കാൻ കഴിയുന്നത്?

തുടർന്നൊന്നും പറയാനില്ലാതെ അലീന നോക്കിനിൽക്കേ അദ്ദേഹം കാറിൽ കയറി. അകലാൻ തുടങ്ങുന്ന കാറിന്റെ പ്രകാശം അലീനയിൽ തെല്ലിട നേരം തങ്ങി നിന്നു. പിന്നെ കാറിനൊപ്പം പ്രകാശവും അകന്നു.

44

പ്രഭാത നേരം. ടെലഫോൺ അങ്കിളിന്റെ മുറിയിലെ മേശമേൽ കർപ്പൂരം എരിയുന്നു. അദ്ദേഹത്തെ ഭാഗികമായി മാത്രം കാണാം. കർപ്പൂരം തൊട്ടുഴുഞ്ഞ് അദ്ദേഹം പ്രാർത്ഥിച്ചു. പിന്നെ മേശമേലുള്ള കലണ്ടറിലെ അവശേഷിച്ച ഒരേ ഒരു താള് പറിച്ചെടുത്ത് എന്തോ ഓർത്ത് ദുഃഖിക്കുന്നപോലെ കൈവിരലുകൾക്കിടയിൽ വെച്ചു കശക്കി.

അലീനയുടെ വീട്ടിലെ ടെലഫോൺ ഇപ്പോൾ നിശ്ശബ്ദമാണ്. ടെലഫോണിന്നു ചുറ്റും ആരോ എടുത്തെറിയുന്ന പാവകളും മറ്റും വന്നു വീഴുന്നു. ഒപ്പം ദീപമോളുടെ സങ്കടവും ദേഷ്യവും കലർന്ന ശബ്ദം. അവൾ ബഹളം വെക്ക്കുകയാണ്.

ദീപമോൾ : അങ്കിൾ വന്നു. മമ്മി എന്നെ വിളിച്ചില്ല.. വിളിച്ചില്ല.. വിളിച്ചില്ല.

അവളെ ആശ്വസിപ്പിക്കാൻ പാടുപെടുന്ന അലീനയുടെ ശ്ബദവും കേൾക്കാം.

അലീന : ഇല്ല മോളേ, അങ്കിൾ വന്നില്ല

അപ്പോൾ ടെലഫോൺ ശബ്ദിച്ചു.

അലീന റിസീവർ എടുത്തു. ദീപമോൾ പിണക്കത്തോടെ അവരുടെ സംസാരം കേട്ടു നിന്നു.

അലീന : ഹലോ..

ടെലഫോൺ അങ്കിൾ : ഞാനാണ്.

അലീന : ഇന്നലെ രാത്രി ഇവിടെ വന്നെന്നും പറഞ്ഞ് മോള് കരച്ചിലാണ്. എത്ര പറഞ്ഞിട്ടും സമ്മതിക്കുന്നില്ല.

ടെലഫോൺ അങ്കിൾ : ഞാൻ പറയാം മോളോട്..

അലീന ഒന്നു സംശയിച്ചു. എങ്കിലും മനസ്സിന്റെ വിങ്ങൽ മറക്കാതെ തുറന്നു ചോദിച്ചു.

അലീന : വന്നിട്ടില്ല എന്നു പറയുന്നതിനു പകരം ഒന്നു വന്നൂടെ..?

അയാളുടെ ശബ്ദം ചെറുതായൊന്നു കനത്തു.

ടെലഫോൺഅങ്കിൾ : അവളോട് ഞാൻ പറയാം..

അത് കേട്ടതും ദീപമോൾ റിസീവർ പിടിച്ചു വാങ്ങി, അലീന റിസീവർ വിട്ടുകൊടുത്തു. സത്യം പറ എന്ന വിധം ദീപമോൾ അങ്കിളിനോട് ചോദിച്ചു.

ദീപമോൾ : അങ്കിൾ വന്നിരുന്നോ?

ടെലഫോൺഅങ്കിൾ : ആരു പറഞ്ഞു...? അങ്കിൾ വന്നാല് മോളെ കാണാതിരിക്ക്യോ..? അങ്കിള് വന്നിട്ടില്ല. കേട്ടോ...? അങ്കിളെങ്ങനാ വര്യാ..? എത്ര ദൂരത്ത്ന്നാ അങ്കിളിപ്പോ സംസാരിക്കുന്നത്.

ആ സമയം ടെലഫോൺഅങ്കിളിന്റെ വീട്ടിലേക്കുള്ള നടപ്പാതയ്ക്കു താഴെ ഡോക്ടർ കെ.കെ മേനോന്റെ കാറ് വന്നു നിന്നു. വാതിൽ തുറന്നു പുറത്തിറങ്ങിയ ഡോക്ടർ പ്രസരിപ്പോടെ വീട്ടിലേക്ക് കയറി വന്നു. നിശ്ശബ്ദം പരസ്പരം ചേർന്ന് ഇരുന്ന് അലീനയും ദീപമോളും അയാളുടെ സംസാരം ശ്രദ്ധാപൂർവ്വം കേൾക്കുകയാണ്.

ടെലഫോൺഅങ്കിൾ : മമ്മിക്ക് വേറെ പണിയൊന്നും ഇല്ല. അതാണ് മോളെ ഓരോന്ന് പറഞ്ഞ് പറ്റിക്കുന്നത്. പൊന്നുമോളുടെ പനി മാറിയോ..?

ദീപമോൾ : ഉം..

ടെലഫോൺഅങ്കിൾ : മരുന്നു കുടിച്ചോ..?

ദീപമോൾ : ഉം..

വീണ്ടും ടെലഫോൺ അങ്കിളിലേക്ക്.

സംസാരത്തിനിടയിൽ മനസ്സ് മറ്റൊന്നിലേക്ക് മാറ്റുന്നതുപോലെ അയാളിപ്പോൾ ഏതാനും ശീട്ടുകൾ മേശപ്പുറത്ത് നിരത്തുകയാണ്. ശീട്ടുകളിൽ ദീപമോൾ എന്നെഴുതിയിട്ടുണ്ട്. അയാൾ ദിപമോളെ തമാശയാക്കി.

ടെലഫോൺഅങ്കിൾ : മോൾക്ക് ഇൻജക്ഷൻ കിട്ടിയോ..

ദീപമോൾ : ഇല്ലാ..!!

ടെലഫോൺഅങ്കിൾ : ഡോക്ടറങ്കിളിനോട് ഒരു ഇൻജക്ഷൻ തരാൻ പറയട്ടെ..?

ചോദ്യം കേട്ട അമ്പരപ്പിൽ ദീപമോൾ അലീനയോട് ഭയത്തോടെ.,

"അയ്യോ.. ഇൻജക്ഷൻ വേണോന്ന് ചോദിക്കുന്നു."

അലീന പുഞ്ചിരിച്ചു.

"അങ്കിളിനോട് മറ്റന്നാൾ മോൾടെ ബർത്ത് ഡേയ്ക്ക് വരാൻ പറ."

ദീപമോൾക്ക് ആവേശമായി.

ദീപമോൾ : അങ്കിൾ.. അങ്കിൾ.. മറ്റന്നാളെന്റെ ബർത്ത് ഡേയാ... അങ്കിൾ വരോ...?"

ഉത്തരം കേൾക്കാൻ നെഞ്ചിടിപ്പോടെ അലീനയും കാതോർത്തു. മേശപ്പുറത്ത് ശീട്ടുകൾ ഇട്ടുകൊണ്ടിരിക്കുന്ന ടെലഫോൺ അങ്കിളിന്റെ കൈ പെട്ടെന്ന് നിശ്ചലമായി. കാതോട് ചേർത്തു വെച്ച റിസീവറിൽ ദീപമോളുടെ ശബ്ദം മുഴങ്ങി.

ദീപമോൾ : അങ്കിൾ വരോ?

ഉത്തരം പറയാതെ അയാൾ നിശ്ശബ്ദം നിന്നു. ഉത്തരത്തിനായി കാത്തിരിക്കുകയാണ് അലീനയും ദിപമോളും. വൈകുന്തോറും അവരുടെ മുഖം വലിഞ്ഞു മുറുകി. ഒടുക്കം ഉത്തരം വന്നു.

ടെലഫോൺ അങ്കിൾ : അങ്കിളിന്നു വരാൻ പറ്റൂലല്ലോ മോളേ..

അത്രയും കേട്ടതും ആ വലിയ വീട്ടിൽ തികച്ചും ഒറ്റപ്പെട്ടപോലെ അവർ നിശ്ചലം ഇരുന്നു. തെല്ലിട നിശ്ശബ്ദയായ ദീപമോൾ പെട്ടെന്ന് വീണ്ടും വാശിയോടെ പറഞ്ഞു.

ദീപമോൾ : വേണ്ട.. വേണ്ട. അങ്കിൾ വരണം. ബർത്ത് ഡേയ്ക്ക് മമ്മി വല്ല്യൊരു കെയ്ക്ക് വാങ്ങൂലോ. കൊച്ചിൻ ബേക്കറീന്നാ വാങ്ങിക്ക്യാ. അത് മുഴുവൻ ഞാൻ അങ്കിളിന് തരാം.

റിസീവറിലൂടെ ദീപമോളുടെ ശബ്ദം കേൾക്കേ, സമയം കഴിയാറാ യെന്ന് സൂചിപ്പിക്കും വിധം മേശപ്പുറത്ത് മിടിച്ചുകൊണ്ടിരിക്കുന്ന ബർത്ത് ഡേ ക്ലോക്കും ടെലഫോൺഅങ്കിൾ നിശ്ചലമാക്കി. അതോടെ അയാളുടെ ശബ്ദം താഴ്ന്നു. വാക്കുകളിൽ നിസ്സഹായത നിറഞ്ഞു.

ടെലഫോൺഅങ്കിൾ : അങ്കിളിന് വരാൻ കഴിയില്ല മോളേ...

അലീന വല്ലാതെ ഭയന്നു. ദീപമോളിൽ നിന്നും റിസീവർ വാങ്ങിയ അവളുടെ ശബ്ദം യാചനയായി.

അലീന : ഒന്നു വന്നൂടേ..?

അയാളിലെ ശബ്ദവും വേദനയായി.

ടെലഫോൺഅങ്കിൾ : മോളെ എങ്ങനെയെങ്കിലും പറഞ്ഞു മന സ്സിലാക്കണം. പിന്നെ വേറെ ഒരു കാര്യം കൂടി എനിക്ക് പറയാനുണ്ട്. എനിക്കിനി പഴയതുപോലെ ഫോൺ ചെയ്യാൻ കഴി ഞ്ഞെന്നു വരില്ല. എന്തുകൊണ്ടാണെന്ന് എന്നോട് ചോദിക്കരുത്.

അലീനയിൽ നെഞ്ചിടിപ്പു കൂടി. ഇരുന്നിടത്തു നിന്നും എഴു ന്നേൽക്കേ അവൾ വിതുമ്പിത്തുടങ്ങി. അത് തിരിച്ചറിയും വിധം അയാളുടെ ശബ്ദവും പതറി.

ഒന്നുകൂടി ദീപമോളുടെ ശബ്ദം കേൾക്കാ നാണ് ഇപ്പോൾ ഞാൻ വിളിച്ചത്.

അയാളുടെ വാക്കുകളിലെ സ്നേഹത്തിന്റെ മധുരവും വേദനയും സ്വന്തം മനസ്സിൽ പകർത്തി അത്രയുംനേരം വാതിൽക്കൽ നിശ്ശബ്ദം നിൽക്കുന്ന ഡോക്ടർ കെ.കെ മേനോനെ ടെലഫോൺഅങ്കിൾ അപ്പോഴും കാണുന്നില്ല. മനസ്സിലെ പിരിമുറുക്കത്താൽ വാതിലിൽ തെരുപ്പിടിച്ചു നീങ്ങുന്ന അയാളുടെ കൈവിരലുകളിൽ ആയിരുന്നു

അപ്പോൾ ഡോക്ടർ കെ.കെ മേനോന്റെ ശ്രദ്ധ. പതറുന്ന ശബ്ദത്തോടെ അയാൾ അപ്പുറം അലീനയോട് പറയുന്നത് കേട്ട് ഡോക്ടർ വേദനയോടെ മുഖം താഴ്ത്തി.

ടെലഫോൺഅങ്കിൾ : ഇനി എന്നെങ്കിലും വിളിക്കാൻ സാധിച്ചാൽ... ഒരുപക്ഷേ...

അത് പൂർത്തിയാക്കാൻ അലീന അയാളെ സമ്മതിക്കുന്നില്ല. അലീനയുടെ സ്വരം റിസീവറിൽ വേദനയോടെ ഉയർന്നു.

അലീന : ഇനി ഒരിക്കലും വിളിക്കാൻ കഴിയില്ലെങ്കിൽ പിന്നെ. പിന്നെ എന്തിനാ ഇത്രയും നാൾ വിളിച്ചത്.

നിസ്സഹായതയോടെ അയാളും ചോദിച്ചു.

ടെലഫോൺഅങ്കിൾ : ഞാൻ അധികമൊന്നും വിളിച്ചിരുന്നില്ലല്ലോ.

അലീന : ആരു പറഞ്ഞു, ഞാനും മോളും എത്ര മാത്രം കേട്ടൂന്ന് ഞങ്ങൾക്കല്ലേ അറിയൂ.

വാക്കുകൾ അമ്മയെ കരയിക്കുന്നത് കാണുകയാണ് ദീപമോളും. തളർച്ചയിൽ അലീന അവൾക്കരികിൽ ഇരുന്നു. അയാളുടെ ശബ്ദം അവർക്കു ചുറ്റും മുഴങ്ങി.

ടെലിഫോൺഅങ്കിൾ : എനിക്കിനി വിളിക്കാൻ കഴിയില്ല. ഇതെന്റെ അവസാനത്തെ കോൾ ആണ്.

അലീന : ഞാനിത് സമ്മതിക്കില്ല.. ഇത്രയും കാലം വിളിച്ചിട്ട് ഇനി വിളിക്കാൻ കഴിയില്ലെന്ന് പറയാൻ നിങ്ങൾക്കാവില്ല.

അമ്മയുടെ കരച്ചിൽ കാണവേ അപകടം തിരിച്ചറിയും വിധം ദീപമോൾ റിസീവർ വാങ്ങി ഉറച്ച ശബ്ദത്തിൽ നിർബന്ധിക്കും വിധം ടെലഫോൺ അങ്കിളിനോട് പറഞ്ഞു.

ദീപമോൾ : അങ്കിൾ വരണം. എന്റെ ബർത്ത്ഡേയ്ക്ക് അങ്കിൾ വരണം.

അവൾക്ക് ഉത്തരം കിട്ടുന്നില്ല.

റിസീവറിൽ ദീപമോളുടെ കരച്ചിലും സംസാരവും കേട്ടുകൊണ്ട് ടെലഫോൺഅങ്കിൾ മുന്നിലെ തുറന്നിട്ട ജനവാതിലിലൂടെ പുറത്തേക്കും നോക്കി നിശ്ശബ്ദം നിന്നു.

ദീപമോൾ : അങ്കിൾ വരണം... അങ്കിൾ വരണം...

തുടർച്ചയായി കേൾക്കുന്ന ആ ശബ്ദത്തിന്നു പിന്നിലെ രഹസ്യത്തിന്റെ ആഴം പൂർണ്ണമായും മനസ്സിലാക്കിയ പുഞ്ചിരിയോടെ അപ്പോൾ അയാൾക്കു മുന്നിൽ ജനവാതിലിന്നപ്പുറം ഡോക്ടർ കെ.കെ മേനോൻ കടന്നു വന്നു. അദ്ദേഹത്തെ കാണുന്നതും ആരെയോ വേദനിപ്പിച്ച വേദനയോടെ അയാൾ റിസീവർ സാവകാശം താഴ്ത്തി ക്രാഡിലിൽ തിരികെ വെച്ചു. ആ കോൾ നിലച്ചു. കോൾ നിലച്ചതും ദീപമോൾ പരിഭ്രമിച്ചു.

ദീപമോൾ : അയ്യോ.. ഒന്നും കേൾക്കണില്ല.

ഭീതിയോടെ അലീന റിസീവർ വാങ്ങി. പലതവണ ഹലോ പറഞ്ഞു. ഇല്ല. ആ സംഭാഷണം നിലച്ചിരിക്കുന്നു. അലീന ടെലഫോൺ ടാപ്പ് ചെയ്തു. ദീപമോൾ വീണ്ടും റിസീവർ പിടിച്ചു വാങ്ങി കരഞ്ഞു. എനിക്കങ്കിളിനെ വേണം. എനിക്കങ്കിളിനെ വേണം. അലീന അവളെ തഴുകി.

അലീന : ലൈൻ കട്ടായതാ മോളേ. അങ്കിൾ ഇനിം വിളിക്കും.

അവൾ കരച്ചിൽ നിർത്തുന്നില്ല.

അലീന ശബ്ദം ഉയർത്തി.

അങ്കിൾ വിളിക്കുംന്ന് പറഞ്ഞില്ലേ...

നിർത്താതെ കരയുന്ന ദീപമോളെയും എടുത്ത് അലീന അവിടുന്ന് മാറി. ദീപമോളുടെ കൈവിട്ടുപോയ റിസീവർ മാത്രം അവിടെ ഒറ്റപ്പെട്ടു.

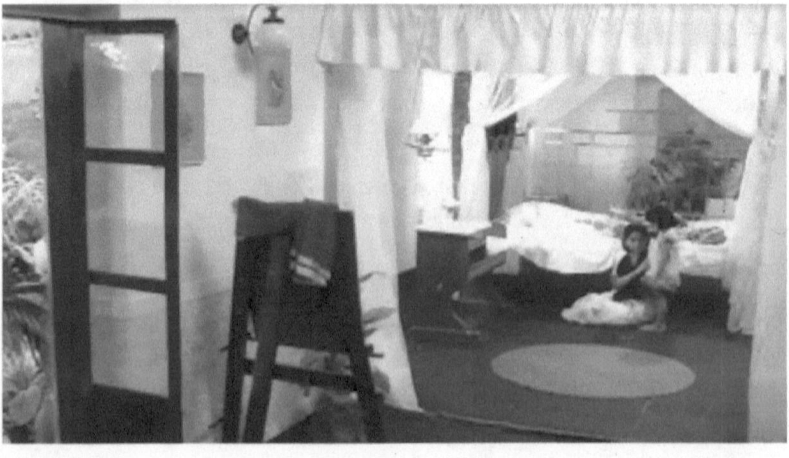

45

ദീപമോളുടെ സ്കൂളിലെ ആരാധനാലയത്തിന്റെ ഒരുവശം. എല്ലാം അറിയും വിധം അലീനയ്ക്കു മുന്നിൽ മദർ. അലീന പരിഭവം പറയുന്നത് മദറോടാണ്.

അലീന : ലൈൻ കട്ടായെന്നുവെച്ച് അവർക്കൊന്ന് വീണ്ടും വിളിച്ചാലെന്താ. മോളുടെ വിഷമം ഞാൻ മാത്രം കാണുന്നതാവും ഇഷ്ടം.

മദർ : ദീപമോള് ഉറങ്ങിയല്ലോ. കുട്ടി ഓഫീസിലേക്ക് പൊയ്ക്കോളൂ. മോളെ ഞാൻ നോക്കിക്കോളാം.

അലീനയിൽ അപ്പോഴും ഒരു പ്രത്യാശ ഉണ്ട്.

അലീന : ഞാനിന്ന് പോണില്ല. അവർ വീണ്ടും വിളിച്ചാലോ..?

മദറുടെ പുഞ്ചിരിയിലേക്ക് അകലെ നിന്നും ഒരു മണിനാദം മുഴങ്ങി അവിടെ തന്നെ ഇല്ലാതായി.

ശബ്ദിക്കാത്ത ടെലഫോണിന്നരികിൽ, വീടിന്നകത്ത് അലീന കാത്തിരുന്നു. രാവും പകലും മണിക്കൂറുകളോളം കാത്തിരുന്നു. അയാൾ വിളിക്കുന്നില്ല.

46

അന്ന് ദീപമോളുടെ പിറന്നാൾ ആണ്. പിറന്നാൾ വേഷത്തോടെ ദീപമോൾ വാതിൽ തുറന്ന് പുറത്തു വന്നു. മുറ്റത്തിറങ്ങി നിന്ന് പിറന്നാൾ ഉടുപ്പിന്റെ ഭംഗി സ്വയം ഒന്ന് വട്ടം കറങ്ങി ആസ്വദിച്ചു. പിന്നെ മുറ്റത്ത് പൂക്കൾ പറിക്കുന്ന അലീനയ്ക്കരികിലേക്ക് ഓടി വന്ന് അവളെ തന്നെ സ്വയം ആശംസിച്ചു.

ദീപമോൾ : ഹാപ്പി ബർത്ത്ഡേ..

അലീനയ്ക്കത് വളരെ ഇഷ്ടമായി.

അലീന : ഹാപ്പി ബർത്ത്ഡേ.. ദീപമോൾ.

കെട്ടിപ്പിടിച്ച് ഉമ്മ കൊടുത്ത് അലീന അവളെ എടുത്ത് വാതിൽക്കലേക്ക് തന്നെ കൊണ്ടുവന്നു. അവൾ വെറും സോക്സ് മാത്രമേ ധരിച്ചിട്ടുള്ളൂവെന്നു കണ്ടു.

ആഹാ.. ഷൂസിടാതെയാണോ ബർത്ത് ഡേയ്ക്ക് പുറത്ത് പോകുന്നത്.

ദീപമോൾ ഷൂസിടാൻ കാല് നീട്ടിക്കൊടുത്തു.

ദീപമോൾ : ആദ്യം നമ്മള് എവിടെയാ പോവ്വാ..?

അലീന : ആദ്യം നമ്മള് പള്ളീപ്പോയി പ്രാർത്ഥിക്കും. ഇന്ന് ദീപമോളുടെ ബർത്ത്ഡേ അല്ലേ. ദീപമോൾക്ക് എല്ലാ ഐശ്വര്യവും ഉണ്ടാവണേ. അവൾടെ അങ്കിളിന്ന് വരണേ... എന്നൊക്കെ പ്രാർത്ഥിക്കും. എന്നിട്ട് ബലൂൺ വാങ്ങും. പുതിയ ഉടുപ്പ് വാങ്ങും. നാല് മെഴുകുതിരി വാങ്ങും. കെയ്ക്ക് വാങ്ങും. കെയ്ക്കിൽ ഹാപ്പി ബർത്തഡേ ദീപമോൾ എന്നെഴുതും.

ദീപമോൾ കാര്യമായി ചോദിച്ചു.

ദീപമോൾ : അങ്ങനെ എഴുതിയാ ഇന്നങ്കിള് വരോ..?

ചോദ്യത്തിലെ നിഷ്ക്കളങ്കത അലീനയെ വീണ്ടും നിശ്ശബ്ദയാക്കി.

47

ആരും ഇല്ലാത്ത വിശാലമായ പള്ളിക്കകത്ത് അലീനയും മോളും അൾത്താരയ്ക്ക് സമീപം മുട്ടുകുത്തി പ്രാർത്ഥിക്കുന്നു. മുന്നിലെ അലങ്കാരങ്ങളിലാണ് ദീപമോളുടെ ശ്രദ്ധ. അവളുടെ മനസ്സ് എവിടെയും നിൽക്കുന്നില്ല. മനസ്സു നിറയെ ടെലഫോൺ അങ്കിൾ മാത്രം. അലീന പ്രാർത്ഥിച്ചു.

ദീപമോൾ ഓരോ വരിയും അമ്മയ്ക്കായി ഏറ്റു ചൊല്ലി.

അലീന : പരിശുദ്ധയായ മാതാവേ...

ദീപമോൾ : പരിശുദ്ധയായ മാതാവേ...

അലീന : ദീപമോളെ രക്ഷിക്കണേ...

ദീപമോൾ : ദീപമോളെ രക്ഷിക്കണേ...

അലീന : അങ്കിളിന്നു വരണേ...

ദീപമോൾ : അങ്കിളിന്നു വരണേ...

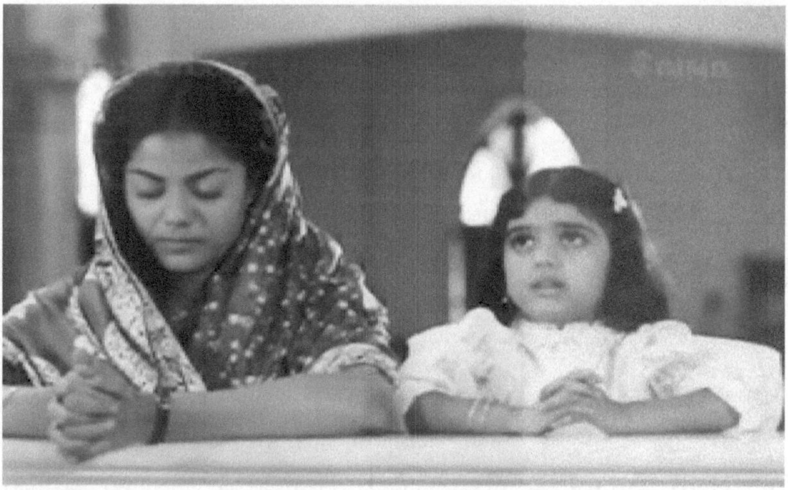

അലീന : പരിശുദ്ധനായ പിതാവേ..

ദീപമോൾ : പരിശുദ്ധനായ പിതാവേ..

അലീന : ദീപമോളെ രക്ഷിക്കണേ..

ദീപമോൾ : ദീപമോളെ രക്ഷിക്കണേ..

അലീന : അങ്കിളിന്നു വരണേ..

ദീപമോൾ : അങ്കിളിന്നു വരണേ..

അലീന : നല്ലവനിലും നല്ലവനായ പിതാവേ ഞങ്ങളെ അനുഗ്രഹിക്കേണമേ..

ദീപമോൾ : നല്ലവനിലും നല്ലവനായ..

അതും ഏറ്റു ചൊല്ലവേ പാതിവഴി നിർത്തി ദീപമോൾ പെട്ടെന്നു ചോദിച്ചു.

കെയ്ക്ക് വാങ്ങണ്ടേ..

അതോടെ അലീനയുടെ പ്രാർത്ഥനയും നിലച്ചു.

48

ബേക്കറി. അലമാരയിൽ വെച്ചരിക്കുന്ന പലവിധ കെയ്ക്കുകളും നോക്കി അതിൽ ഏത് വാങ്ങണം എന്നു തീരുമാനിക്കാൻ കഴിയാതെ

ദീപമോൾ നടക്കുന്നു. എല്ലാം മനോഹരം. സ്വല്പം മാറി അലീന കടക്കാരന് ദീപമോൾക്കുള്ള ബർത്ത്ഡേ കെയ്ക്കിന് ഓർഡർ നൽകുന്നു.

അലീന : കെയ്ക്കിൽ ഹാപ്പി ബർത്ത്ഡേ ദീപമോൾ എന്നെഴുതണം.

കടക്കാരൻ : അതാണോ ദീപമോള്..?

അലീന : അതെ.

കെയ്ക്കുകൾ നോക്കി നടക്കുന്ന ദീപമോൾക്ക് അമ്മയുടെയും കടക്കാരന്റെയും സംസാരം കേൾക്കാം.

കെയ്ക്ക് എപ്പോ തരും..?

കടക്കാരൻ : ഒരു മണിക്കൂറിന്നുള്ളിൽ തരാം.

അപ്പോൾ ചില്ലലമാരയ്ക്കുള്ളിൽ ദീപമോൾ ഭംഗിയുള്ളൊരു കെയ്ക്കു കണ്ടു. അത് തെല്ലിടനോക്കി നിന്നു. അവൾക്കതിനോട് പെട്ടെന്നൊരു ഇഷ്ടം തോന്നി. അലീനയ്ക്കരികിലേക്ക് ഓടിച്ചെന്ന് അവൾ ആ കെയ്ക്ക് ചൂണ്ടി.

ദീപമോൾ : മമ്മീ... മമ്മീ. എനിക്കാ കേയ്ക്ക് മതി.

കടക്കാരൻ : അയ്യോ... അത് വേറൊരാൾക്ക് വേണ്ടി ഉണ്ടാക്കീതാ. നേരത്തെ ഓർഡർ തന്നതാണ്.

ദീപമോൾ : വേണ്ട... വേണ്ട... എനിക്കത് മതി.

പറഞ്ഞതും അവൾ ആ കെയ്ക്ക് എടുക്കാനായി ഓടിച്ചെന്നു. കടക്കാരനും അലീനയും പരിഭ്രമത്തോടെ ഓടിയെത്തി.

കടക്കാരൻ : അയ്യയ്യോ.. എടുക്കല്ല മോളേ, പൊട്ടും.

അലീന അവളെ എടുത്തു മാറ്റാൻ ശ്രമിച്ചു.

അലീന : മോളേ.. അത് തൊടരുത്. നമുക്കേ... വേറെ നല്ല കെയ്ക്ക് വാങ്ങിക്കാം.

ദീപമോൾ ബഹളം വെച്ചു.

ദീപമോൾ : വേണ്ട. എനിക്കാ കെയ്ക്ക് മതി. അതെന്റെ കെയ്ക്കാണ്. എനിക്ക് വേണം.

കെയ്ക്ക് വീണ്ടും അലമാരക്കകത്തേക്ക് പഴയതുപോലെ എടുത്തു വെക്കുന്ന കടക്കാരനും ആ കെയ്ക്കിൽ എന്തോ പ്രത്യേകത കണ്ടു.

കടക്കാരൻ : മോൾടെ പേരെന്താണെന്നാ പറഞ്ഞത്..?

അലീന മോളെ താഴെ ഇറക്കി.

ദീപമോൾ പേരു പറഞ്ഞു.

ദീപമോൾ : ദീപ...

അപ്പോൾ അലീനയും ആ കെയ്ക്ക് ശ്രദ്ധിച്ചു. അത്ഭുതത്തോടെ അവളും ആ കെയ്ക്ക് എടുക്കേ കടക്കാരൻ തടയുന്നില്ല. കടയിലെ മറ്റൊരു ജോലിക്കാരൻ കൂടി അവർക്കിടയിൽ വന്നു. ദീപമോൾ അതെടുക്കാനുള്ള കാരണം ആദ്യത്തെ കടക്കാരൻ കണ്ടു പിടിച്ചു.

കടക്കാരൻ : ചുമ്മാതല്ല കുട്ടി ബഹളം ഉണ്ടാക്കിയത്. ഇത് ദീപമോളുടെ പേരാ...

രണ്ടാം കടക്കാരൻ : ഇതിവര് കൊണ്ടുപോയാ പെട്ടെന്ന് മറ്റൊരെണ്ണം ഉണ്ടാക്കാൻ പറ്റ്വോടോ..?

ദീപമോൾ : മമ്മീ... മമ്മീ... എനിക്കത് മതി. മമ്മീ.... എനിക്കത് വേണം... എനിക്കത് വേണം...

ഹാപ്പിബർത്ത് ഡേ ദീപമോൾ എന്നെഴുതിയ ആ കെയ്ക്കിനോട് ചേർന്ന് പ്രത്യേകമായി വെച്ചിരിക്കുന്ന ഒരു ചെറിയ കാർഡിലായി അപ്പോൾ അലീനയുടെ ശ്രദ്ധ. അവളാ കാർഡ് തുറന്നു. അതിൽ ഭംഗിയുള്ള കൈപ്പടയിൽ ടെലഫോണിന്റെ ഡയൽ ചിത്രം വരച്ച് ആരോ രണ്ടുവരി എഴുതിയിരിക്കുന്നു.

"അങ്കിൾ വരും. തീർച്ചയായും വരും."

അലീനയുടെ മുഖം തുടുത്തു.

അവൾ കടക്കാരനോട് ആഹ്ലാദത്തോടെ പറഞ്ഞു.

അലീന : ഈ ദീപമോൾ ഇവൾ തന്നെയാണ്. ഈ കെയ്ക്ക് ഞങ്ങൾക്ക് വേണ്ടി ഉണ്ടാക്കിയതാണ്.

49

അതീവ സന്തോഷത്തോടെ കെയ്ക്കും പൊതിഞ്ഞു പിടിച്ച് അലീനയും ദീപമോളും വേഗത്തിൽ നിരത്ത് മുറിച്ചു കടക്കേ മുന്നിൽ ഒരു കാർ വന്ന് ബ്രെയ്ക്കിട്ടു നിന്നു. അകത്ത് ഡോക്ടർ കെ.കെ മേനോൻ. അവർ പരസ്പരം കണ്ടു.

ഡോക്ടർ മേനോൻ : എന്താ രണ്ടുപേരും കൂടി വാശിക്കൊരോട്ടം. എല്ലാ കാറുകൾക്കും ഇതുപോലെ ബ്രേയ്ക്ക് ഉണ്ടാകണംന്നില്ലാ.

അലീന സന്തോഷത്തോടെ ആ കഥ പറഞ്ഞു.

അലീന : ഡോക്ടർ പറഞ്ഞത് ശരിയാണ്. അദ്ദേഹം വരും. ഇന്ന് മോൾടെ ബർത്ത്ഡേയാണ്. ഇതാ കെയ്ക്ക്. അദ്ദേഹം ഓർഡർ ചെയ്തതാണ്. വരുംന്ന് എഴുതിവെച്ചിട്ടുണ്ട്. ബെയ്ക്കറീ ചെന്നപ്പോ മോള് തന്നെ കണ്ടുപിടിച്ചു.

അയാൾക്ക് തിരിച്ചു പറയാൻ വാക്കുകൾ കിട്ടിയില്ല. പകരം പരിസരം മറന്നു നിൽക്കുന്ന ദീപമോളുടെ കവിളിൽ തടവി അദ്ദേഹം അവരെ യാത്രയാക്കി.

50

ഗെയ്റ്റ് വലിച്ചു തുറന്ന് അലീനയും ദീപമോളും ചിരിച്ചുല്ലസിച്ച് വീടിന്നകത്തേക്ക് ഓടിക്കയറി.

വീടിന്നകം.

ചുമരിലെ കുക്കൂ ക്ലോക്കിന്റെ വാതിൽ തുറന്ന് പുറത്ത് വന്ന സമയപ്പക്ഷി, സമയം വിളിച്ചു പറയും വിധം കുക്കൂ... കുക്കൂ... ന്ന് കൂവുന്നതും നോക്കി നിൽക്കുകയാണ് ദീപമോൾ. ടെലഫോൺ അങ്കിളിനെ സ്വീകരിക്കാനുള്ള ഒരുക്കത്തിലാണ് അലീന. പിയാനോ തുടയ്ക്കുന്ന അലീനയ്ക്കരികിലേക്ക് ഓടി വന്ന് ദീപമോൾ ആവേശത്തോടെ പറഞ്ഞു.

ദീപമോൾ : നാലുമണി...

ധൃതിയോടെ വീട് വൃത്തിയാക്കി ഓരോരോ കാര്യങ്ങൾ ചെയ്യുന്ന അലീനയ്ക്കൊപ്പം ദീപമോളും കൂടി. ടെലഫോൺ അങ്കിൾ സമ്മാനിച്ച കുഞ്ഞുപിയാനോ തുടച്ച് വലിയ പിയാനോയുടെ മുകളിൽ ഭംഗിയായി അവൾ വെയ്ക്കുന്നത് അലീന സന്തോഷത്തോടെ നോക്കി നിന്നു. 'അതിവിടെയാവാം' എന്ന് ദീപമോളും 'അങ്ങനെയാകട്ടെ.' എന്ന് അലീനയും മൗനമായി പറയുന്നതുപോലെ. ധൃതിവെച്ചുള്ള ഓട്ടത്തിനിടയിൽ അലീനയുടെ ശ്രദ്ധ ടെലഫോൺ

അങ്കിളിന്റെ ചിത്രത്തിലായി. അതിൽ മൂടിയിരിക്കുന്ന തിരശ്ശീല അവൾ മാറ്റി. ഇനി അത് മൂടി വെക്കേണ്ട ആവശ്യമില്ലെന്ന് അവൾക്കു തോന്നി. ഇപ്പോഴും ആ ചിത്രം പൂർണ്ണമായും നാം കാണുന്നില്ല.

സമയപ്പക്ഷി വീണ്ടും വാതിൽ തുറന്നു വന്നു. അതിപ്പോൾ വിളിച്ചു കൂവുന്നത് മറ്റൊരു സമയമാണ്. ആവേശത്തോടെ ആ സമയം വിളിച്ചു പറയാൻ ദീപമോൾ ഓടിയെത്തുമ്പോൾ അലീന തുന്നൽ മെഷീനിന്നു മുന്നിലാണ്.

ദീപമോൾ : അഞ്ചുമണി..!!

അലീന ചിരിച്ചു. വീണ്ടും വാതിൽ തുറന്നു വന്ന സമയപ്പക്ഷി മറ്റൊരു സമയമായേ...ന്ന് കൂവി വിളിക്കുന്നു. സമയപ്പക്ഷിയേയും നോക്കി ദീപമോൾ സമയം മനസ്സിൽ എണ്ണി. അവൾക്കത് കിട്ടുന്നല്ല. തീന്മേശയ്ക്കരികിൽ നിന്നും മാറ്റിവെച്ച ജോസുകുട്ടിയുടെ കസേര അലീന തിരികെ മേശയ്ക്കരികിലേക്ക് തന്നെ പഴയതുപോലെ വെയ്ക്കുന്നു. സമയം പറയാനായി ഓടി വന്ന ദീപമോൾ പപ്പയുടെ ആ കസേര പഴയ സ്ഥാനത്തേക്ക് തിരികെ വന്നതു കണ്ടു.

ദീപമോൾ : അങ്കിള് വന്നാ എവിടാ ഇരിക്ക്യാ..?

അലീനയും ചോദിച്ചു.

അലീന : മോള് പറ. എവിടാ ഇരിക്ക്യാ...?

ദീപ കസേരകൾ ഓരോന്നായി ചൂണ്ടി.

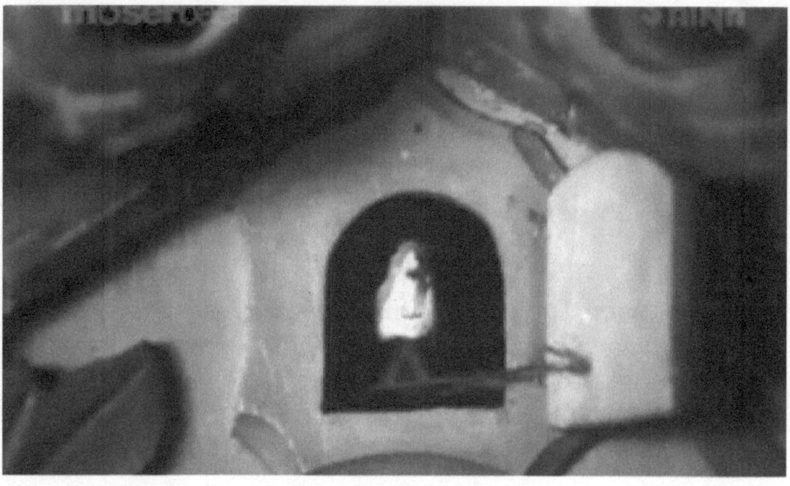

ദീപമോൾ : അതില് ദീപമോൾ. അതില് മമ്മി. ഇതില് അങ്കിൾ.

അവൾ അദ്ദേഹത്തിനായി ചൂണ്ടിയത് പപ്പയുടെ കസേര. പപ്പയുടെ വാത്സല്യത്തിനായുള്ള കുഞ്ഞിന്റെ ദാഹം അലീനയുടെ നെഞ്ചിൽ വിങ്ങലായി. ദീപമോൾ വീണ്ടും ചോദിച്ചു.

ദീപമോൾ : അങ്കിളെപ്പഴാ വരാ..?

മേശമേൽ കെയ്ക്കും ദീപമോളുടെ ഭംഗിയുള്ള ചിത്രങ്ങളും മെഴുകുതിരികളും എടുത്തുവെക്കേ അവളെ രസിപ്പിക്കാനായി അലീന തുടർന്നു.

അലീന : ഇന്ന് ദീപമോൾക്ക് നാല് വയസ്സാവല്ലേ. അപ്പോ അങ്കിള് വരാതിരിക്ക്യോ..?

അവളുടെ ജിജ്ഞാസ തീരുന്നില്ല.

ദീപമോൾ : എപ്പഴാ ദീപമോൾക്ക് നാല് വയസ്സാവ്വാ?

അലീന : അങ്കിൾ വന്ന് ദീപമോൾടെ കൂടെ ഇവിടെ ഇരിക്കും. എന്നിട്ട് ഈ നാല് മെഴുകുതിരികളും കത്തിക്കും. കെയ്ക്ക് മുറിക്കും. അപ്പോ ദീപമോൾക്ക് നാല് വയസ്സാവും.

സമയപ്പക്ഷി വാതിൽ തുറന്നു സമയം വൈകുന്നേ...ന്ന് വിളിച്ചു കൂവുന്നു. കേട്ടു നിൽക്കുന്ന ദീപമോൾ ഓടിയെത്തുമ്പോൾ അലീന അടുക്കളയിലാണ്. അലീന ചോദിച്ചു.

അലീന : എത്രയായി..?

എണ്ണം കിട്ടാതെ വിരലുകൾ മറിക്കുന്ന ദീപമോളോട് അലീന സമയം പറഞ്ഞു.

ആറുമണി..

ദീപമോളും പറഞ്ഞു.

ദീപമോൾ : ആറുമണി..

അടച്ചിട്ടിരിക്കുന്ന മുൻവശത്തെ വാതിൽ അകത്തു നിന്നും വലിച്ചു തുറന്ന് ദീപമോൾ മുറ്റത്തേക്ക് ഓടിയിറങ്ങി. പിന്നെ എവിടെയെന്നറിയാത്ത, എപ്പോൾ എത്തും എന്നറിയാത്ത, ടെലഫോൺ അങ്കിളിനോടായി ആകാശത്തേക്ക് നോക്കി ഉച്ചത്തിൽ വിളിച്ചു ചോദിച്ചു.

ദീപമോൾ : അങ്കിൾ.. വര്വോ...?

വീടിന്നു ചുറ്റും മുഴങ്ങുന്ന അവളുടെ ചോദ്യത്തിന് ഉത്തരമായി അകത്ത് ഡ്രോയിങ്ങ് സ്റ്റാന്റിൽ വെച്ചിരിക്കുന്ന ടെലഫോൺ അങ്കിളിന്റെ ചിത്രത്തിന്നു പിറകിലേക്ക് ഓടി വന്ന് ഒളിച്ചിരുന്ന് സ്വയം ടെലഫോൺ അങ്കിളായി അലീന തന്നെ ദീപമോൾക്ക് ഉത്തരം നൽകി.

അലീന : വരും

ആ ഉത്തരം സ്വീകരിച്ചുകൊണ്ട് ചിത്രത്തിലേക്കും നോക്കി സ്നേഹത്തോടെ ദീപമോൾ വീണ്ടും കാര്യമായി ചോദിച്ചു.

ദീപമോൾ : എപ്പഴാ വര്യാ..?

അലീന : പെട്ടെന്ന് വരും..

ദീപമോൾ : വന്നാ പിന്നെ എപ്പഴാ പോവ്വാ..?

ഉത്തരം വരുന്നത് അലീനയുടെ മനസ്സിൽ നിന്നാണ്.

അലീന : വന്നാ പിന്നെ പോവൂല.

ആ ഉറപ്പുള്ള ഉത്തരം ദീപമോളെ രസിപ്പിച്ചു. ചിത്രത്തിന്നു പിറകിലേക്ക് മുഖം നീട്ടി അവൾ ടേലഫോൺ അങ്കിളായി ഉത്തരം പറയുന്ന അമ്മയെ കൗതുകത്തോടെ നോക്കി.

ദീപമോൾ : ഇനി എന്താ ചോദിക്കണ്ടേ..?

51

അലീന ഇപ്പോൾ ഒരുങ്ങുകയാണ്. ഇത്രയും നാൾ ശരീരവും മനസ്സും എടുത്തണിഞ്ഞിരുന്ന എല്ലാ ദുഃഖങ്ങളുടെ പുറന്തോടിൽ നിന്നും സ്വയം പുറത്തുവരികയാണ്. ശബ്ദവും സ്നേഹവും മാത്രം സ്വീകരിച്ച് ഒരിക്കലും കാണാതെ സ്നേഹിച്ചു പോയൊരാളെ സ്വീകരിക്കാനായി അലീന പതിയെ സുന്ദരിയായി മാറുകയാണ്.

അവൾ ഭംഗിയുള്ള സാരി ധരിച്ചു. തിളക്കമാർന്ന ആഭരണം ധരിച്ചു. കണ്ണാടിയിലേക്ക് ശ്രദ്ധാപൂർവ്വം നോക്കി ശൂന്യമായ നെറ്റിയിൽ ഭംഗിയുള്ളൊരു പൊട്ടു തൊട്ടു.

എത്താൻ വൈകുന്ന ടെലഫോൺ അങ്കിളിനെ കിട്ടാനായി ദീപമോൾ ടെലഫോണിൽ ചില നമ്പർ കറക്കുന്നു. അരികിൽ നിന്ന് അലീന സാരിയുടെ ചുളിവുകൾ നേരെയാക്കുകയാണ്. ദീപമോൾ

നമ്പർ കറക്കുന്നത് അവൾ ശ്രദ്ധിക്കുന്നുണ്ടെങ്കിലും അലീന അവളെ തടയുന്നില്ല.

അകലെ എവിടെയോ ടെലഫോൺ ശബ്ദിച്ചു.

ആ കോൾ വന്നത് ഒരു പോലീസ് സ്റ്റേഷനിലേക്കാണ്. റിസീവർ എടുത്ത കോൺസ്റ്റബിൾ വിളിച്ചത് സ്റ്റേഷൻ ഓഫീസറുടെ ഭാര്യ യാണെന്ന വിധേയത്വത്തോടെ വിളിച്ചു പറഞ്ഞു.

കോൺസ്റ്റബിൾ : സാറ് വീട്ടിലേക്ക് പോന്നല്ലോ. ആരാ.. കൊച്ചമ്മയാണോ..?

ചോദ്യം കേൾക്കുന്ന ദീപമോൾ ഇപ്പുറം കൗതുകത്തോടെ ഉത്തരം പറഞ്ഞു.

ദീപമോൾ : ഇത് കൊച്ചമ്മേടെ ദീപമോളാ...

ആ കോൾ കട്ട് ചെയ്ത് ദീപമോൾ വീണ്ടും നമ്പർ കറക്കി. വീണ്ടും എവിടെയോ ഫോൺ ശബ്ദിച്ചു. യദൃശ്ചയാ ആ കോൾ വന്നു വിണത് അത്രയും കാലം ദീപമോൾ വിളിച്ചുകൊണ്ടിരുന്ന ടെല ഫോൺ അങ്കിളിന്റെ ഫോണിലേക്ക് തന്നെ. നിശ്ശബ്ദമായ മുറിക്ക കത്ത് മേശമേൽ ആ ഫോൺ ശബ്ദിച്ചുകൊണ്ടിരിക്കുന്നു. മുറിക്ക കത്തെ മീൻതൊട്ടിയിൽ മീനുകൾ ശബ്ദം കേട്ട് ചലിക്കുന്നു. ദീപ മോളുടെ ഫോട്ടോയുടെ ഫ്രെയിം മാത്രം മേശമേൽ. അതിലെ ഫോട്ടോ ആരോ എടുത്തിരിക്കുന്നു.

ആ വീടിന്നകം ഇപ്പോൾ ശൂന്യമാണ്. അവിടെ ടെലഫോൺഅങ്കി ളിന്റെ സാന്നിധ്യം ഇല്ല.

ആരും എടുക്കാതെ ശബ്ദിച്ചുകൊണ്ടിരിക്കുന്ന ടെലഫോൺ ശബ്ദവും ശ്രദ്ധിച്ച് നിശ്ശബ്ദം നിൽക്കുകയാണ് ദീപമോൾ. അവൾ എങ്ങോട്ടാണ് വിളിച്ചതെന്ന് അവൾ അറിയുന്നില്ല. കൗതുകത്തോടെ അലീനയും റിസീവർ വാങ്ങി ആ ശബ്ദം നിശ്ശബ്ദം കേട്ടു നിന്നു.

അലീന : ഇതെവിടാ മോളേ...?

എവിടെയോ എന്നവിധം ദീപമോൾ ചുമൽ ഉയർത്തി. അലീന റിസീവർ തിരികെ വെച്ചു.

ടെലഫോൺ അങ്കിളിന്റെ വിടിന്നകത്ത് ആ ശബ്ദം ഒരു മുഴക്ക ത്തോടെ അവസാനിക്കുന്നു.

പിന്നെ തെല്ലിട എല്ലാം നിശ്ശബ്ദം.

52

അലീനയുടെ വീടിന്നു ചുറ്റും ഇപ്പോൾ രാത്രിയായി. അയാൾ ഇതു വരെ എത്തിയിട്ടില്ല. മുൻവശത്തെ തുറന്നു വെച്ച വാതിൽക്കൽ ധാരാളം മെഴുതിരികൾ തെളിച്ചു വെച്ച് അലീനയും ദീപമോളും ടെലിഫോൺഅങ്കിളിനെ കാത്തിരിക്കുന്നു. കാത്തുകാത്തിരുന്ന് ദീപമോൾ തളർന്നിരിക്കുന്നു. അലീനയിൽ അദ്ദേഹം വരുമെന്ന പ്രതീക്ഷ ഇപ്പോഴും ജ്വലിച്ചു നിൽക്കുന്നു. ദീപമോൾ വേദനയോടെ അമ്മയെ നോക്കി.

ദീപമോൾ : അങ്കിളെന്താ അമ്മേ വരാത്തേ..?

ദീപമോളുടെ സ്വരത്തിൽ ദുഃഖമുണ്ട്. അലീന ഇരുട്ടിലേക്ക് പ്രത്യാശ യോടെ നോക്കി. മുന്നിൽ ഇരുട്ട് മാത്രം. ഇടയ്ക്കിടെ സ്ഥിരമായി കേൾക്കുന്ന പക്ഷിയുടെ ശബ്ദം മാത്രം. അകത്ത് ക്ലോക്കുകൾ, അകലുന്ന സമയം വിളിച്ചു പറഞ്ഞു.

ടെലഫോണും ഇപ്പോൾ പൂർണ്ണ നിശ്ശബ്ദതയോടെ അദ്ദേഹത്തെ കാത്തിരിക്കുകയാണ്.

53

ഇപ്പോൾ രാത്രി സമയം ഏറെയായി.

ദീപമോളെ മടിയിലേക്ക് ചായ്ച്ച് അലീന നിശ്ശബ്ദം വീടിന്നകത്ത് ഇരിക്കുന്നു. കാത്തുകാത്തിരുന്ന് തളർന്ന ദീപമോൾ ഇപ്പോൾ ചോദ്യങ്ങൾ ഒന്നും ചോദിക്കുന്നില്ല. വീടുപോലും ഇപ്പോൾ മൗനം. എല്ലാം കാതോർത്തിരിക്കുന്നത് ഒരാളുടെ കാലടി ശബ്ദം. ആരോ ആരെയോ പതിയെ വിളിക്കുന്നതു പോലെ ഒരു ശബ്ദം വീടിന്നക ത്തേക്ക് വന്നു വീണു. ഇളകുന്ന കാറ്റിൽ പുറത്താരോ വന്നിട്ടുണ്ടന്ന് ഉലയുന്ന ജാലക വിരികൾ പറയുന്നപോലെ..

"ദീപാ.. ദീപാ.."

ദീപമോൾ മുഖമുയർത്തി.

അലീനയുടെ മനസ്സുണർന്നു.

ആരോ പതിയെ വിളിക്കുന്നു.

"ദീപാ.. ദീപാ.."

ദീപമോൾ പതിയെ പറഞ്ഞു.

"അങ്കിൾ....!!"

മനസ്സിൽ ഒരു വൈദ്യുതി പ്രവാഹം രുചിച്ചപോലെ അലീന എഴുന്നേറ്റു. അമ്മയുടെ മടിയിൽ നിന്നിറങ്ങി ദീപമോൾ ശ്രദ്ധയോടെ വാതിൽക്കലേക്ക് ചെന്നു.

കാത്തു കാത്തിരുന്ന... മനസ്സ് മനസ്സോടടുക്കുന്ന... മുഹൂർത്തം താങ്ങാൻ കഴിയാതെ അലീന ഒരു മറവിലേക്ക് മാറി പുറത്ത് നിന്നും വരുന്ന ശബ്ദത്തിന്നു നേരെ ചെല്ലുന്ന ദീപമോളെ നോക്കി.

അതാ ദീപമോൾ വാതിൽ തുറക്കുന്നു...

വാതിലിന്നപ്പുറം ഇരുട്ടിൽ ആരെയോ കണ്ടതു പോലെ ദീപമോളുടെ മുഖം പ്രകാശിക്കുന്നു...

പുറത്ത് നിൽക്കുന്ന ദീപമോൾക്കരികിലേക്ക് കൈ നീട്ടി സാവകാശം വരുന്ന അയാളെ മകളിൽ വീഴുന്നൊരു നിഴലുപോലെ അലീനയും കണ്ടു. അരികിലെത്തി അയാൾ ദീപമോളെ വാത്സല്യത്തോടെ തന്നിലേക്ക് അണച്ചു. അലീനയ്ക്ക് അതൊരു ഈശ്വര ദർശനമായിരുന്നു.

ഭക്തിയും ഭയവും സ്നേഹവും ആരാധനയും എല്ലാം ഒന്നിച്ചനുഭവപ്പെട്ട നിമിഷം. ദീപമോളെയും എടുത്ത് അയാൾ അകത്തേക്ക് കയറുകയാണ്. അവളെ താഴെ വെച്ചുകൊണ്ട് പിറകിൽ വാതിൽ ചാരവേ അയാൾ ദീപമോളോട് പതിയെ പറഞ്ഞു.

ടെലഫോൺ അങ്കിൾ : അങ്കിളിന് കുടിക്കാൻ കുറച്ച് വെള്ളം വേണം.

അലീന അത് കേട്ടു.

ദീപമോൾ അയാളുടെ കൈ പിടിച്ചു വലിച്ചു സ്നേഹത്തോടെ നിർബന്ധിച്ചു.

ദീപമോൾ : അങ്കിൾ വാ... ഒരു കാര്യം കാണിച്ചു തരാം.

അടുക്കളയിൽ കടന്നു വന്ന് അലീന അയാൾക്കായി ഒരു ഗ്ലാസ് തിരഞ്ഞു. അവളുടെ മനസ്സും വിരലുകളും വിറച്ചു. അപ്പോൾ ദീപമോൾ അയാളെ കൊണ്ടുവന്ന് നിർത്തുന്നത് അലീന വരച്ച ചിത്രത്തിന്നു മുൻപിലാണ്. കൈവിരൽ വിടുവിച്ച് ചിത്രത്തിന്നു മുന്നിലേക്ക് ഓടിച്ചെന്ന് ദീപമോൾ അയാളെ ചിത്രം കാണിച്ചു.

ദീപമോൾ : ദാ.. കണ്ടോ... അങ്കിളിന്റെ ചിത്രം...!

മുഖം തിരിക്കുന്ന അയാൾക്കപ്പുറം നമുക്കു മുന്നിൽ അപ്പോൾ ആദ്യമായി ആ ചിത്രം തെളിയുന്നു. ഒരേ സമയം നമ്മളും അയാളും ആ ചിത്രം കാണുന്നു. അതിശയത്തോടെ, തന്നെത്തെന്നെ ജീവനോടെ മുന്നിൽ കാണുന്ന അമ്പരപ്പോടെ, അയാൾ ചിത്രത്തിന്നരികിലേക്ക് നിശ്ശബ്ദം വന്നു. കണ്ണുകൾ തിളങ്ങി. ചുണ്ടുകൾ വിറച്ചു. ഇല്ലെന്ന് പറയാൻ കഴിയാത്തവിധം ആ ചിത്രത്തിന് അയാളുടെ ഛായ ഉണ്ടായിരുന്നു. ചിത്രത്തിൽ കാണുന്നത് താനാണെന്ന് വിസ്മയിക്കേ ദീപമോൾ അയാളോട് ലഹരിയോടെ പറഞ്ഞു.

ദീപമോൾ : അമ്മ വരച്ചതാ.

ഗ്ലാസിൽ വെള്ളവുമായി അലീന വന്നു. ചിത്രത്തിലെ അയാളെയും ജീവിതത്തിലെ അയാളെയും ഒന്നിച്ചു കണ്ടു. ആ സാന്നിധ്യം അറിഞ്ഞതും ഞെട്ടലോടെ അയാളും അലീനയെ കണ്ടു. കൈയ്യിലെ ഗ്ലാസും വെള്ളവും കണ്ടു. നിശ്ശബ്ദം അവളെയും അവൾ വരച്ച തന്റെ ചിത്രവും അയാൾ മാറി മാറി നോക്കവേ, അലീന ഗ്ലാസ് നീട്ടി.

അലീന : വെള്ളം.

വെള്ളം വാങ്ങി ഒറ്റവീർപ്പിന് കുടിച്ചതും ദീപമോൾ വീണ്ടും അയാളുടെ കൈ പിടിച്ചു വലിച്ചു.

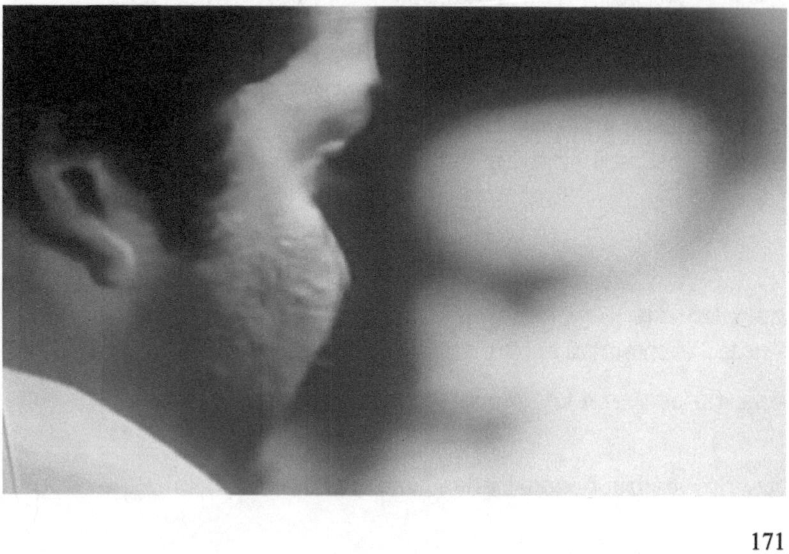

ദീപമോൾ : അങ്കിൾ വാ. ഇനി വേറൊരു കാര്യം കാണിച്ചു തരാം..

തീൻമേശയ്ക്കരികിലേക്ക് ദീപമോൾ കൂട്ടിക്കൊണ്ടുവന്ന അയാൾ മേശമേൽ ഒരുക്കി വെച്ച പിറന്നാൾകെയ്ക്കും അലങ്കാരങ്ങളും നിർവൃതിയോടെ കണ്ടു.

ദീപമോൾ : അങ്കിൾ.. അങ്കിൾ.. ഇതാ അങ്കിൾ തന്ന ബർത്ത്ഡേ കെയ്ക്ക്. ഇത് കണ്ടോ നാല് മെഴുകുതിരികൾ. അങ്കിൾ വന്ന് ഇത് കത്തിക്കാൻ ദീപമോള് കാത്തിരിക്ക്യാ. ഇത് കത്തിച്ചാ ദീപമോൾക്ക് നാല് വയസ്സാവും.

ആ കാത്തിരിപ്പ് അയാളിൽ സ്നേഹത്തിന്റെ മഹാസമുദ്രത്തിരയിളക്കി. നെഞ്ചു വലിഞ്ഞു. അയാൾ അലീനയോട് പതിയെ ചോദിച്ചു.

ടെലഫോൺ അങ്കിൾ : ഞാൻ കരുതിയതുപോലെ അതുതന്നെ കണ്ടുപിടിച്ചു അല്ലേ..?

അലീന : മോളാണ് കണ്ടത്..

അരുമയോടെ അയാൾ ദീപമോളെ വീണ്ടും എടുത്ത് നെഞ്ചോട് ചേർത്തു. മനസ്സും മുഖവും മാറ്റാതെ അലീന ആ കാഴ്ച്ച വീണ്ടും കണ്ടു. അയാൾ ദീപമോളുടെ പപ്പയുടെ കസേരയിൽ പതിയെ ഇരിക്കേ അലീനയുടെ മനം നിറഞ്ഞു. അത് ജോസുകുട്ടിയുടെ വരംപോലെ അനുഭവപ്പെട്ടതും അലീന ഉലഞ്ഞു. മെഴുകുതിരികൾ തെളിച്ച് കെയ്ക്ക് മുറിച്ച് അയാൾ ദീപമോൾക്ക് നൽകി.

(ഇവിടെ ...പൊന്നും തിങ്കൾ പോറ്റും മാനേ.. എന്ന ഗാനം വീണ്ടും നാം കേൾക്കുന്നു. ഗാനത്തിലൂടെ അയാൾ ദീപമോളോടൊപ്പം അവൾക്കായി ഊഞ്ഞാലാടി. അവളെ ഊട്ടി. പപ്പയുടെ പിയാനോ വായിച്ചുകൊണ്ട് അവളെ മടിയിൽ ഉറക്കി.)

54

മടിയിൽ കിടന്ന് ഉറങ്ങുന്ന ദീപമോളിൽ നിന്നും അയാളുടെ നോട്ടം എല്ലാം കണ്ടുനിൽക്കുന്ന അലീനയിലേക്ക് മാറി.

ടെലഫോൺഅങ്കിൾ : മോളുറങ്ങി. ഇവളെ എവിടെയാണ് കിടത്താറ്..?

അലീന അയാൾക്കായി കിടപ്പുമുറിയെ മറക്കുന്ന തിരശ്ശീല മാറ്റി.

ദീപമോളെയും എടുത്ത് സാവകാശം വന്ന് കട്ടിലിൽ കിടത്തി അയാൾ പുതപ്പിക്കുന്നതും, നിശ്ശബ്ദം നിശ്വസിച്ചുകൊണ്ട് തെല്ലിട അവളെ നോക്കി നിൽക്കുന്നതും, നെറ്റിയിൽ ഉമ്മവെക്കുന്നതും അലീന വാത്സല്യത്തോടെ കണ്ടു നിന്നു. വന്നതെന്തിനാണോ ആ കർമ്മം അവസാനിച്ച പോലെ അയാൾ അലീനയോട് അഭ്യർത്ഥിച്ചു.

ടെലഫോൺഅങ്കിൾ : എനിക്കൊന്ന് ഫോൺ ചെയ്യണം.

അവളുടെ ഉത്തരം വളരെ സുതാര്യമായിരുന്നു.

അലീന : ആ ഫോൺ ഇപ്പോഴും നിങ്ങളുടെത് തന്നെയാണ്.

നെഞ്ചുരുകുംപോലെ അയാൾ ടെലഫോണിലേക്ക് നോക്കി. എല്ലാറ്റിനും മൂകസാക്ഷിയായ പ്രകാശമായി അതയാൾക്കു മുന്നിൽ തെളിഞ്ഞു. പറഞ്ഞു തീർക്കാൻ സാധിക്കാത്ത വിങ്ങലുകളും അടക്കിപ്പിടിച്ച് അയാൾ അതിന്നരികിലേക്ക് വന്നു. ദീർഘകാലം സ്നേഹിച്ചുപോയ ഒരു വ്യക്തിയെ എന്നപോലെ ആലിംഗനമായി അതിൽ തടവി തെല്ലിട നിന്നു ഒടുക്കം മനസ്സിൽ നിറയുന്ന കണ്ണീര് തടഞ്ഞു നിർത്തി. പെട്ടെന്നയാൾ ധൈര്യം സംഭരിച്ചു. ആരെയോ വിളിക്കാനായി റിസീവർ എടുത്തു. നമ്പർ കറക്കി കാത്തു നിന്നു. അപ്പുറം ആരോ ഫോൺ എടുത്തു. അയാൾ പറഞ്ഞു.

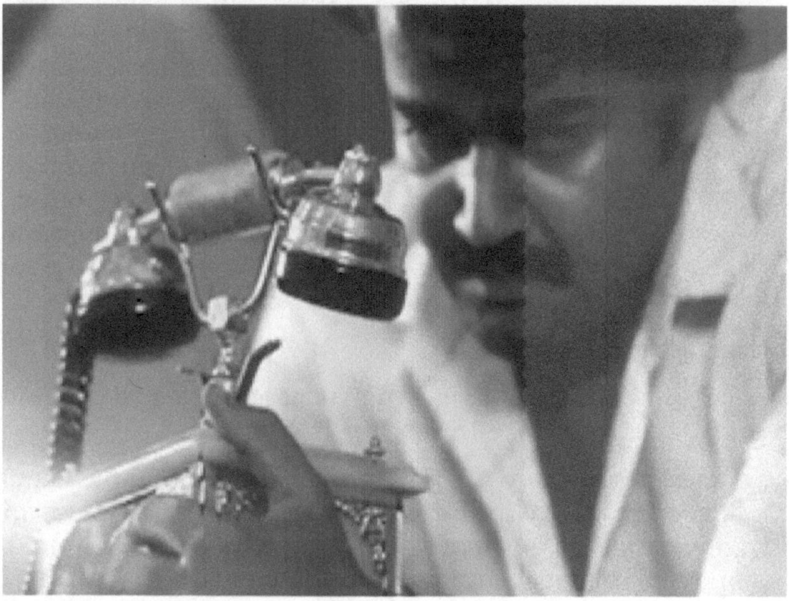

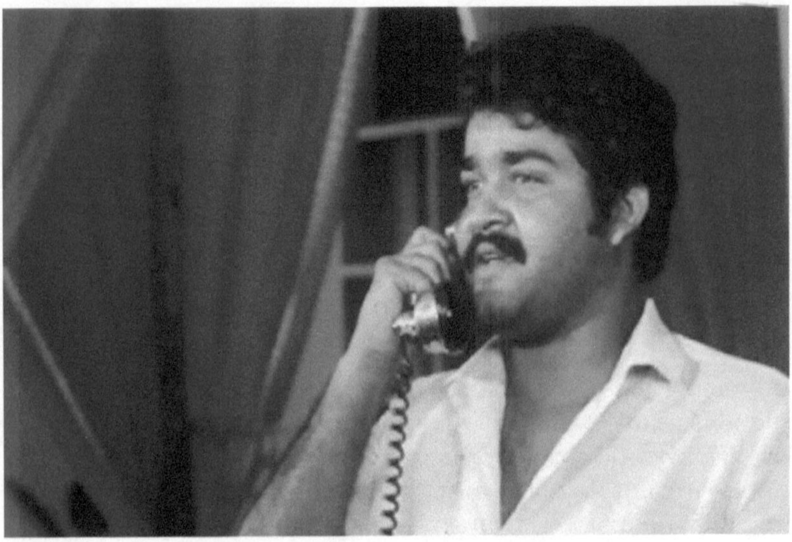

ടെലഫോൺഅങ്കിൾ : എനിക്ക് ഡോക്ടറെ ഒന്നു കിട്ടണം.

അത് കേട്ടതും ആ ഡോക്ടറെ അലീന പെട്ടെന്ന് തിരിച്ചറിഞ്ഞു. അപ്പുറം ഡോക്ടർ വന്നു. അയാൾ ഡോക്ടറോട് പറഞ്ഞു.

ഡോക്ടർ... ഞാനാണ്... അതേ... ദീപ മോളുടെ വീട്ടീന്ന്... കണ്ടു. വളരെ വളരെ സന്തോഷായി ഡോക്ടർ. ശരിക്കും പറഞ്ഞാൽ ഒരു പത്തു വർഷം എന്റെ പ്രായം കുറഞ്ഞതുപോലെ തോന്നുന്നു ഡോക്ടർ. കെയ്ക്ക് മുറിച്ചു. അതെ... ആ കെയ്ക്ക് തന്നെ... ദീപമോൾ കണ്ടുപിടിച്ചുവത്രെ. ദീപമോൾ എന്റെ മടിയിൽ കിടന്നുറങ്ങി. ഡോക്ടർ പറഞ്ഞത് ശരിയാണ്. അവ രെന്നെ കാത്തിരിക്ക്യായിരുന്നു..

തെല്ലിട ആലോചിച്ച്,

ഇനി... ഇനി ഞാനെന്തിനാണ് ഇവിടെ നിൽക്കുന്നത്...?

അലീനയിൽ ഒരു മുള്ളു കൊണ്ടു. ഒന്നും പറയാതെ ഒന്നും മനസ്സിലാക്കാതെ അയാൾ പോവുകയാണോ എന്നൊരു ഭീതി പെട്ടെന്ന് പടർന്നപോലെ, അപ്പുറം ഡോക്ടറും എന്തോ പറഞ്ഞുവെന്നുറപ്പ്. അതും തിരുത്തും വിധം അയാൾ ഫോണിലൂടെ തുടർന്നു.

		അതിന്റെ ആവശ്യമില്ല. ഏറ്റവും നേരത്തെ ഇവിടെ നിന്നും ഇറങ്ങാൻ എനിക്ക് സമ്മതമാണ്. ഡോക്ടർ അവരെ അറിയിക്കണം. അവരോട് ബഹളം വെക്കാതെ വരാൻ പറയണം. മോളുണരുന്നത് എനിക്കിഷ്ടമല്ല.

എല്ലാം കേൾക്കേ അയാൾക്കു പിറകെ ചെന്ന് അലീന റിസീവർ പിടിച്ചു വാങ്ങി.

അലീന	:	എങ്ങോട്ട് പോവുന്ന കാര്യമാണ് പറയുന്നത്..?

എന്തു പറയണമെന്നറിയാതെ തെല്ലിട അലീനയെ നോക്കി നിന്ന് അയാൾ ഒഴിഞ്ഞു മാറി.

ടെലഫോൺ അങ്കിൾ	:	എനിക്ക് പോണം.
അലീന	:	എങ്ങോട്ട്...

ഉത്തരം പറയാതെ അയാൾ അവൾ വരച്ച ചിത്രം കയ്യിലെടുത്തു. അയാൾക്കപ്പോഴും വിശ്വസിക്കാൻ കഴിയുന്നില്ല.

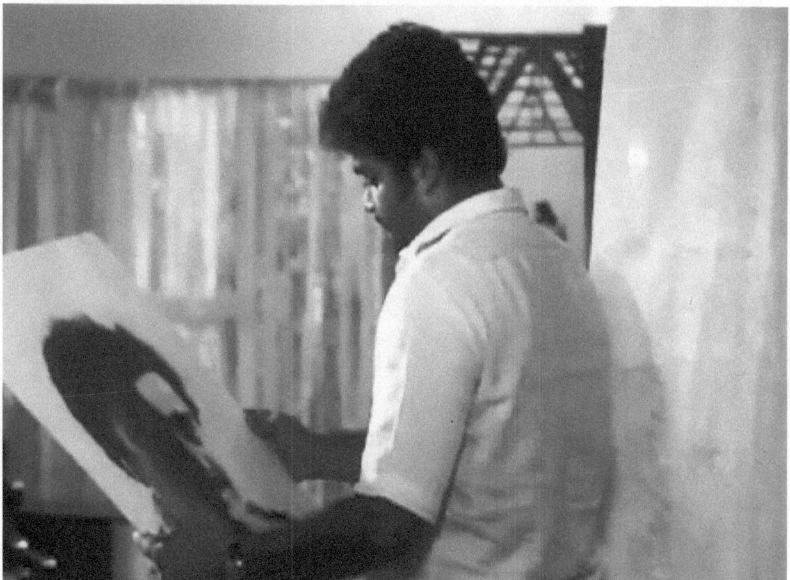

ടെലഫോൺ അങ്കിൾ : ഇതെങ്ങിനെ വരച്ചു? നിങ്ങൾ എന്നെ ഇതിന്നു മുൻപ് കണ്ടിട്ടുണ്ടോ..?

അലീന പെട്ടെന്ന് പറഞ്ഞു.

അലീന : ഉണ്ട്.

അതിശയത്തോടെ അയാൾ,

ടെലഫോൺ അങ്കിൾ : എവിടെ?

എങ്ങനെ പറയുമെന്ന നിസ്സഹായതയോടെ അലീന നിന്നു. റിസീവർ തിരികെ വെക്കേ ടെലഫോണിൽ അവൾ തഴുകി. മനസ്സു നിലവിളിച്ചു.

അലീന : ഇതാ... ഇതിലൂടെ. ഇതിലൂടെ എത്രയോ തവണ കണ്ടു.

അയാൾക്കാ ഉത്തരം കിട്ടിയിരിക്കാം. നിശ്വാസത്തോടെ അയാൾ ആ ചിത്രം പിയാനോയ്ക്കു മുകളിൽ ഭംഗിയിൽ വെച്ചു. അതിന്നു മുന്നിൽ ഇരുന്ന് സാവകാശം പിയാനോയിൽ വിരലോടിച്ചു.

മനസ്സിലുള്ളതെല്ലാം മറച്ചു വെച്ച് അവിടെ നിന്നും രക്ഷപ്പെടാൻ വെമ്പുന്ന അയാളുടെ ശ്രമങ്ങളിൽ വേദനിച്ചുകൊണ്ട് അലീന അയാൾക്കരികിലേക്ക് വീണ്ടും വന്നു.

അലീന : ഇവിടുന്നു പോവുംന്ന് പറഞ്ഞത് സത്യമാണോ...

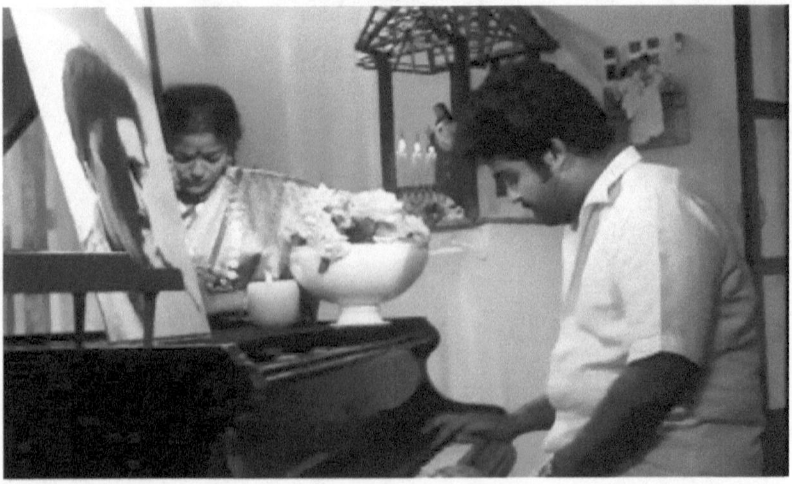

അയാൾ നിശ്ശബ്ദം.

അലീന : ദീപമോളെ മാത്രം കാണാനാണോ വന്നത്?

അയാൾ സത്യം പറഞ്ഞു.

ടെലഫോൺഅങ്കിൾ : അല്ല...

അലീന : പിന്നെ?

പറയാതെ തന്നെ നിനക്കറിയില്ലേ എന്ന മൗനത്തോടെ അയാൾ പിയാനോ വായിച്ചുകൊണ്ടിരുന്നു. അലീന വേദനയോടെ ചോദിച്ചു.

ഈ പിയാനോ ആരുടേതാണെന്ന് അറിയോ?"

അയാൾ മുഖം ഉയർത്തി.

ടെലഫോൺഅങ്കിൾ : അറിയാം. ഞാൻ കോളേജിൽ പഠിക്കുമ്പോ ഒരിക്കൽ അദ്ദേഹം അവിടെ ഒരു പ്രോഗ്രാമിനു വന്നിരുന്നു. നിങ്ങളുടെ വിവാഹത്തിനു മുൻപ്.

അലീന വിതുമ്പി.

അലീന : എന്നെ വേദനിപ്പിച്ചതിന് ജോസുകുട്ടി നിങ്ങളോട് ക്ഷമിക്കില്ല. ഒരിക്കലും ക്ഷമിക്കില്ല.

അയാൾ മൗനമായി അത് കേട്ടു.

നൽകിയ സ്നേഹം തിരിച്ചെടുക്കുന്നത് വേദനാജനകമാണെന്ന് അയാൾക്കറിയാം.

ടെലഫോൺഅങ്കിൾ : എനിക്ക് നിന്നെ ഇഷ്ടമാണ്. മനസ്സു നിറയെ നിന്നോട് സ്നേഹമാണ്. പക്ഷേ സ്നേഹമാണെന്ന് പറയാൻ മാത്രമേ എനിക്ക് സാധിക്കൂ.

ആ ചിത്രം വീണ്ടും കയ്യിലെടുത്ത് അയാൾ അതിൽ തന്നെ സൂക്ഷിച്ചു നോക്കി.

നീ എന്നെ കണ്ടിട്ടില്ലെന്ന് എനിക്കറിയാം. പിന്നെ നിനക്കിതെങ്ങിനെ വരയ്ക്കാൻ കഴിഞ്ഞൂ എന്നും എനിക്കറിയാം. ഒക്കെ ഞാൻ സമ്മതിച്ചു. പക്ഷേ എനിക്കു പോണം.

അലീന ആ ചിത്രം തട്ടിമാറ്റി.

അയാൾ അമ്പരന്നു.

അലീന : ഞാൻ നിങ്ങളെ പോകാൻ സമ്മതിക്കില്ല. ഒരിക്കലും സമ്മതിക്കില്ല. ഈ ദിവസത്തിനു വേണ്ടിയാണ് ഞാൻ കാത്തിരുന്നത്. നിങ്ങളൊന്നു വന്നു കിട്ടാനാണ് ഞാൻ പ്രാർത്ഥിച്ചത്. നിങ്ങളറിയാതെ ഞാനെത്രയോ തവണ നിങ്ങളെ കണ്ടു. എത്രയോ പേരുടെ പിറകെ നിങ്ങളെ വിളിച്ചു ഞാൻ ഓടി. എവിടുന്നോ ഫോൺ ചെയ്തു ചെയ്ത് നിങ്ങളാണെനിക്കൊരു ജീവിതം തന്നത്.

അയാൾ തടഞ്ഞു.

ടെലഫോൺഅങ്കിൾ : അലീനാ...

ഇനിയും പറയരുതെന്ന വിധം അയാൾ തുടർന്നു..

എല്ലാം എനിക്കറിയാം.

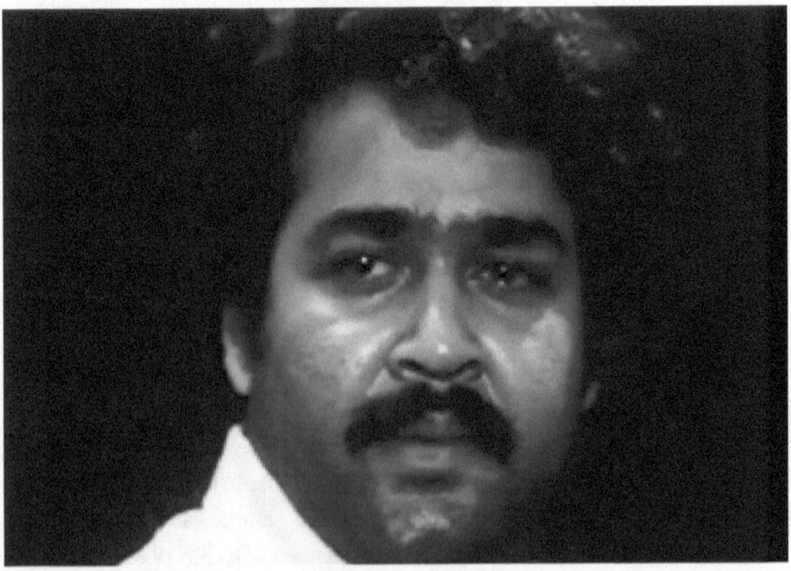

അലീന : എല്ലാം നിങ്ങൾക്കറിയാം. ഞാൻ നിങ്ങളെ സ്നേഹിച്ചതുപോലും നിങ്ങൾക്കറിയാം.

ടെലഫോൺഅങ്കിൾ : അറിയാം.

തുടർന്നു പറയാൻ കഴിയാതെ അവൾക്കു മുന്നിൽ നിന്നും മാറി തീൻമേശയ്ക്കരികിൽ ജോസുകുട്ടിയുടെ കസേരയിൽ പിടിച്ചു കൊണ്ട് പലതും ഓർത്ത് നിസ്സഹായതയോടെ അയാൾ നിൽക്കുന്നത് അലീന കണ്ടു.

അലീന : ആ കസേര കണ്ടോ. ഇന്നാണ് ഞാനത് വീണ്ടും അവിടെ വെച്ചത്. നിങ്ങളാണ് അതിൽ ഇരുന്നത്. ഇത്രയൊക്കെ ആയിട്ടും?

പറയാൻ കഴിയാത്തതെന്തോ മനസ്സിൽ തടഞ്ഞു നിൽക്കുന്ന വിങ്ങലോടെ ഇനി അധികം സമയമില്ലെന്ന സൂചനയോടെ അയാൾ പെട്ടെന്നു പറഞ്ഞു.

ടെലഫോൺഅങ്കിൾ : എനിക്ക് പോവാതിരിക്കാൻ കഴിയില്ല. പോയേ പറ്റൂ. സത്യം... എനിക്കാരുമില്ല. സ്നേഹിക്കാൻ മറ്റൊരു സ്ത്രീയുമില്ല. എന്നാലും നിന്നെ സ്വീകരിക്കാൻ എനിക്ക് കഴിയില്ല. കാരണമുണ്ട്. എന്നോട് ചോദിക്കരുത്. ഞാൻ പറയില്ല.

പറഞ്ഞു തീർത്തതും അയാൾ ചെന്ന് മുൻവശത്തെ വാതിൽ തുറന്നു.

തുറന്ന വാതിലിന്നപ്പുറം ഇരുട്ട് മാത്രം. ആരും വന്നിട്ടില്ല. പക്ഷേ ആരോ വരാനുണ്ട്. പിറകിൽ അലീന വന്നു നിൽക്കുന്ന തോന്നലോടെ പുറത്തെ ഇരുട്ടിൽ നിന്നും അകത്തെ വെളിച്ചത്തിലേക്ക് അയാൾ പെട്ടെന്ന് മുഖം തിരിച്ചു. നിശ്ശബ്ദം നോക്കി നിൽക്കുന്ന അലീനയുടെ ദൈന്യ മുഖം അയാളെ വല്ലാതെ വേദനിപ്പിച്ചു. അകത്തെവിടെയോ സമയപ്പക്ഷി കൂവി. സമയം തീരാറാവുന്നു. അയാൾ വീണ്ടും അവൾക്കരികിലേക്ക് വന്നു. വേദനയോടെ മനസ്സു തുറന്നു.

ടെലഫോൺഅങ്കിൾ : അഞ്ചുമണിയായി. ഇവിടെ നിന്നു പോയാലും ഈ രാത്രി ഞാനൊരിക്കലും മറക്കില്ല.

അയാൾ നെഞ്ചിൽ കൈവെച്ചു.

സത്യം... ഇതിനകത്ത് നിന്റെ കരച്ചിലുണ്ട്. ദീപമോളുടെ ചിരിയുണ്ട്. നിന്നെ കയ്യൊഴിയേണ്ടി വരുന്നതിന്റെ വേദനയുണ്ട്.

അവൾക്കതൊന്നും അറിയേണ്ട. അറിയേണ്ടത് അറിയാനായി അവൾ വീണ്ടും അയാൾക്കു മുന്നിലേക്ക് വന്നു.

അലീന : പിന്നെ എന്തിനായിരുന്നു ഇങ്ങനെയൊക്കെ കഴിഞ്ഞത്. ആദ്യമേ നിങ്ങൾക്കാ ഫോൺ വലിച്ചെറിയാമായിരുന്നില്ലേ. എന്റെ മോളത് ഓർക്കുമായിരുന്നോ. ഞാനത് ഓർക്കുമായിരുന്നോ. നിങ്ങളൊരു ദുഷ്ടനാണ്. എനിക്കറിയാം. എന്നെയും മോളെയും സ്നേഹിച്ചു കൊല്ലാനാണ് നിങ്ങളെന്നും ഫോൺ ചെയ്തത്. എന്നോട് സ്നേഹമാണെന്ന് ടെലഫോണിലൂടെ മോളോട് പറയും. അതും ഞാൻ കേൾക്കാൻ വേണ്ടി ഉച്ചത്തിൽ പറയും. എന്റെ മുഖത്ത് നോക്കി പറയേണ്ട സമയമാകുമ്പോ നിങ്ങൾ കള്ളനാവും. നിങ്ങളൊരു ദുഷ്ടനാണ്. നിങ്ങളൊരു ദുഷ്ടനാണ്.

പറഞ്ഞു കരഞ്ഞുകൊണ്ട് അയാളുടെ നെഞ്ചിലിടിച്ചു. തളർന്നു വീഴുന്ന അലീനയെ അയാൾ താങ്ങി. അലീന വീണു. അയാൾ അവളെ ഭീതിയോടെ കുലുക്കി വിളിച്ചു.

ടെലഫോൺഅങ്കിൾ : അലീനാ... അലീനാ...

മയക്കം വിട്ട് അലീന ഉണർന്നു. തന്നെത്തന്നെ മറന്നുപോയ കുറ്റബോധം അവളിലും നാമ്പിട്ടു. അലീന അയാളെ ആശ്വസിപ്പിച്ചു.

അലീന : സാരമില്ല.. ഞാനിനി ഒന്നും പറയില്ല. എന്നെങ്കിലും എന്റടുത്ത് എത്തുംന്നേ എനിക്ക് തോന്നിയിരുന്നുള്ളൂ. എന്നിട്ടും പോവുന്നൂന്ന് പറഞ്ഞപ്പോ ഇവിടെ എന്തോ കൊളുത്തി വലിച്ചു.

തുടർന്നു കേൾക്കാൻ കഴിയാതെ അയാൾ സ്വയം വിലപിച്ചു.

ടെലഫോൺഅങ്കിൾ : ദൈവമേ.. ഞാനെന്ത് തെറ്റു ചെയ്തു?

മനസ്സിൽ ശക്തി സംഭരിച്ച് അയാൾ അലീനയ്ക്കു മുന്നിൽ മനസ്സ് തുറന്നു.

> നിനക്കൊക്കെ ഭ്രാന്താണ്. നീയൊക്കെ അന്ധമായി സ്നേഹിക്കാനേ പഠിച്ചിട്ടുള്ളൂ. മനസ്സിലാക്കാൻ പഠിച്ചിട്ടില്ല. നിനക്ക് ഞാനാരാണെന്നറിയണോ? അറിയണോ നിനക്ക്? ഞാനൊരു പ്രതിയാണ്. ഒരാളെ കൊന്നതിന് ജീവപര്യന്തം ജയിലിൽ കഴിയുന്ന പ്രതി.

അലീനയിൽ അതൊരു ഞെട്ടലുളവാക്കി.

അയാൾ എത്രമാത്രം വേദനയോടു കൂടിയാണ് അത് പറയുന്നതെന്ന സത്യം അവൾ പെട്ടെന്നു തിരിച്ചറിഞ്ഞു. പശ്ചാത്തപിക്കുന്ന മനസ്സോടെ സാവകാശം അയാൾ തുടർന്നു.

> കൊന്നു. എന്റെ ഇരുപതാമത്തെ വയസ്സിൽ കോളേജിൽ വെച്ച് ഞാനൊരാളെ കൊന്നു. ഒരു കത്തിക്കുത്ത്. ആരെയാണ് കുത്തിയതെന്നോ എന്തിനാണ് കുത്തിയതെന്നോ എനിക്കൊന്നും അറിയില്ല. എന്റെ ഈ ഏത് കൈകൊണ്ടാണത് ചെയ്തതെന്നുപോലും എനിക്കറിയില്ല. ജീവപര്യന്തമാണ് ശിക്ഷ. ആദ്യം തൂക്കാൻ വിധിച്ചു. പിന്നെ ജീവപര്യന്തമായി. പത്തുവർഷത്തിനുശേഷം കുറെ നാളത്തെ പരോൾ കിട്ടി. പുറത്തുവന്നപ്പോ ആദ്യം ആത്മഹത്യ ചെയ്താലോന്നു തോന്നി. പിന്നെ എവിടേക്കെങ്കിലും ഒളിച്ചോടിയാലോന്നു തോന്നി. അല്ലെങ്കിൽ ഭ്രാന്തു നടിച്ച് ഭ്രാന്തനായാലോന്നു തോന്നി.. അങ്ങനെയുള്ള ഒരു ദിവസത്തിലാണ് ദീപമോളുടെ ശബ്ദം കേൾക്കുന്നത്.

പൊള്ളുന്ന മനസ്സോടെ പറയുന്നതത്രയും കേൾക്കേ ആശ്വസിപ്പിക്കാനായി അലീന അയാൾക്കു നേരെ കൈ നീട്ടി. അയാൾ അതറിയുന്നുപോലും ഇല്ല. അയാൾ തുടർന്നു.

> ഉത്തരമില്ലാത്ത ചില കാരണങ്ങളാൽ ജീവിതം തന്നെ നിഷേധിക്കപ്പെട്ട ഒരു മനുഷ്യനാണ്

ഞാൻ. എനിക്ക് വികാരങ്ങളില്ല. എന്നിട്ടും, നിന്നെയും മോളെയും സ്നേഹിച്ചു തുടങ്ങിയപ്പോൾ, കാണണം... കാണണംന്ന്... തോന്നിത്തുടങ്ങിയപ്പോൾ ഞാൻ തളരുകയായിരുന്നു. വീണ്ടും ജയിലിലേക്ക് പോകേണ്ടവനാണെന്നുള്ള ഓർമ്മ വരുമ്പോഴൊക്കെ അർഹതയില്ലാത്ത സ്നേഹം നടിച്ച് നിങ്ങളെ ഞാൻ ചതിക്കയാണെന്ന് എനിക്ക് തോന്നി. അതുകൊണ്ടാണ് ഞാൻ വരാതിരുന്നത്. അതുകൊണ്ട് മാത്രമാണ് എന്നെ ബന്ധപ്പെടാൻ അവസരം തരാതിരുന്നത്.

പതിയെ ശാന്തനായി മാറിക്കൊണ്ട്.

എന്റെ പരോൾ അവസാനിച്ചിട്ട് മൂന്ന് ദിവസങ്ങളായി. യാത്ര പറയാനായി വിളിച്ചപ്പോഴാണ് ദീപമോളുടെ പിറന്നാളിന്റെ കാര്യം പറഞ്ഞത്. വരാതിരിക്കാൻ മനസ്സു സമ്മതിച്ചില്ല. ഈ മൂന്നു ദിവസം കടന്നു കിട്ടാൻ വേണ്ടി മാത്രം ഞാൻ ഒളിവിൽ പോയി.

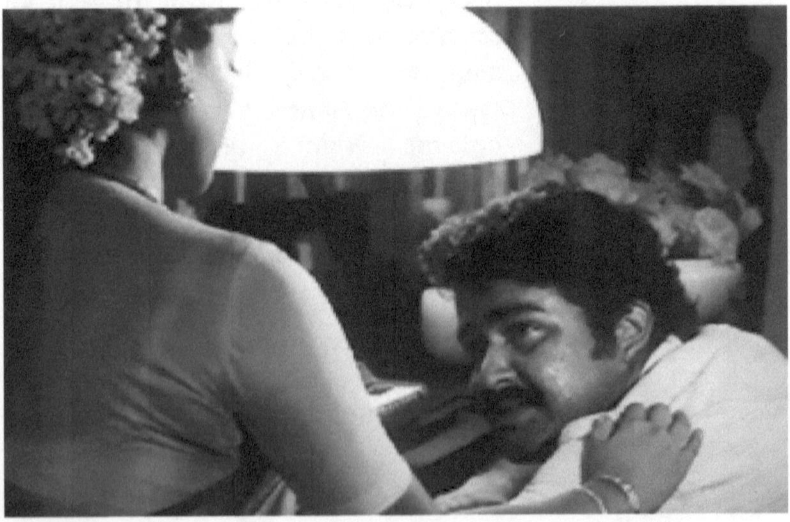

പൊലീസ് എന്നെ തിരയുന്നുണ്ട്. ഞാൻ ദുഷ്ടനല്ല അലീനാ. നിന്നെയും മോളേയും സ്നേഹിക്കാനുള്ള ജീവിതം എനിക്കിനി ബാക്കിയില്ല. അതൊക്കെ എന്നോ തീർന്നു കഴിഞ്ഞു.

ആ വാക്കുകളിൽ കണ്ണീർ തിളയ്ക്കുന്നത് അലീന അറിഞ്ഞു. കനത്ത ദുഃഖവും താങ്ങി അവൾ അവിടെ തന്നെ ഇരുന്നു. എത്ര നേരം ഇരുന്നുവെന്നറിയില്ല. മുഖം ഉയർത്തുമ്പോൾ അയാൾ മുന്നിൽ ഇല്ല.

പിയാനോയിൽ തല ചായ്ച്ച് നിശ്ശബ്ദം ഇരിക്കുന്ന അയാളെ അലീന തെല്ലിട നോക്കി നിന്നു. അരികിലേക്ക് വന്നു. ചുമലിൽ കൈ വെച്ചു. ആ സ്പർശം അയാളും അറിഞ്ഞു.

അലീന : ഇനി എത്ര വർഷം കൂടി ഉണ്ട്.

ഉത്തരം പറയാതെ അയാൾ ചോദിച്ചത് മറ്റൊന്നാണ്.

ടെലഫോൺഅങ്കിൾ : നിനക്ക്..., നിനക്കെന്നെ മാത്രമേ സ്നേഹിക്കാൻ കിട്ടിയുള്ളൂ?

അതെയെന്ന് അവളും. ആ സത്യം ഉൾക്കൊള്ളും വിധം അയാൾ ആ കൈയ്യിൽ സ്പർശിച്ചു.

മുഖം അമർത്തി വിതുമ്പി.

അലീന : മോളെ ഞാൻ ഉണർത്തട്ടെ. കാണാതെ പോയാൽ രാവിലെ അവളോട് പറയാൻ എനിക്ക് ഉത്തരമുണ്ടാവില്ല.

അലീന തിരശ്ശീല വകഞ്ഞു മാറ്റി.

അവിടെ കട്ടിലിൽ ദീപമോൾ ഉണർന്ന് ഇരിക്കുന്നു. ദീപമോൾ ഭീതിയോടെ ചോദിച്ചു.

ദീപമോൾ : മമ്മീ.. അങ്കിള് പോയോ..?

ഇല്ലെന്ന വിധം അമ്മയ്ക്കരികിലേക്ക് വന്നു. നിൽക്കുന്ന ടെലഫോൺഅങ്കിളിനെ ദീപമോൾ കണ്ണു നിറയെ കണ്ടു.

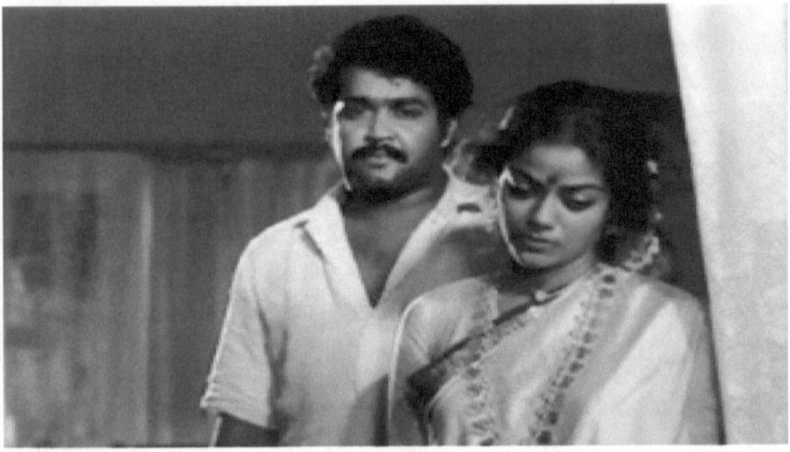

55

പ്രാർത്ഥനാ രൂപക്കൂടിന്നു മുന്നിൽ അലീന മെഴുതിരികൾ തെളിക്കുന്നു. ആ വെളിച്ചത്തിലേക്ക് ദീപമോളുടെ ശബ്ദം.

ദീപമോൾ : അങ്കിളിനി നാളെ വരോ..?

ആ ചോദ്യം അലീനയ്ക്ക് ഒരു പ്രാർത്ഥനയായി അനുഭവപ്പെട്ടു. ദീപമോളെ എടുത്ത് അയാളും അലീനയും രൂപക്കൂടിന്നരികിൽ നിൽക്കുകയാണ്.

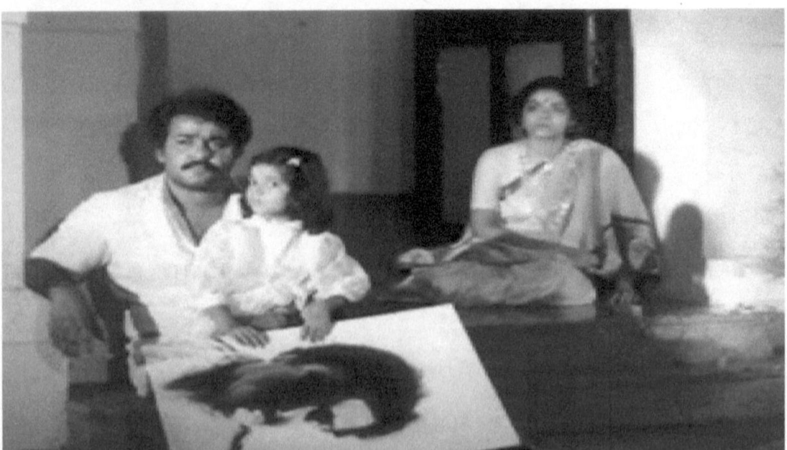

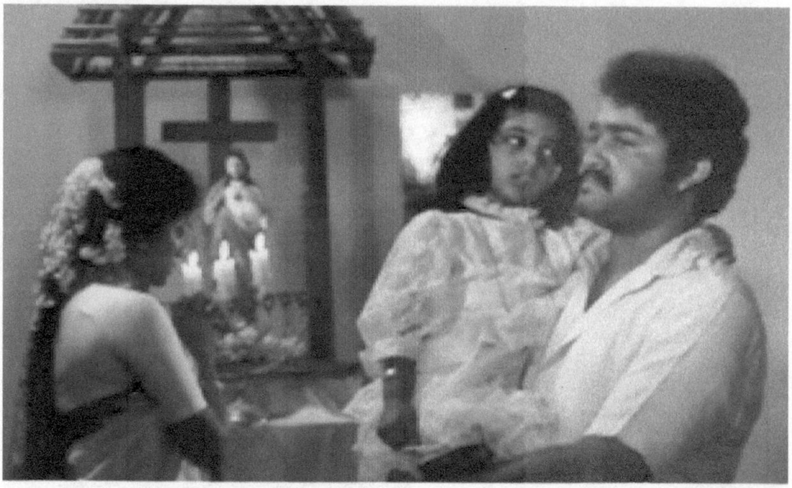

ടെലഫോൺഅങ്കിൾ : അങ്കിള് വരാൻ മോള് പ്രാർത്ഥിക്ക്യോ?

ദീപമോൾ : ഉം... ഞാനും പ്രാർത്ഥിക്കും. മമ്മീം പ്രാർത്ഥിക്കും.

56

വീടിന്നു മുൻവശത്തെ വാതിൽക്കൽ അയാളെ സ്വീകരിക്കാനായി തെളിച്ചു വെച്ച മെഴുകുതിരികൾ എരിഞ്ഞു തീരാറായിരിക്കുന്നു. അയാൾക്കൊപ്പം അലീനയും ദീപമോളും അയാളെ കൊണ്ടു പോകാനായി വരുന്ന പൊലീസുകാരെയും കാത്ത് ഇരുട്ടിലേക്കും നോക്കി നിശ്ശബ്ദം ഇരിക്കുന്നു. ദീപമോളുടെ കയ്യിൽ അമ്മ വരച്ച അയാളുടെ ചിത്രം കാണാം. തെല്ലിട കഴിഞ്ഞില്ല അവരിലേക്ക് പൊലീസ് വാഹനത്തിന്റെ വെളിച്ചം വന്നു വീണു. അവർ വന്നു വെന്ന് അവരറിഞ്ഞു. ആദ്യം എഴുന്നേറ്റത് അലീനയാണ്. പിന്നെ അയാളും ദീപമോളും. ദീപമോൾ അയാളുടെ കൈ പിടിച്ചു.

ദീപമോൾ : അങ്കിൾ ഇനി എപ്പഴാ വര്യാ..?

ഒരു ഉത്തരം നൽകാതെ പോകാൻ കഴിയില്ലെന്ന് അയാൾക്കും അറിയാം.

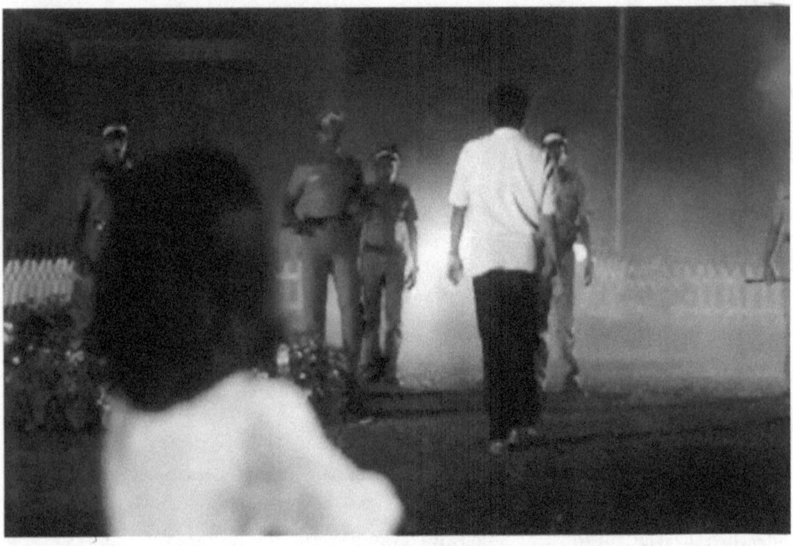

ടെലഫോൺഅങ്കിൾ : ഇത്തവണ നാല് മെഴുകുതിരിയല്ലേ അങ്കിള് മോൾക്കു വേണ്ടി കത്തിച്ചത്. അടുത്ത തവണ ഇതിനേക്കാൾ വലിയൊരു കെയ്ക്കിൽ നമുക്ക് അഞ്ച് മെഴുകുതിരി കത്തിക്കണം. ഉം...

അലീനയോടായി അയാൾ പ്രസന്നതയോടെ തുടർന്നു.

എന്റെ പൊന്നുമോൾക്ക് പറഞ്ഞു മനസ്സിലാക്കി കൊടുക്കണം.

ആ വാക്കുകൾ അലീനയുടെ കണ്ണിൽ പ്രകാശിച്ചു നിന്നു. ആ പ്രകാശം കണ്ടുകൊണ്ട് അമ്മ വരച്ച ചിത്രം ദീപമോൾക്കു തന്നെ സമ്മാനിച്ച് അയാൾ മുന്നോട്ടു നടന്ന് തന്നെ സ്വീകരിക്കാനായി വന്ന പൊലീസുകാർ സൃഷ്ടിച്ച വൃത്തത്തിനുള്ളിൽ പതിയെ വിലയം പ്രാപിച്ചു.

■

''ദൈവമേ ആരോടാണ്
ഇവൾ സംസാരിക്കുന്നത്..''
ഇതായിരുന്നു തുടക്കം.

''മമ്മീ അങ്കിളെന്താ വരാത്തേ..''
അതായിരുന്നു ദീപമോളുടെ
വേദന നിറഞ്ഞ ചോദ്യവും.

''എന്റെ പൊന്നുമോൾക്ക് പറഞ്ഞു
മനസ്സിലാക്കി കൊടുക്കണം.''
ആ ഉറപ്പായിരുന്നു അതിന്റെ അന്തിമ ഫലവും

സ്നേഹം കരുതലാണ്.
നൽകുന്ന പ്രതീക്ഷയും
സ്വീകരിക്കുന്ന സുരക്ഷയുമാണ്.
അതിലെല്ലാം ഉപരി അതൊരു പരസ്പരമുള്ള
പൊതിഞ്ഞു നിൽക്കലാണ്.
ഭൂമിയും ആകാശവുംപോലെ.

(ഈ പക്ഷിയുടെ ശബ്ദം തുടർന്നു വരുന്ന സംഭവങ്ങളിൽ അലീനയുടെ മനസ്സുമായി ബന്ധപ്പെട്ടിരിക്കുന്നു)

മൈ ഡിയർ കുട്ടിച്ചാത്തൻ എന്ന ത്രിമാന ചിത്രത്തിന്റെ തിരക്കഥ എഴുതുന്ന കാലത്ത് ശ്രീ നവോദയ അപ്പച്ചന്റെ നവോദയ സ്റ്റുഡിയോ നിർമ്മാണം അതിന്റെ അവസാന ഘട്ടത്തിലായിരുന്നു. എറണാകുളത്തുള്ള കാക്കനാട്ട് രണ്ട് കുന്നുകളുടെ മുക്കാൽ ഭാഗത്തോളം മരങ്ങൾ വെച്ചു പിടിപ്പിച്ചും പുൽമേടും ഉദ്യാനങ്ങളും തീർത്ത് മികച്ചൊരു സ്റ്റുഡിയോ ഫ്ളോറും അതിഥി മന്ദിരങ്ങളും തങ്ങളുടെ സ്വന്തം ഗൃഹവും എല്ലാം ഒന്നിച്ചു പണിത ആ സ്റ്റുഡിയോ മനോഹരമായിരുന്നു.

അതിന്നു പിറകിലെ അധ്വാനവും ദീർഘവീക്ഷണവും ശ്ളാഘനീയമായിരുന്നു. അന്നത്തെ കേരളാഗവർണ്ണറുടെ ഉൽഘാടന പ്രസംഗം നടക്കുന്ന വേളയിൽ ഞാൻ സ്റ്റൂഡിയോ പുൽമേടിൽ ഒരിടത്ത് ശ്രീ അപ്പച്ചന്റെ മൂത്ത മകനായ ജിജോയുടെ ഒപ്പം നിൽക്കുന്നു. നവോദയയുടെ ഓരോ വളർച്ചയിലും അപ്പന്റെ ഇടംവലം ശക്തിയായി നിന്ന രണ്ടു മക്കളാണ് ജിജോയും ജോസും. ആരംഭിക്കാൻ പോകുന്ന ത്രിമാന ചിത്രത്തെക്കുറിച്ചായിരുന്നു അപ്പോഴെല്ലാം ജിജോയും ഞാനും കൂടുതലും സംസാരിക്കാറ്. സ്റ്റുഡിയേയിൽ നട്ടുനനച്ച ചെടികളെല്ലാം വളരുകയും നല്ലൊരു പച്ചപ്പ് ആകാശത്തിനു താഴെ ഉടലെടുക്കുകയും ചെയ്തതോടെ അവിടെ ധാരാളം പക്ഷികൾ വരുമായിരുന്നു. അതിൽ അന്ന് തലയ്ക്കു മുകളിലൂടെ പാട്ടുപാടി അനുഗ്രഹിച്ചു പറന്നകന്ന ഒരു പക്ഷിയുടെ

ശബ്ദമാണ് ഞാൻ ഇവിടെ അലീനയുടെ മനസ്സിലെ അവസ്ഥകളോട് സംവേദിക്കാൻ ഉപയോഗിച്ചത്.

'ഒന്നുമുതൽ പൂജ്യംവരെ'യുടെ തിരക്കഥാ കാലത്താണ് ആ ശബ്ദം ഞാൻ പിന്നീട് കേട്ടത്. മനസ്സ് പിടിച്ചു പറിക്കുന്ന മധുരവും വേദനയും കലർന്ന ഒരു ശബ്ദം. അതേത് പക്ഷിയാണെന്ന് ഞാൻ ജിജോയോട് ചോദിച്ചു. ഒട്ടറാച്ചി എന്നായിരുന്നു ഉത്തരം. ശാന്തമായ അന്തരീക്ഷത്തിൽ മനസ്സ് നിശ്ചലമാകുന്ന ഏത് മുഹൂർത്തത്തിലും ചെറുകുളിർകാറ്റുപോലെ തലോടി മറയുന്ന ഒരു ശബ്ദമായി അതെനിക്ക് തോന്നി. റെഡ് വാട്ടിൽഡ് ലാപ്‌വിംഗ് എന്നാണ് ആ പക്ഷിയുടെ ശാസ്ത്രീയ നാമമെന്ന് പരിചയപ്പെടുത്തിയത് ഒന്നു മുതൽ പൂജ്യം വരെയുടെ കലാസംവിധായകനായി എന്നെ അനുഗ്രഹിച്ച ശ്രീ കെ ശേഖർ ആണ്.

സിനിമയുടെ ചിത്രീകരണം തുടങ്ങുന്നതിന്നു ദിവസങ്ങൾക്കു മുൻപ് സ്റ്റുഡിയോയിൽ വെച്ച് ആ പക്ഷിയുടെ ശബ്ദം വീണ്ടും പലതവണ കേട്ടു. ആ അമൂല്യശബ്ദം റെക്കോർഡ് ചെയ്യാൻ എന്റെ സഹപ്രവർത്തകരിൽ ശബ്ദത്തോട് വളരെയേറെ താൽപ്പര്യം കാണിക്കാറുള്ള ശ്രീ ഉണ്ണിക്കൃഷ്ണക്കുറുപ്പ് തിരുവിഴയോട് ആവശ്യപ്പെട്ടു. അദ്ദേഹവും സൗണ്ട് എഞ്ചിനീയർ കൃഷ്ണനുണ്ണിയും ചേർന്ന് നവോദയ സ്റ്റുഡിയോയിൽ ആ ഒട്ടറാച്ചിപ്പക്ഷിയെ കാത്തിരുന്നു. എത്രയോ ദിവസങ്ങളുടെ കാത്തിരിപ്പിനിടയിൽ ഒട്ടറാച്ചി ഞങ്ങൾക്കാ ശബ്ദം സമ്മാനിക്കുകയും ചെയ്തു. ■

ശബ്ദത്തെ അങ്ങേയറ്റം സ്നേഹിച്ച ശ്രീ ഉണ്ണിക്കൃഷ്ണ ക്കുറുപ്പ് തിരുവിഴ ഇന്നില്ല. ഈ ചെറുകുറിപ്പുകളും സ്മരണകളും ഞാൻ അദ്ദേഹം തന്ന സന്തോഷങ്ങൾക്കു മുൻപിൽ ആദരവോടെ സമർപ്പിക്കുന്നു.

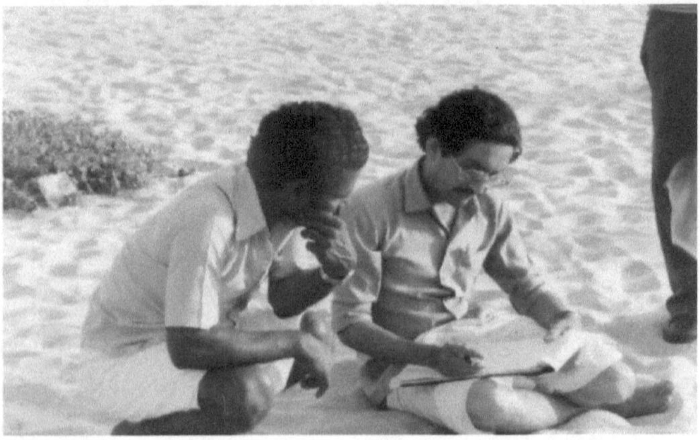

ചിത്രത്തിൽ, ആലപ്പുഴ കടലോരത്ത്
സിനിമയുടെ ചിത്രീകരണ സമയത്ത്
ശ്രീ ഉണ്ണികൃഷ്ണക്കുറുപ്പിനൊപ്പം.
അരികിൽ ശ്രീ സൈനുദ്ദീനും,
പരസ്പരം സഹായിക്കുന്ന ഒരു നിമിഷം.
സൈനുദ്ദീനും ഇന്നില്ല.

■

(ആ സംഗീതം അലീനയുടെ മനസ്സിലേക്ക് അലയടി ച്ചെത്തി)

(ദീപമോളുടെയും അയാളുടെയും തുടർന്നുള്ള സംസാരം നാം കേൾക്കുന്നില്ല. പകരം അലീനയ്ക്കു ചുറ്റും നിറഞ്ഞൊഴുകുന്ന സംഗീതം മാത്രം)

ഒരു സിനിമ സ്വന്തമായി എഴുതി സംവിധാനം ചെയ്യാൻ എനിക്ക് അവസരം തന്ന തേജസ്സാണ് ശ്രീ നവോദയ അപ്പച്ചൻ. എന്നിൽ അദ്ദേഹത്തിന് വിശ്വാസം വരിക എന്നത് അദ്ദേഹം എന്നിൽ കണ്ടെത്തിയ കഴിവിൽ ഉപരി അദ്ദേഹത്തിൽ ഉണ്ടായിരുന്ന നന്മ തന്നെയാണ്. എത്രയോ പേർക്ക് അദ്ദേഹം വളർച്ചയിലേക്കുള്ള വാതിൽ തുറന്നു കൊടുത്തിട്ടുണ്ട്. എനിക്കൊരു സന്ദർഭം കിട്ടിയപ്പോൾ കഴിവും ആത്മവിശ്വാസവും ഉള്ള മറ്റു ചിലരെക്കൂടി അതിൽ പങ്കെടുപ്പിക്കാം എന്നെനിക്കും ജിജോയ്ക്കും അനുജൻ ജോസിനും തോന്നി. അതും അദ്ദേഹം സമ്മ തിച്ചു. അങ്ങനെ നവോദയ തേടി കണ്ടുപിടിച്ച സംഗീതജ്ഞനാണ് ശ്രീ മോഹൻസിതാര.

മോഹൻ അവസരം ചോദിച്ചു വന്ന ആളല്ല. അവസരം തേടിച്ചെന്ന ആളാണ്. വെറുമൊരു സാധാരണക്കാരൻ. സിതാരാ മ്യൂസിക്ക് ക്ലബ്ബിലെ വയലിൻ വായനകൊണ്ട് ജീവിതം ധാരമുറിയാത്ത നാദമായി കൊണ്ടുനടന്നവൻ. ജിജോ അദ്ദേഹത്തിന് എല്ലാ സൗകര്യങ്ങളും നൽകി. പകരം അദ്ദേഹം ഞങ്ങൾക്ക് ശുദ്ധസംഗീതം നൽകി.

മാസങ്ങളോളം ഒരുമിച്ചു താമസിച്ചാണ് അദ്ദേഹം സിനിമയ്ക്ക് സംഗീതം ഒരുക്കിയത്. തിരക്കഥ എഴുതുമ്പോൾ

തന്നെ കഥാരൂപത്തിന്റെ ആത്മാംശം ഉൾക്കൊണ്ട് രണ്ട് തീം സംഗീത ഭാഗങ്ങൾ വേണമെന്ന് ഞാൻ ആഗ്രഹിച്ചു. അതിന് യഥാക്രമം ജോസുകുട്ടി തീം എന്നും ടെലഫോൺഅങ്കിൾ തീം എന്നും പേരിട്ടു.

ജോസുകുട്ടീ തീം, കൊഴിഞ്ഞു പോയൊരു വസന്തകാലത്തിന്റെ സന്തോഷവും ഉൾത്തളത്തിൽ മുനിഞ്ഞു കത്തുന്ന വിരഹ വേദനയും കലർന്നൊരു വിലാപമാണ്. ആ സംഗീതമാണ് അലീനയുടെ മനസ്സിലേക്ക് ഇടയ്ക്കിടെ അലയടിച്ചെത്തുന്നത്.

ടെലഫോൺഅങ്കിൾ തീം ആകട്ടെ, കൈയ്യെത്തും ദൂരത്ത് കാലം മനുഷ്യനായി എന്നും പ്രകാശിപ്പിച്ചു കൊണ്ടിരിക്കുന്ന പ്രത്യാശയുടെ ആഗമനം അറിയിച്ചു കൊണ്ടുള്ള ഒരു ഉത്സവച്ഛായ തന്നെയാണ്. ദീപമോളുടെയും ടെലഫോൺഅങ്കിളിന്റെയും ആദ്യത്തെ സംസാരത്തിനിടെ അലീനയിൽ നിന്നും റിസീവർ വാങ്ങി അമ്മയുടെ സമ്മതത്തോടെ നിർഭയയായി ദീപമോൾ സംസാരിച്ചു തുടങ്ങുന്നതോടെ ആ സംഗീതവും സിനിമയിൽ പിറവിയെടുക്കുന്നു. ശ്രീ മോഹൻ സിതാരയുടെ അതിമനോഹര കോംപോസിഷനാണ് രണ്ടും.

തിരക്കഥ പൂർണ്ണമായ ശേഷം കഥാംശവും കഥാപാത്രങ്ങളുടെ മനസ്സും എല്ലാം വിശദമായി കേട്ട് ഹൃദിസ്ഥമാക്കിയാണ് ശ്രീ ഒഎൻവി കുറുപ്പ് ഗാനം എഴുതിയത്. ആ ഗാനത്തിലെ വരികളിൽ കൂടി വായനക്കാരന്റെ മനസ്സും സഞ്ചരിക്കട്ടെ എന്ന സദുദ്ദേശ്യം മാത്രമേ അദ്ദേഹം എഴുതിയ രണ്ടു ഗാനങ്ങളും പുസ്തക രൂപത്തിലുള്ള ഈ തിരക്കഥയിൽ ചേർക്കുന്നതുകൊണ്ട് ഉദ്ദേശിക്കുന്നുള്ളൂ. സിനിമ കാണുമ്പോൾ ഗാനം കേൾക്കുന്നതു പോലെ തിരക്കഥ വായിക്കുന്നവരുടെ മനസ്സും അദ്ദേഹത്തിന്റെ ഗാനം പാടട്ടെ.

കുറുപ്പ്സാർ എന്റെ കോളേജിലെ മലയാളം പ്രൊഫസറായിരുന്നു. അദ്ദേഹത്തിന്റെ ക്ലാസിൽ ഇരിക്കാനുള്ള ഭാഗ്യം എനിക്കുണ്ടായില്ലെങ്കിലും ക്ലാസ് നടക്കുന്ന

സമയത്ത് പലപ്പോഴും സ്വന്തം ക്ലാസിൽ ഇരിക്കാതെ പുറത്ത് വരാന്തയിലെ ചെറു ചുമരിൽ ചാരി ഇരുന്ന് ഞാനാ ലളിതസുന്ദരഗംഭീര പ്രഭാഷണങ്ങൾ കേൾക്കാറുണ്ട്. കവിയും വാഗ്മിയുമായ അദ്ദേഹത്തിന്റെ രചനകൾ ചെറുപ്പത്തിൽ ഓണത്തിന് പൂവിടാനായി കൂട്ടുകാർക്കൊപ്പം നുള്ളിയെടുക്കുന്ന തുമ്പപ്പൂ അടരുകൾപോലെ ആ കാലത്ത് അനുഭവപ്പെടാറുണ്ടായിരുന്നു. ഒന്നുമുതൽ പൂജ്യംവരെയുടെ ഗാന രചനാകാലത്ത് അദ്ദേഹത്തോടൊപ്പം ചിലവിട്ട നിമിഷങ്ങൾ ഇന്നും മനസ്സിൽ അത്തപ്പൂക്കളമായി തങ്ങി നിൽക്കുന്നു. പ്രത്യേകിച്ചും പൊന്നും തിങ്കൾ പോറ്റും മാനേ... എന്ന ഈ ഗാനം.

(പൊന്നും തിങ്കൾ പോറ്റും മാനേ..
മാനേ കുഞ്ഞിക്കലമാനേ..
പൂമിഴികൾ പൂട്ടി മെല്ലേ..
നീയുറങ്ങീ ചായുറങ്ങി..
സ്വപ്നങ്ങൾ പൂവിടും പോലേ.. നീളേ..
വിണ്ണിൽ വിൺതാരങ്ങൾ..
മണ്ണിൽ മന്ദാരങ്ങൾ..
പൂത്തൂ വിൺതാരങ്ങൾ..
പൂത്തൂ മന്ദാരങ്ങൾ..
പൊന്നും തിങ്കൾ പോറ്റും മാനേ..
മാനേ.. കുഞ്ഞിക്കലമാനേ..) ■

തിരക്കഥ എഴുതവേ ചില ഘട്ടങ്ങളിൽ ഇത്തരം ചെറു കുറിപ്പുകൾ ധാരാളം എഴുതാറുണ്ട്. സിനിമയുടെ ഒരൊഴുക്ക് മനസ്സിൽ കടന്നു വരാനായി എനിക്കു വേണ്ടി തന്നെ കുറിക്കാറുള്ളതാണ് അതെല്ലാം. ഒന്നിനു പിറകെ ഒന്നായി ദൃശ്യങ്ങളുടെ സഞ്ചാരം ചിന്തയിൽ സംഭവിക്കു മ്പോൾ മനഃപ്രതലം തിരശ്ശീലയായി മാറും. തിരക്കഥ യുടെ ആദിമദ്ധ്യാന്തം അതിൽ ദൃശ്യമാവും.

തിരക്കഥ ഒഴുകി വരും നേരം ഇടയ്ക്ക് തെളിയുന്ന ചില വെളിപാടുകൾ അപ്പോൾ തന്നെ രേഖപ്പെടുത്തിയി ല്ലെങ്കിൽ പിന്നീടത് കിട്ടൂല. അതുകൊണ്ടാണ് ചെറു കുറിപ്പുകൾ സൂക്ഷിക്കുന്നത്.

ഒന്നു മുതൽ പൂജ്യംവരെ സ്വന്തമായി സംവിധാനം ചെയ്യുകയാണെന്ന ബോധവും അത്തരം കുറിപ്പുകൾ ധാരാളം എഴുതാൻ മനസ്സ് പ്രേരിപ്പിക്കുകയും ചെയ്തു. എത്ര മഹാനായ ടെക്നീഷ്യനാണെങ്കിലും മനസ്സിലെ ചില ഛായകൾ എല്ലാവർക്കും വ്യക്തമാക്കി കൊടു ക്കാൻ കഴിഞ്ഞെന്നു വരില്ല. അത്തരം സന്ദർഭങ്ങളിൽ സംവിധായക മനസ്സായി വർത്തിക്കുന്ന ഛായാഗ്രാഹ കനോടും ചിത്രസംയോജകനോടും, ശബ്ദ നിയന്ത്രണ ധാതാവിനോടും സംഗീതജ്ഞനോടും കലാസംവിധാ യകനോടും വസ്ത്രാലങ്കാര വിദഗ്ധനോടും എല്ലാം ഒരു പരിധിവരെ സംവേദിക്കാൻ ഇത്തരം കുറിപ്പുകൾക്ക് കഴിയും എന്നെനിക്കു തോന്നുന്നു.

(എവിടെ നിന്നോ ആരെയോ തേടി വരുന്ന മന സ്സിന്റെ പ്രയാണം പോലെ വേഗതയുടെ ഒരു സമന്വയം ഈ ദൃശ്യങ്ങളുടെ ചലനങ്ങളിൽ ഉണ്ടാകണം.) എന്ന

കാര്യം ആദ്യം വിശദീകരിച്ചത് ഇതിന്റെ ഛായാഗ്രാഹകൻ ശ്രീ ഷാജിയോടാണ്. ഷാജിയെപോലുള്ള ഒരു ഛായാ ഗ്രഹണ പ്രതിഭയ്ക്ക് അത്തരം ചിന്തകൾ പെട്ടെന്ന് പിടിച്ചെടുക്കാൻ കഴിയും. അതെനിക്ക് അദ്ദേഹത്തിന്റെ കൂടെ പ്രവർത്തിച്ചപ്പോഴെല്ലാം അനുഭവപ്പെട്ടിട്ടുണ്ട്. ദൃശ്യങ്ങൾക്ക് ഉദ്ദേശിച്ച പ്രയാണ വേഗത കിട്ടിയോ ഇല്ലയോ എന്നുള്ളത് അത്തരം രംഗങ്ങൾ ക്യാമറയിൽ പകർത്തുവാൻ ലഭിക്കുന്ന അവസ്ഥയും സംവിധായകന്റെ കഴിവുംപോലിരിക്കും.

എങ്കിലും ആ ആഗ്രഹവും ചിന്തയും എത്രത്തോളം ശക്തമാണോ അത്രയും വ്യക്തത ആ ദൃശ്യങ്ങളിൽ വന്നിരിക്കും. പിന്നീട് ഈ ചിന്തകളെല്ലാം വെളിപ്പെടുത്തിയത് ചിത്രസംയോജകനായ ശ്രീ ശേഖർസാറിനോടാണ്. ഗുരുതുല്യനായ വ്യക്തി. മനസ്സിൽ എന്നും ഓണം സൂക്ഷിക്കുന്ന, ഒരു സൈക്കിളിലും മുറുക്കാൻ പൊതിയിലും ജീവിതം ഒതുക്കിയ മനുഷ്യൻ. ഞാൻ എടുത്ത ദൃശ്യങ്ങൾ സംയോജിപ്പിക്കേ ഈ ഘട്ടം എത്തിയപ്പോൾ ഈ കാര്യം അദ്ദേഹത്തോടും സൂചിപ്പിച്ചു. ഇന്ന സ്ഥലത്ത് മുറിക്കണമെന്നും ഇന്നതു വെച്ച് യോജിപ്പിക്കണമെന്നും നിർദ്ദേശിക്കുമ്പോൾ ഏറ്റവും യോജിക്കുന്ന ഫ്രെയിമിൽ അത് മുറിക്കാനും അനുയോജ്യമായ ഫ്രെയിമിൽ യോജിപ്പിക്കാനും അദ്ദേഹത്തിന്റെ നിത്യജാഗ്രത്തുള്ള ചിത്രസംയോജന മനസ്സിന് നിഷ്പ്രയാസം സാധിക്കുകയും അതു കാരണം സൃഷ്ടിയെ മനസ്സിൽ കണ്ടതിനും മുകളിലെ പ്രകാശത്തിലേക്ക് നയിക്കാനും സാധിച്ചു. എല്ലാം ഗുരുകടാക്ഷം എന്നെന്റെ മനസ്സും പറയുന്നു. ■

(സമയഖണ്ഡത്തെ ദൃശ്യങ്ങൾക്കിടയിൽ അമർത്തി വെക്കുക)

രണ്ടു ഷോട്ടുകൾക്കിടയിൽ വലിയൊരു സമയ ഖണ്ഡത്തെ പരസ്പരം ബന്ധിപ്പിക്കുന്ന വിദ്യ ചിത്രസംയോജനത്തിലെ ജാലവിദ്യകളിൽ ഒന്നാണ്. യഥാർത്ഥ ജീവിത സമയത്തെ ക്രോഡീകരിക്കുന്ന പ്രക്രിയയാണ് ചിത്രസംയോജനം ചെയ്യുന്നത്. എന്നാൽ വെറുതെ രണ്ട് ദൃശ്യങ്ങളും മനസ്സിൽ കത്രികയും കിട്ടിയാൽ ഒരു സംയോജകനും അതിനിടയിൽ സമയത്തെ തളച്ചിടാൻ കഴിയില്ല.

അതിന് രണ്ട് വ്യത്യസ്ത സമയവും അത് ധ്വനിപ്പിക്കുന്ന വികാരവും ഉൾക്കൊള്ളുന്ന ദൃശ്യങ്ങൾ തന്നെ സംവിധായകൻ എടുത്തു നൽകണം. സിനിമയുടെ വ്യാകരണത്തിൽ ഞാനിവിടെ സൂചിപ്പിച്ച സമയ ഖണ്ഡത്തെ ദൃശ്യങ്ങൾക്കിടയിൽ അമർത്തി വെക്കുക എന്നൊരു തത്ത്വം നിലവിലുണ്ടോ എന്നെനിക്കറിയില്ല. ഇത് ചില കാര്യങ്ങൾ വിശദീകരിക്കുവാനായി എന്നിൽ തന്നെ മുളച്ചൊരു പഠനവാക്യമായി മാത്രം എടുക്കുക. ലോക ക്ലാസിക്കുകളിൽ സിനിമാ സൃഷ്ടിയുടെ പലവിധ അത്ഭുതങ്ങൾ കണ്ടിട്ടുണ്ടെങ്കിലും ഈ പ്രയോഗം ഞാനായിട്ട് എന്റെ സിനിമയ്ക്ക് വേണ്ടി ഉണ്ടാക്കിയ ഒരു മണ്ടത്തരമാണെന്നും പറയാം.

ഏതൊരു ദൃശ്യവും രംഗങ്ങളായി അവസാനിക്കുമ്പോൾ സ്വാഭാവികമായും അത് സംഭവങ്ങളുടെ ഏത് സമയ ഖണ്ഡത്തിലേക്കാണ് നീങ്ങുന്നതെന്ന സൂചന പ്രേക്ഷകനു നൽകും. എന്നാൽ അടുത്ത രംഗം പ്രവേശിക്കുന്നത് തികച്ചും വ്യത്യസ്തമായൊരു സമയഖണ്ഡത്തിലേക്കാവുകയും

ആ മാറ്റം പ്രേക്ഷകനിൽ അത്ഭുതം ഉളവാക്കുകയും തുടർന്നുള്ള സംഭവങ്ങളുടെ മുന്നോട്ടുള്ള ഗതിയിൽ അസാധാരണമായ സൗന്ദര്യം സൃഷ്ടിക്കുകയും ചെയ്യാറുണ്ട്. അത് തിരക്കഥയിൽ സംഭവിക്കുന്ന ചില മാജിക്ക് ചിന്തകൾ, സംവിധായകന്റെ സൗന്ദര്യബോധത്തിന്റെ പ്രഭാവലയത്തിലൂടെ കടന്നുവരുമ്പോൾ, അതിൽ ഉൾക്കൊള്ളാവുന്നത്രയും ഉൾക്കൊണ്ട് ഛായാഗ്രാഹകനെന്ന മാന്ത്രികനിലെ അറിവിന്റെ ആഴവും പരപ്പും അനുഭവിച്ചുകൊണ്ട് ഫിലിമിൽ പതിയുന്ന വെളിച്ചം പകർന്നു തരുന്ന പ്രകാശമാണ്. ആ പ്രകാശത്തിൽ പെട്ടെന്ന് വന്നെത്തുമ്പോൾ സൃഷ്ടിയുടെ ആനന്ദം അറിയാൻ കഴിയുന്ന ആസ്വാദകൻ തീർച്ചയായും സംവിധായകൻ കനിഞ്ഞു നൽകിയ ആനന്ദത്തിനും അപ്പുറമുള്ള പരമാനന്ദം തന്നെ അനുഭവിച്ചെന്നു വരും. അതുകൊണ്ടാണ് സൃഷ്ടിച്ചവനെപ്പോലും അത്ഭുതപ്പെടുത്തിക്കൊണ്ട് ചില പ്രേക്ഷകർ സൃഷ്ടിയെ ആരാധിച്ചു പോകുന്നത്. ഈ അവസ്ഥ ചലച്ചിത്രം എന്ന മാദ്ധ്യമത്തിൽ മാത്രമല്ല കലാരൂപം കൈവരിക്കുന്ന എന്തിനും ബാധകമാണ്. എങ്കിലും ചലച്ചിത്രത്തിൽ അത് കൂടുതൽ ജനകീയമാകുന്നു എന്നു മാത്രം. അത് ചലച്ചിത്രമെന്ന മാധ്യമത്തിന്റെ ആദരണിയമായ വശ്യത തന്നെയാണ്.

നടന്നുകൊണ്ടിരിക്കുന്ന ഒരു സംഭവത്തിനിടയിൽ തന്നെ അതിന്റെ ഗമനം മുറിയാതെയും ഇടർച്ച വരാതെയും സമയത്തെ പെട്ടെന്നു മുന്നോട്ടു തള്ളുന്ന ഷോട്ടുകളെയാണ് ഞാൻ സമയഖണ്ഡത്തെ ദൃശ്യങ്ങൾക്കിടയിൽ അമർത്തി വെക്കുക എന്ന വിവക്ഷയിലൂടെ സൂചിപ്പിക്കുന്നത്.

ചില കാര്യങ്ങൾ വേഗം പറ.. വേഗം പറ.. എന്ന് കണ്ടും കേട്ടും ഇരിക്കുന്ന പ്രേക്ഷകന്റെ മനസ്സ് പെട്ടെന്ന് പറയും. അത് ചില കാര്യങ്ങൾ കാണുവാനോ അല്ലെങ്കിൽ ചിലത് കേൾക്കുവാനോ പ്രേക്ഷകന് ഇഷ്ടമില്ലാത്തതുകൊണ്ടാണ്. അല്ലെങ്കിൽ കേട്ടുകൊണ്ടിരിക്കുമ്പോൾ തന്നെ അതവിടെ ആവശ്യമില്ലെന്ന് പ്രേക്ഷകന്റെ

ബോധം മുൻകൂട്ടി തീരുമാനിക്കുന്നതുകൊണ്ടാണ്. അപ്പോൾ പ്രേക്ഷകൻ ആഗ്രഹിക്കുന്നതുപോലെ സംവിധായകൻ പെരുമാറുമ്പോൾ പ്രേക്ഷകൻ എന്താണോ കണ്ടുകൊണ്ടിരിക്കുന്നത് അല്ലെങ്കിൽ കേട്ടുകൊണ്ടിരിക്കുന്നത് അതിന്റെ സ്വാഭാവിക വലയത്തിലേക്ക് വളരെ വേഗം ആകർഷിക്കപ്പെടുകയും അതിന്റെ ഭാഗമായി തീരുകയും ചെയ്യും. തിരക്കഥ എഴുതുമ്പോൾ തിരക്കഥാകൃത്തായി മാത്രം നിൽക്കാതെ, അതിന്റെ കേൾവിക്കാരനും കാഴ്ച്ചക്കാരനുമായി മാറാൻ സാധിച്ചാൽ അത്തരം ഘട്ടങ്ങൾ എഴുതുന്ന ആൾക്കും തെളിഞ്ഞുവരും. അങ്ങനെ ചിലത് തെളിഞ്ഞു വന്ന ഘട്ടങ്ങളിൽ ഞാനത് തിരക്കഥയിൽ കുറിച്ചെന്നേയുള്ളൂ. ഒരു പരിധിവരെ അതെനിക്ക് പ്രയോഗത്തിൽ വരുത്താനും സാധിച്ചിട്ടുണ്ട്. എന്റെ ചിത്രസംയോജകൻ ശ്രീ ശേഖർസാർ ചിത്രസംയോജന സമയത്ത് പലവട്ടം അഭിനന്ദിച്ചിട്ടുമുണ്ട്.

(ഈ പറയുന്നവയെല്ലാം ഓരോ വ്യക്തിയിലും വേറിട്ടു നിൽക്കുന്ന കാര്യമാണെന്നും പറയാതെ വയ്യ. രസിക്കുന്നത് മനസ്സാണ്. ചിത്തമല്ല. മനസ്സ് വികാരമെന്ന കുരങ്ങന്റെ കയ്യിലെ പൂമാലയാണ്. പൂമാല എത്ര തന്നെ നല്ലതോ ചീത്തയോ ആവട്ടെ അവനത് കഴുത്തിലിടാനും പിച്ചിച്ചീന്തി വലിച്ചെറിയാനും ചവച്ചരച്ച് വിഴുങ്ങാനും സാദ്ധ്യതയുണ്ട്. അവർ കേൾവിക്കാരും കാഴ്ച്ചക്കാരും ആയ സ്ഥിതിക്ക് കലയെന്ന അത്ഭുതം സൃഷ്ടിച്ച് അവർക്കു മുന്നിൽ കൊണ്ടുവെച്ച് ഭിക്ഷ തേടുന്ന കലാകാരന് മറുത്തൊരക്ഷരം ഉരുവിടാനും വയ്യ. രസിച്ചത് ഇത്രയേ ഉള്ളെടോ. എന്നവർ വിളിച്ചു പറയുകയും ചെയ്യും..!!) ■

അക്കാലത്ത് ടെലഫോൺ കണക്ഷൻ ലഭിച്ചാൽ കിട്ടുന്ന റിസീവർ ഒതുക്കമുള്ളൊരു മോഡലാണ്. ചിത്രീകരണത്തിനായി കൗതുകം ജനിപ്പിക്കുന്നൊരു റിസീവർ വേണെന്ന് തോന്നി. അത്തരം റിസീവറുകളൊന്നും അന്ന് എറണാകുളം മാർക്കറ്റിൽ ഉണ്ടായിരുന്നില്ല. ചിത്രീകരണത്തിനു മുൻപുള്ളൊരു സിംഗപ്പൂർ യാത്രയിൽ എവിടെയോ വെച്ച് ശ്രീ ജിജോ ഈ ടെലഫോൺ കണ്ടു. ഇഷ്ടമായതും അത് വാങ്ങി. മാർബിളിൽ പണിത ഈ റിസീവർ എനിക്കൊരു കാഴ്ച്ചയായിരുന്നു. ഭംഗിയായി പ്രവർത്തിക്കുകയും ചെയ്തിരുന്നു. ഈ റിസീവറിന്റെ നാദഭംഗി തന്നെയാണ് ചിത്രത്തിൽ കേൾക്കുന്നതും.

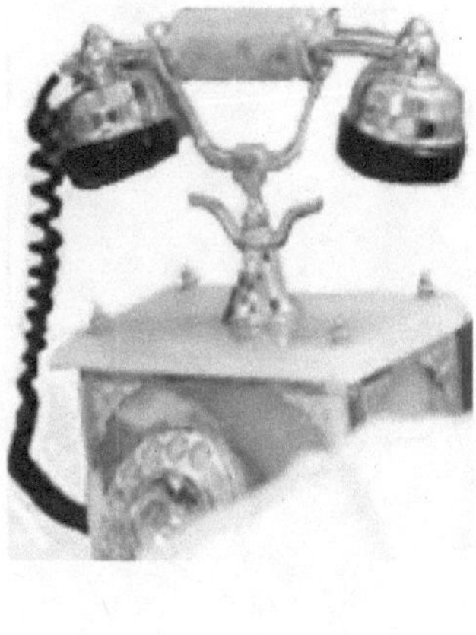

അവസാന താള്...

ഒരു സിനിമ ജനിക്കുന്നത്
പിറകെ വരുന്ന അനേകം
സിനിമകൾക്കായ്
തിയേറ്ററുകളുടെ വാതിൽ
എന്നെന്നേക്കും തുറന്നിടാനാണ്..

www.ingramcontent.com/pod-product-compliance
Lightning Source LLC
LaVergne TN
LVHW100245051026
849517LV00006B/1999